சொல்லாததும் உண்மை

பிரகாஷ்ராஜ்
எழுத்தாக்கம் : த.செ. ஞானவேல்

சொல்லாததும் உண்மை	:	வாழ்வனுபவங்கள்
ஆசிரியர்	:	பிரகாஷ்ராஜ்
எழுத்தாக்கம்	:	த.செ. ஞானவேல்
	:	© ஆசிரியருக்கு
முதல் பதிப்பு	:	ஆனந்த விகடன்
வம்சியின் முதல் பதிப்பு	:	டிசம்பர் 2019
அட்டை வடிவமைப்பு	:	பி.எஸ். வம்சி
வெளியீடு	:	வம்சி புக்ஸ்
		19, டி.எம்.சாரோன்,
		திருவண்ணாமலை - 606 601
		9445870995, 04175 - 235806
அச்சாக்கம்	:	மணி ஆப்செட், சென்னை - 600 077
விலை	:	₹ 250/-
ISBN	:	978-93-84598-69-03

Sollathathum Unmai	:	Life experiences
Author	:	Prakash raj
Penned by	:	T.J. Gnaanavel
	:	© Author
First Edition	:	Aanandha Vikatan
First Edition from Vvamsi Books	:	December - 2019
Wrapper Design	:	B.S. Vamsi
Published by	:	Vamsi books
		19.D.M.Saron,
		Tiruvannamalai - 606 601
		9445870995, 04175 - 235806
Printed by	:	Mani Offset, Chennai - 600 077
Price	:	₹ 250/-
ISBN	:	978-93-84598-69-03

www.vamsibooks.com - e-mail: vamsibooks@yahoo.com

என் தாய்க்கும்,
தாய்மை உணர்வுள்ள அனைவருக்கும்...

வலிக்கு பயந்தால் அடிமைதான்!

மெட்ரோ ரயிலில் கூட்டம் நிரம்பி வழியும்போது, ஏறவோ, இறங்கவோ கஷ்டப்படவே வேண்டாம். கூட்டத்தோடு கூட்டமா நின்னுட்டா, மத்தவங்களே நம்மளை ஏத்தி, இறக்கி விட்டுட்டு, ஒரு 'நன்றி' கூட எதிர்பார்க்காம வேகமா போயிடுவாங்க. அப்படித்தான் இருக்கு என் வாழ்க்கைப் பயணம்.

தாகம் தீராதான்னு ஏங்கி அலையும்போது. தொண்டையை ஈரப்படுத்த எச்சில்கூட மிச்சம் இல்லாமல் தவிக்கிறவங்கதான் அதிகம் இருக்காங்க.

வாழ்ந்த வாழ்க்கையின் உண்மைகளை வெளிப்படையா பேசுற அளவுக்கு எனக்கு வாசலைத் திறந்து வெச்சிருக்கு வாழ்க்கை.

என் வாழ்க்கை தொடங்கின இடத்துக்கும், இப்ப தொடரும் இடத்துக்கும் நடுவில் எவ்ளோ பெரிய வேறுபாடுகள்..! என் கிராஃப்... மலை மாதிரி உயர்ந்தும், பள்ளம் மாதிரி 'பகீர்'ன்னும் இருக்கு.

எங்கேயும் எப்போதும் சுதந்திரமா இருந்திருக்கேன்னு நினச்சா, கொஞ்சம் கர்வம் வருவதைத் தவிர்க்க முடியலை.

என் சுயமரியாதைக்கும் தனிமனித சுதந்திரத்துக்கும் எவ்ளோ பெரிய விலையைத் தரவும் நான் சம்மதிச்சிருக்கேன். எல்லா சுதந்திரமும் வலியில் இருந்தே தொடங்குது. வலிக்குப் பயந்தால் வாழ்க்கை முழுவதும் அடிமைதான். அந்த வலியை விரும்பி நானே ஏத்துக்கறேன், ஒவ்வொரு முறையும்.

'...சொல்லாததும் உண்மை' தொடரில் சுதந்திரமான மனநிலையில் நிர்வாணமான உண்மைகளைப் பேசியிருக்கேன். உடைகளைக் களைவதற்கு காமம் மட்டுமே காரணமா இருக்கணும்னு அவசியம் இல்லை.

இந்தியாவின் வடகிழக்கு மாநில பெண்கள், தங்களைப் பாலியல் பலாத்காரம் செய்யும் ராணுவத்தை எதிர்த்து எல்லாத் துணிகளையும் களைந்து நிர்வாணப் போராட்டம் நடத்தினாங்க. அந்த நிர்வாணத்தின் அடையாளம் கோபம்.

ஒரு குழந்தை நிர்வாணமானா, அது அழகான அறியாமை. ஒரு பெண் காசுக்கு நிர்வாணமானா, அது விபச்சாரம். காதலுக்கான நிர்வாணம், அன்பு. இது எதுவுமே வேண்டாம்னு யோசிக்கிற அம்மணம், ஞானமாகிடுது.

என் வாழ்வில் நான் நேருக்கு நேர் சந்திச்ச உண்மைகளை அரிதாரம் பூசாமல் பேசியிருக்கேன். சில உண்மைகள், கரண்ட் கம்பியில் கைவெச்ச மாதிரி, என்னையே 'சுளீர்'னு திருப்பி அடிச்சிருக்கு.

சில உண்மைகள், ஓவியன் கையில் கிடைத்த தூரிகை மாதிரி அற்புதமாகப் பதிவாகி இருக்கும். இரண்டும் வாழவேண்டிய அனுபவங்கள்தான்.

இதுவரைக்கும் யாரிடமும் சொல்லாத உண்மைகளை, நெருங்கிய நண்பன்கிட்ட பகிர்ந்துக்கிற மாதிரி இந்த நூலை எழுதிய த.செ. ஞானவேல்கிட்ட பகிர்ந்துக்கிட்டேன். நான் சொன்னதை சரியா புரிஞ்சிகிட்டதும், சொல்ல தவறியதை உணர்ந்து எழுத்தா மாத்தினதும் அவரோட பங்களிப்பு. காற்றோடு கரைந்துகொண்டு

இருந்த என் வார்த்தைகள், ஞானவேலின் எழுத்தில் வெளிப்படும்போது, என்னை நானே புதுசா பார்த்த உணர்வை அடைஞ்சிருக்கேன்.

ஆனந்த விகடனின் வாசகர்கள்தான் என் பலமாக இருந்தாங்க. என் இழப்புகள், தவறுகளை பற்றி வெளிப்படையாகச் சொன்னேன். அதை படிச்சுட்டு, 'நல்லவேளை சொன்னீங்க சார்... நான் தப்பிச்சுட்டேன்'னு வந்த கடிதங்களே, எனக்கும் என் வாழ்க்கைக்கும் அங்கீகாரம். வாசகர்களாகவும், ரசிகர்களாகவும் எப்பவும் என்பக்கம் நிற்கிற அனைவருக்கும் என் இதப்பூர்வமான நன்றிகள்.

உயரத்துல இருந்து பார்த்தா எல்லாமே சின்னதாத்தான் தெரியும். பள்ளத்துல இருந்து பார்த்தா எல்லாமே பெருசுதான். எங்க நின்னு பார்க்கிறோங்கிறதுதன் முக்கியம். நான் ரொம்ப உயரத்துல நின்னே எல்லாத்தையும் பார்த்திருக்கேன். நிச்சயமா, அது என் உயரம் கிடையாது. பலருடைய தோள்களில் உட்கார்ந்து வாழ்க்கையைத் தரிசித்திருக்கிறேன். அத்தனை பேருக்கும் என் மானசீகமான நன்றிகள்.

இந்த நூல் வெளிவந்த பிறகு, கடந்த பத்தாண்டுகளில் விவாகரத்து, மறுமணம், மகன் பிறப்பு என தனிப்பட்ட வாழ்க்கையில் நிறைய மாற்றங்கள். அரசியல் பாதையில்கூட பயணிக்க ஆரம்பிச்சிட்டேன். 'கற்றது கைமண் அளவுகூட இல்ல'னு ஒவ்வொரு நாளும் புரியுது. இன்னும் தேடல் தொடர்ந்துகிட்டே இருக்கு.

இலக்கை சீக்கிரம் அடையணும்னா தகுதியான வாகனம் முக்கியம். நான் பேசுவதற்குத் தகுதியான, தரமான மேடையா விகடன் எப்போதும் எனக்காக இருந்திருக்கு. எனக்குத் தெரிந்த, பிடித்த பாதையில் பயணம் செய்து கொண்டு இருந்த என்னை, விகடன்

மேடையில் ஏற்றிய ரா. கண்ணனுக்கும், த.செ.ஞானவேலுக்கும் உளமார்ந்த நன்றிகள்!

'சொல்லாததும் உண்மை' புத்தகத்தை மறுபதிப்பு செய்து வாசகர்களிடம் கொண்டு சேர்க்கிற வம்சி பதிப்பகத்திற்கும், திருமிகு. கே.வி ஷைலஜா அவர்களுக்கும் என் அன்பும் வாழ்த்தும். நல்ல நூல்களை பெருவிருப்பமுடன் வெளியிடுகிற 'வம்சி பதிப்பகம்' இந்த நூலை வெளியிடுவதில் எனக்கும் பெருமகிழ்ச்சி.

உண்மையுள்ள,

பிரகாஷ்ராஜ்

முன்னுரை

இளம் வயதில் காந்தியின் சுயசரிதையான 'சத்திய சோதனை' படித்தபோது மனதில் பெரிய அதிர்வலைகள் உருவாயின. உண்மையின் நெருக்கத்தை தரிசிக்கிற வாய்ப்பை அந்த நூல் வழங்கியது. கல்லூரிக் காலத்தில் கவிஞர் கண்ணதாசனுடைய 'வனவாசம்' நூல் அதிர்வலையை உருவாக்காமல் போனாலும், பெரிய ஆச்சர்யத்தை உருவாக்கியது. வெகுசிலரால்தான் அதுபோல வெளிப்படையாக வாழ்வனுபவங்களைப் பகிர்ந்து கொள்ள முடியும் என்ற நினைத்தேன். அந்த 'வெகுசிலரில்' ஒரு மனிதரை என் வாழ்வில் கண்டடைவேன் என்றோ, அவருடைய வாழ்வனுபவங்களை தொகுத்து எழுதுவேன் என்றோ நினைக்கவில்லை.

ஆனந்த விகடன் இதழில், நடிகர் பிரகாஷ்ராஜ் அவர்களை வைத்து புதிய தொடர் ஆரம்பிக்கலாம் என்று முடிவானதும், திரு. பிரகாஷ்ராஜ் அவர்களை அணுகியபோது, அறிமுகமற்ற என்னிடம் தன் அனுபவங்களைப் பகிர்ந்து கொள்ள தயங்கினார். அப்போது, விகடனில் 'ஆண்கள்/பெண்கள்' என்ற தொடர் வந்து கொண்டிருந்தது. பிரபலமானவர்கள் ஆண்களாக இருந்தால், அவர்கள் வாழ்வைச் செதுக்கிய பெண்களைப் பற்றியும், பெண் பிரபலங்கள் ஆண்களைப் பற்றியும் பகிர்ந்து கொள்கிற அந்தத் தொடரில், பிரகாஷ்ராஜ் தன்னைப் பாதித்த பெண்களைப் பற்றி பகிர்ந்து கொண்டார். இரண்டு வாரங்கள் அவருடைய அனுபவங்களைக் கட்டுரையாக எழுதினேன். என் மீதும், என்

எழுத்தின் மீதும் நம்பிக்கை வந்தவராக 'தொடரை ஆரம்பிக்கலாம்' என்று சொன்னார். என் வாழ்வில் ஒரு புதிய பயணம் தொடங்கியது.

தேடலும், தேடல் நிமித்தமான வாழ்வை அனுபவித்து வாழ்பவரின் அனுபங்களைக் கேட்டறிவது, மிகச்சிறந்த ஒரு நாவலைப் படிக்கிற பரவசத்தை அளித்தது. பிரகாஷ்ராஜ் எந்த ஊரில் இருந்தாலும், பேருந்து, ரயில், விமானம் என பயணித்து அவரின் புதிய புதிய முகவரியில் சந்திப்பேன். என்னுடைய முதல் வெளிநாட்டு பயணம், அந்த வாரத்திற்கான கட்டுரையை எழுத அவரை சந்திப்பதற்காக நிகழ்ந்தது. எழுதிய கட்டுரையை அலுவலகத்திற்கு அனுப்ப புதிய ஊர்களில் 'பேக்ஸ்' இயந்திரம் தேடி அலைந்திருக்கிறேன். இதில் சோர்வோ, களைப்போ இன்றி மிகுந்த ஆர்வத்துடன் ஒரு மாணவனைப் போல அவரின் முன்னால் நிற்பேன்.

தன் அனுபவங்களின் மூலம், என் வாழ்வை புதுப்பித்துக் கொண்டே இருந்தார். 'சமைக்கலாமா?' என்று கேட்பார். அன்றைய பொழுதில் எங்களுக்கான உணவை அவர் சமைக்க, நான் உதவி செய்து கொண்டே பேசி முடிப்போம். 'இந்த ஊரில் நாடகக்காரர் இருக்கிறார். சந்திக்கலாமா?' என்று கேட்பார். அன்றைய இரவு மைசூரின் ஏதோ ஒரு மூலையில் தன்னை கலைக்காக அர்ப்பணித்த ஒரு கலைஞனின் உரையாடலில் விதிர்த்து நிற்பேன். அவருடன் பயணிக்கிற நிமிடங்களில் வாழ்வின் ருசியை அனுபவிக்கக் கற்றுக்கொண்டேன்.

'வெளிப்படையா எல்லாத்தையும் பகிர்ந்துகிறேன். எது அச்சுக்குப் போகணும்னு நீ முடிவு பண்ணு' என்று அவர் எனக்களித்த பொறுப்பு, சவாலாகவே இருந்தது. முரண்படுவதை எதிர்ப்பதாகப் புரிந்து கொள்கிற அபத்தம் அவரிடம் இருந்ததே இல்லை. எதைப்பற்றியும்

முகத்துக்கு நேராக கருத்துரைக்கவும், விமர்சிக்கவும் பிரகாஷ்ராஜ் அளித்த சுதந்திரம், அவர் வாழ்வில் எனக்கு அளித்த மிகச்சிறந்த இடமாக இருந்தது. இப்போதுவரை எனக்கான அந்த இடத்தை பத்திரப்படுத்தி வைத்திருக்கிறேன்.

முழுமையான சுயசரிதை இல்லையென்றாலும் உண்மைக்கு நெருக்கமான வாழ்வனுபவங்களை, பல லட்சம் வாசர்கள் முன்னிலையில் பகிர்ந்து கொள்கிற அவரின் அசாத்திய துணிச்சல் மலைக்க வைத்தது. காதல், காமம், அவமானம், அசிங்கம், துரோகம், நன்றியுணர்வு, சமூகம், அரசியல் என எல்லாவற்றையும் அடிப்படையான நேர்மையுடன் அணுகினோம். அவருடைய அனுபவம் என்னையும் என்னுடைய எழுத்தையும் மெருகேற்றியது.

ஒருவருடத்தில் 'சொல்லாததும் உண்மை' தொடர் முடிந்துவிட்டது. ஆனால், 15 ஆண்டுகளாக அதே நட்பு தொடர்கிறது. தன்னுடைய வளர்ச்சி என்பது, பிறரையும் வளர்த்தெடுப்பது என்பதில் கவனமாக இருப்பவர் பிரகாஷ்ராஜ். என் வாழ்வின் எல்லா முக்கியத் தருணங்களிலும் அவருடைய வாழ்த்தும், அன்பும் சூழ இருக்கிறேன். நண்பனாக, குருவாக, வாழ்க்கைப் பயணத்தில் புதிய அனுபவங்களைத் தேடித் தருகிற சக பயணியாக இருக்கிறார்.

10 ஆண்டு காலம் கடந்த பிறகும் ஜீவன் குறையாமல் மிளிர்கின்றன அவர் பகிர்ந்து கொண்ட உண்மைகள். வாசகர்களுக்கு அவை வலியை ஏற்றுக்கொள்ளவும், வாழ்வைக் கொண்டாடவும், புதுப்பித்துக் கொள்ளவும் கற்றுத் தருகின்றன. என் போன்ற முதல்தலைமுறை மாணவர்களுக்கு 'மாணவ பத்திரிகையாளர் திட்டம்' மூலமாக புதிய வாசலைத் திறந்துவிட்ட விகடனில் பணியாற்றிய அனுபவம், எப்போது மாணவனாக உணர வைக்கிறது.

இந்தத் தொடர் எழுத வாய்ப்பளித்த விகடனுக்கும், என் எழுத்தைச் சரிபார்த்து குறைநிறைகளை கலந்துரையாடி என் எழுத்தை செம்மைப்படுத்திய ஆசிரியர் திரு. ரா. கண்ணன் அவர்களுக்கும் என் மனப்பூர்வமான நன்றிகள்.

இந்தத் தொடர் வெளிவந்தபோதே, திரு. பவா செல்லதுரையும், திருமதி. ஷைலஜாவும் பாராட்டினார்கள். அவர்களின் 'வம்சி பதிப்பகம்' சொல்லாததும் உண்மை புத்தகத்தை மறுபதிப்பு செய்து மீண்டும் வாசகர்களிடம் கொண்டு சேர்ப்பதில் இரட்டிப்பு மகிழ்ச்சி. வம்சி பதிப்பகத்தைச் சேர்ந்த அனைவருக்கும் என் அன்பும், நன்றியும்...

அன்புடன்,

த.செ. ஞானவேல்

சக மனித கண்ணீரைத் தனதாக்கிக் கொண்ட திரைக் கலைஞன் பிரகாஷ்ராஜ்...

பெயரே பலவிதமான முகபாவங்களையும் வார்த்தைப் பிரயோகங்களையும் சினிமா வரலாற்றில் பதிய வைத்த, பார்வையாளர்களை நடிப்பில் உருக்கவைத்த, வெறுக்கவைத்த, நேசிக்கவைத்த, கோபப்படவைத்த, மனம்விட்டு சிரிக்கவைத்த மனிதர் என்பதைத்தாண்டி சகமனித கண்ணீரின் கணம் உணர்ந்தவர் என்பதால் இன்னும் ஓரடி கூடுதல் உயரம் காட்டுகிறார்.

கர்னாடக மாநிலத்தைப் பிறப்பிடமாகக் கொண்டவர் என்று கோடுகளால் அவரைப் பிரித்து யாராவது யோசித்துவிடமுடியுமா! நம் வீட்டில் ஒருவராக கொண்டாடுகிறோம் இல்லையா, அப்படி நம்மை அவர் வென்றெடுத்திருக்கிறார். நடிகராக, தயாரிப்பாளராக, இயற்கை ஆர்வலராக மட்டுமல்லாமல் சாமானிய மனிதனின் குரலாகவும் தெளிவான அரசியல் பார்வையோடும் மிளிர்கிறார்.

உண்மை, யாரும் பார்க்கவில்லையானாலும் எப்போதும் தீயாய் எரிந்து சுய சாம்பலை யாசித்துப் பெறும் வல்லமையுள்ளது. ஆனால் உண்மைகளை பளீரென சொல்லும் மனசு கொஞ்சம் சிலருக்கே வாய்க்கப் பெறுகிறது. அப்படி முற்றிலும் தன்னைக் கலைத்த நிர்வாணமாய் நிச்சலனமின்றி நின்றதாலேயே பிரகாஷ்ராஜின் ''சொல்லாததும் உண்மை'' தொடர் அது ஆனந்தவிகடனில் வந்தபோது பல லட்சம் வாசகர்களால் பெரிதும் பேசப்பட்டது, கொண்டாடப்பட்டது, ஆராதிக்கப்பட்டது. அப்படி தன் வாழ்வின் ரகசிய பக்கங்களே இல்லையென்று உண்மைகளை எழுதுவதோடு

மட்டுமே நிற்காமல் தன் அரசியல் நிலைபாடுகளை நேர்பட பேச வைத்து, யாரையும் எதிர்க்கத் துணியும் மன வலிமையுடன் தன் கருத்துக்களை முன் வைக்கும் ஆன்ம தைரியம் வாய்க்கப்பெற்ற அவரை இந்த சமூகம் கொண்டாடியே தீரவேண்டும்.

அப்படி கொண்டாடுவதன் சிறு துளியாயும் அதீத வாசகர்களைப் பெற்ற அவரின் இந்த புத்தகத்தை 'வம்சி'யில் கொண்டுவருவது என்றும் முடிவெடுத்து அதன் உருவாக்கத்தில் உடன்நின்ற நண்பர் த.செ.ஞானவேலை கூப்பிட்டு ஒரு புலர்காலையில் பேசுகிறேன். அவர் உடனே சம்மதித்தது மட்டுமல்லாமல், '' இன்று என் நாளினை சந்தோஷமாக்கி, மன வலியிலிருந்தும், கடந்த வருடங்களில் எங்கு கூட்டங்களுக்குப் போனாலும் புத்தக கண்காட்சிகளிலும், 'சொல்லாததும் உண்மை'யைத் தேடும் வாசகர்களுக்கு பதில் சொல்ல முடியாத குற்ற உணர்விலிருந்து என்னை விடுபடவும் வைத்தீர்கள். சந்தோஷமாக உற்சாகமாக இந்த புத்தகத்தைக் கொண்டு வருவோம் ஷைலஜா'' என்றார். அது அவ்விதமேயானது.

இதற்காய் அட்டைப்படம் வடிவமைத்து தந்த மகன் வம்சிக்கும், புத்தக செழுமைக்காய் தன்னை ஒப்புக் கொடுத்த மோகனா, சுகந்த்ராஜ்,உத்ரா ஆகியோருக்கும் என் அன்பும் நன்றியும்.

எளிமையான அன்போடு,

கே.வி. ஷைலஜா

உள்ளே....

1. வழிகிறது வாழ்வின் இசை! 19

2. அதிகாரம் தயாரித்த முதல் ஆயுதம்! 24

3. இளைஞர்களுக்குக் காதலிக்கவே தெரியலை! 29

4. அதுக்கு தந்த விலை அதிகம்! 35

5. துணை இல்லாத துயரம் 40

6. உண்மையைப் பார்த்தால் பயம்! 46

7. அழகான வெற்றி... அசிங்கமான வெற்றி! 51

8. நாம் தொலைத்த பெண்கள்! 56

9. வாழ்க்கை எங்கே நிறுத்தும்? 60

10. பொறுமை முகம்... பொறாமை முகம்! 65

11. தேடித் தேடி தொலைந்தேன்! 70

12. மரணமும் பாடம்... ஜனனமும் பாடம்! 76

13 உறவுகளை உணர்வுகளை ஜெயிக்கும்! 82

14. பணம் என்கிற அசுரன்! 87

15. அந்த ஒரு சிரிப்பில்தான்... 93

16. மௌனம் கலைக்கிற பக்குவம்! 98

17. இரண்டு பெண்கள்... ஒரு சம்பவம்! 105

18. வாழும் போதே பண்ணிடனும்! 111

19. காமுகன்... கடவுள்... மனுஷன்! 117

20. காசோட அருமையும்... இல்லாத வேதனையும் 123

21. வார்த்தைகளில் வாழ்க்கையைத் தொலைத்தவர்கள்! 128

22. கடவுள் நம்பிக்கையில் கள்ள ஓட்டு! 133

23. பெத்தவங்களக் கொண்டாடனும்! 138

24. குழந்தைகள் காணாமல் போகும் வீடுகள்! 144

25. "ஆமா... நான் திமிரானவன்தான்!" 149

26. காதலைக் காதலிக்கிறேன்! 156

27. "அது மூட நம்பிக்கை அல்ல!" 161

28. வாழ்க்கை ஒரு பயணம்! 168

29. வெற்றியில் இரண்டு வகை! 173

30. பெண்களைப் பற்றி அதிகம் பேசுவது ஏன்? 178

31. வாழ்க்கையைக் கொண்டாடுங்கள். ஆனால்... 184

32. காசு மாலையின் கதை! 189

33. வழி தவறும் ஆடு நான்! 194

34. மொழி என்பது வாழ்க்கை! 200

35. குரு..? 205

36. வெற்றியில் தோல்வி... தோல்வியில் வெற்றி! 209

37. அது ஓர் அற்புத உலகம்! 214

38. காதல் என்பது கடமை அல்ல! 220

39. அழுகையும் சிரிப்பும் வேறு வேறல்ல! 225

40. அறியாமை என்பது அழகா, அசிங்கமா? 231

41. அந்தந்த வயசில் அந்தந்த வாழ்க்கை!	235
42. சினிமா சந்தைக்குப் போய் வந்தேன்..!	240
43. அங்கே கலை... இங்கே வியாபாரம்!	245
44. மரணத்தின் விளிம்பில்...	250
45. நாம ஏன் இப்படி இருக்கோம்?!	255
46. எல்லோரும் வாழ்க!	261
47. 'நீ என்ன செய்தாய் அதற்கு?'	266
48. "எனக்கு நானே சித்ரகுப்தன்!"	270
49. "நாங்கள் இனி நண்பர்கள்!"	275

வழிகிறது வாழ்வின் இசை!

தர்மன் உருட்டிய தாயம்...

யூதாஸ் கொடுத்த முத்தம்...

புத்தர் பார்த்த மரணம்...

காந்தி கண்ட அரை நிர்வாணம்...

இப்படி எல்லோரோட வாழ்க்கையையும் ஏதேதோ ஒரு கணம் மொத்தமாக மாற்றும்; புரட்டிப் போடும்; பந்தாடும்தானே? அப்போ, கணங்களால் ஆனதுதான் வாழ்க்கை... கரெக்ட்?!

அடையாறு சிக்னலில் காரில் காத்துட்டிருந்தேன். ஏதேதோ வேலைகள், நினைவுகள் மூளையை முழுசா ஆக்கிரமிச்சிருக்கு. அவசரத்துல நிக்கிற சைக்கிள்காரன், 'போப்பா, லெஃப்ட்ல வழிவிடு'ன்னு கார்க்காரனை சந்தோஷமாத் திட்டிட்டிருக்கான். எல்லோருக்கும் ஏதேதோ அவசரம், கமிட்மென்ட்ஸ்! திடீர்னு கேக்குது அந்தச் சத்தம்...

'டக்கு டக்கா டகட டக்கா!'

ஆரவாரமா பறையடிச்சுட்டு, அட்டகாசமா டான்ஸ் போட்டபடி இறுதி ஊர்வலம் ஒண்ணு சாலையைக் கடக்குது. மெயின் ரோடு,

த.செ. ஞானவேல்

ஹெவி டிராஃபிக், போலீஸ், மனுஷங்கன்னு எந்தக் கூச்சமும் இல்லாம பூவை அள்ளி அள்ளி ஏரியா ஃபுல்லா விசிறி எறியுறாங்க. 'டக்கு டக்கா டகட டக்கா'ன்னு மியூஸிக் பின்னுது. கார் சைடு டோர்ல என் கை தானா தாளம் போடுது. இறங்கி ஒரு டான்ஸ் போடலாம்னு தோணுது. பாடை யில் படுத்திருக்கிற வயசாளி என்னைப் பார்த்து, 'வாடா மாப்ளே, வா..! வந்து ஆடுறியா? அப்பத்தானே உன் சாவுக்கு என் பையன் வந்து ஆடுவான்'னு கூப்பிடுற மாதிரி இருக்கு. அந்த செகண்ட்ல சிக்னல் விழ, கை கியருக்கு போய் கார் கிளம்பிடுச்சு. இப்படித்தான் இருக்கு வாழ்க்கை எனக்கு!

அது என்னன்னா, எனக்கு ஒவ்வொரு செகண்டும் வாழணும், அவ்ளோதான். 'யாதும் ஊரே, யாவரும் கேளிர்'தான் நம்ம ஃபிலாஸபி! 'இன்று புதிதாய்ப் பிறந்தேன்'னு சொல்வான் பாரதி... என்னைக் கேட்டால், 'இப்போதான் பிறந்தேன்!' என்னை நான் குழந்தையாக்கிக்க முயற்சி பண்ணிட்டே இருப்பேன். பல கணங்கள் தோற்கலாம், சில கணங்கள் ஜெயிக்கலாம். அந்தச் சில கணங்கள் ஜெயிக்கிறதுக்காக, எத்தனை முறை வேண்டும்னாலும் தோற்கத் தயாராவே இருப்பேன் எப்போதும்!

'நீ யார்றா பிரகாஷ்?'னு கேட்டால், என்னோட பதில்... 'நான் ஒரு பயணி... டிராவலர்!'

டூரிஸ்ட்டுக்கும் டிராவலருக்கும் நிறைய வித்தியாசங்கள் உண்டு. டூரிஸ்ட்டா இருந்தா, எங்கே போறோம், எப்படிப் போறோம், எங்கே தங்குறோம், என்னென்ன பார்க்கப் போறோம்னு இப்படி ஒவ்வொரு விஷயத்தையும் ஏற்கெனவே தீர்மானிச்சுட்டுப் போவான். ஆனால், பயணி அப்படி இல்லை. அவன் கையில் ப்ளான் இருக்காது, ஃபார்முலா இருக்காது, அவனுக்குப் பயணிக்கணும். ஒரு

நாற்காலியில் உட்காரவெச்சு அசைய முடியாமகட்டிப்போட்டாலும் நம்ம மனசு எங்கேயாவது பயணிச்சுக்கிட்டே இருக்கும்ல...அப்படி ஒரு டிராவல்!

மூணு பஸ் ஸ்டாப் இருக்கு இப்போ எனக்கு! சென்னையில் கடல் கை தட்டிக் கூப்பிடுற ஒரு வீடு. மகாபலிபுரம் போற வழியில் தோட்டத்துக்கு நடுவில் ஒரு குடிசை, அப்புறம் ஹைதராபாத்தில் மொட்டை மாடியில் ஆகாசம் பார்த்தபடி ஒரு ஃப்ளாட். கடல் வீட்டில் அலையா இருப்பேன். தோட்டக் குடிசையில் பூவா சிரிப்பேன். ஹைதராபாத் போனால், ஆகாசத்தில் அன்னிக்கு இன்னும் ஒரு நட்சத்திரம் எக்ஸ்ட்ரா முளைச்சிருக்கும்.

ஆனா, மாசத்தில் மூணு வாரமாச்சும் நான் இங்கே எங்கேயும் இருக்க மாட்டேன். ஏதோ ஓர் ஊரில், ஏதோ ஒரு வேலையா போயிட்டே இருப்பேன். நான் எங்கே இருக்கிறேனோ, அதுதான் என் அப்போதைய அட்ரஸ். மனசுக்குள்ளே இருக்கு என் வீடு. ஊர் மாறினாலும் உலகத்துக்கு ஒரே ஆகாயம்தானே!

"பிரகாஷ், ஏன்டா நீ இப்படி இருக்கே?"

"எப்படி இருக்கேன்?"

"சினிமாவுல பிரபலமா இருக்கும்போது பைத்தியக்காரன் மாதிரி டி.வி. சீரியல்ல ஏன் நடிக்கிறே?"

"நடிக்கிற நேரத்துல, ரியல் எஸ்டேட் பிசினஸ் பண்றியேன்னு திட்டு, அது நியாயம்! நான் ஒரு நடிகன்ப்பா. எனக்கு ஒரு கேரக்டர், கதை பிடிச்சிருந்தா தெரு நாடகத்தில்கூட நடிப்பேன்."

"முதல்ல இந்த விதண்டாவாதம் பேசுறதை நிறுத்து. நடிச்சுச் சம்பாதிக்கிறதை நல்லபடியா சேர்த்துவெக்காம நீயே சினிமா தயாரிக்கிற தெல்லாம் தேவையா?"

த.செ. ஞானவேல்

"அருவா, ஆபாசம்னு நான் நாடு போற்றும் வெள்ளிவிழாப் படங்களை எடுத்தா, சமூகத்தைக் கெடுக்கிறியேடான்னு கேளு. 'அழகிய தீயே', 'கண்ட நாள் முதல்', 'பொய்', 'மொழி' மாதிரி படங்கள் தயாரிக்காம, நான் நிறையப் பணம் சேர்த்து, என் புள்ளைகளை வாட்ச்மேனா போடச் சொல்றியா?"

"வித்தியாசமா பேசறதா நினைப்பா? ஒரு நாள் உனக்கு வாழ்க்கை எல்லாத்தையும் புரியவைக்கும் பாரு!"

"கரெக்ட்! நான் என் அனுபவங்கள் மூலமாதான் எதையும் புரிஞ்சுக்க விரும்புறேன். உணர்வுகள், உறவுகள், கனவுகள், இன்பங்கள், துன்பங்கள் எல்லாத்தையும் அனுபவிக்கவும் ரசிக்கவும்தானே வாழ்க்கை! என் வாழ்க்கையை நானே வாழ்ந்து பார்க்கிறேன். விட்டுடுங்களேன். உங்க பயங்களை, உங்க ஆசைகளை, உங்க குழப்பங்களை என் மேல் திணிக்காதீங்க, ப்ளீஸ்! அடுத்தவங்க வாழ்க்கையை என்னால் வாழ முடியாது."

என் நலன் விரும்பிகளுக்கும் எனக்கும் நடுவில் அடிக்கடி நடக்கிற டயலாக் இதுதான்.

ஒளிர்கிற சிகரெட் நெருப்பு... கோப்பையில் வழிகிற மது... நண்பர்களோ, காதலிகளோ, அவர்களின் நினைவுகளோ எப்பவும் ஏதாச்சும் ஒண்ணு என்னை இழுத்து முறுக்கி ஒரு கிடார் போல வெச்சிருக்கு. சந்தோஷமோ, துக்கமோ எது என்னைத் தொட்டாலும் வழிவது வாழ்வின் இசை!

மிக அழகா, ரொம்ப நேர்த்தியா நெய்யப்பட்ட ஒரு புடவையில், அதோட நூலின் முதல் நுனியைத் தேடிப் பார்க்கிற மாதிரி இருக்கு என் தேடல். என் தாய் பாஷை கன்னடம். ஆனா, தெலுங்கில் சிந்திக்கிறேன். தமிழ்லதான் வாழ்றேன். இங்கிலீஷை வெச்சுக்கிட்டு

உலகம் முழுக்கச் சுத்துறேன். 'ஜப்பான் மொழிப் படத்துல நடிக்கிறியா பிரகாஷ்'னு கேட்டா, 'ரெண்டு வாரம் டைம் கொடுங்க, ஜப்பான் மொழியிலேயே டப்பிங்கே பேசுறேன்'னு சொல்வேன். ஏன்னா, எதையும் கத்துக்கணும், தெரிஞ்சுக்கணும், புரிஞ்சுக்கணும், ருசிக்கணும், ரசிக்கணும்னு ஆர்வமா இருக்கேன். அதனால்தான் எல்லா பாஷையும் என் பாஷையா இருக்கு.

காதல், காமம், சோகம், சந்தோஷம், உழைப்பு, சோம்பல்னு விதவிதமான குணங்களோடும், குறைகளோடும் இருக்கிற மனிதர்களுக்கு மத்தியில், அதே குணங்களும், குறைகளுமா வாழ்கிற ஒருத்தனா இருக்கான் பிரகாஷ்ராஜ்.

என் மகன் செத்துப் போனான். அழகான கவிதை போல இருந்தான். விளையாடிட்டு இருந்தப்போ தவறி விழுந்து அடிபட்டுட்டான். ஹாஸ்பிடல்ல சேர்த்தோம். ஒரு ராத்திரியில் கனவு போல, கற்பூரமா காற்றில் கரைஞ்சுட்டான். தோட்டத்தில் சித்தார்த்தனைப் புதைச்சோம். இப்போ தோட்டம் முழுக்க பூக்களா சிரிக்கிறான். 'ராம்பர ராம்பர ராம்போ... ராம்பர ராம்பர ராம்போ'ன்னு நான் ரிதம் போட்டா, கைகளை ஆட்டி மியூஸிக் ஸ்கோர் பண்றா, சித்தார்த்தனுக்குப் பதிலா இந்த உலகத்துக்கு வந்த என் சின்னப்பொண்ணு மேகனா. அவனை நினைச்சா அழுகை வருது. ஆனா, எவளோ ஒருத்தி மேகனான்னு புதுசா வந்து சிரிப்புக் காட்றா... என்ன டிஸைன்டா இது!

இப்படி நிறைய பேசுவோம். என் பயணங்களில் ஓர் அங்கமாத்தான் உங்களோட பேசிட்டிருக்கேன். அருவியில் குளிக்கிற மாதிரி, மியூஸிக் கேட்கிற மாதிரி, மழையை ரசிக்கிற மாதிரி என் அனுபவங்களைப் பகிர்ந்துக்கிறேன்.... லெட்ஸ் ஸ்டார்ட் தி மியூஸிக்!

அதிகாரம் தயாரித்த முதல் ஆயுதம்!

நேத்து சென்னை ஏர்போர்ட்டுக்குள் நுழைஞ்சதும் எனக்குதிடீர்னு ஃப்ளாஷ் அடிச்சது, 'கன்னத்தில் முத்தமிட்டால்' படம்!

ஹைதராபாத் போகணும்னா, ஃப்ளைட்டில் ஒரு மணி நேரப் பயணம். அதைவிட அதிக நேரம் தேவைப்படுது ஏர்போர்ட்டில் செக்யூரிட்டி செக்கிங் வேலைகளுக்கு! ஒரு தாய் தன்னோட குட்டிப் பொண்ணுக்காக பாட்டில்ல பால் கொண்டுபோறாங்க. அதையும் . வாங்கிப் பரிசோதிக்க வேண்டிய கட்டாயத்தில் இருக்காங்க பாதுகாப்பு அதிகாரிகள். நம்ம ஊரெல்லாம் பரவாயில்லை. இன்டர்நேஷனல் ஏர்போர்ட்களில் இப்போ கெடுபிடி ரொம்ப ஜாஸ்தி!

எல்லோரும் சிரிக்கிறாங்க, வேடிக்கை பார்க்கிறாங்க, நிதானமா இருக்கிறதா காட்டிக்கிறாங்க. ஆனா, அதையும் மீறி எல்லோர் கண் களிலும் ஏதோ ஒரு பயம் மின்னுது. ஏன்?

மனுஷனோட மூளையை நினைச்சா எனக்குப் பயமா இருக்கு. தொழுநோயால், பாதி உடம்பு அழுகி சாக்கடையோரமா நாத்தமா கிடந்த மனுஷனை அள்ளி அணைச்ச கைகள் நம்மைப்போல ஒரு மனுஷியோட கைகள்தானே! இப்போ குழந்தைகளை குண்டு போட்டு

வெடிச்சுச் சிதறவைக்கிற புத்தி எப்பிடி நம்ம மூளைக்குள்ளே நுழைஞ்சுதுன்னு நினைச்சா, பயமா இருக்கு.

'கன்னத்தில் முத்தமிட்டால்' படத்தின் க்ளைமாக்ஸ் ஸீனை மறக்கவே முடியாது! போராளியா இருக்கிற அம்மாவிடம், போரால் பாதிக்கப்பட்ட அவங்களோட குட்டிப் பொண்ணு சில கேள்விகள் கேட்பாள். எந்தக் கேள்விக்கும் அந்த அம்மாவிடம் பதில் இருக் காது.

'அம்மா நீங்க மெட்ராஸுக்கு வந்துடுங்க. அங்க சண்டை இல்லை, ஆர்மி இல்லை, டி.வி. பார்க்கலாம், சினிமா பார்க்கலாம், பீச் இருக்கு, ப்ளீஸ்மா, வந்துடுங்கம்மா!'னு அந்த சின்னப் பொண்ணு அமுதா கெஞ்சுவா. 'என்றைக்காவது ஒரு நாள் இது யுத்தம் இல்லாத பூமியா மாறும். அமைதி திரும்பும். அன்னிக்கு வா!'னு தன் பொண்ணை அனுப்பி வைப்பா அந்த அம்மா. 'என்னிக்கும்மா? என்னிக்கும்மா?'னு அந்தக் குழந்தை கேட்கிற கேள்விக்கு யாரிடம் இருக்கு பதில்?

என் பொண்ணு பூஜா கேட்கிறாளே.... 'அப்பா, தப்பு செய்தா சாமி கண்ணைக் குத்தும்னு அம்மா சொல்றாங்க. அப்படின்னா குண்டு வைக்கிறவங்களைப் பார்த்தா சாமிக்குப் பயமாப்பா? ஏன் அவங்க கண்ணை மட்டும் சாமி குத்தவே மாட்டேங்குது?'ன்னு கேட்கிறா.

அவளுக்கும் எனக்கும் நடந்த உரையாடலை அப்படியே சொல்றேன். உங்ககிட்ட பதில் இருந்தா சொல்லுங்க!

''ஏம்ப்பா இந்தியாவும், பாகிஸ்தானும் எனிமியா இருக்காங்க?'

''பார்டர் பிரச்னைடா!''

''பார்டர்னா ரெண்டு கன்ட்ரி பார்டர்லயும் கோடு போட்டிருப்பாங்களாப்பா? நாம அந்தக் கோட்டைத் தாண்டிப் போகக்

கூடாதா? ஷூட் பண்ணிருவாங்களாப்பா? எல்லார்ட்டயும் கன் இருக்குமா? நம்மகிட்டே கன் இல்லேன்னு தெரிஞ்சா, விட்டுடுவாங்களா? இல்லாட்டியும் சுடுவாங்களா? டி.வில காமிச்சாங்களே, சின்னப் பசங்க மேல பாம் போட்டு, செத்துட்டாங்களே... பெட்ஷீட் போட்டு மூடிவெச்சிருந்தாங்களே, அந்த கிட்ஸ் எல்லாம் பார்டர் தாண்டிட்டாங்களாப்பா?

நான் காத்தாடி விடும்போது, அது பார்டர் தாண்டிப் பறந்தா என்ன பண்ணுவாங்கப்பா? மும்பை டிரெய்ன்ல பாம் வெடிச்சுதுன்னு உன் ஃப்ரெண்ட்கூட பேசிட்டிருந்தியேப்பா, அங்கேயும் பார்டர் இருக்காப்பா? அது இந்தியாவுக்குள்ளதானே இருக்கு?''

நடு ராத்திரி 12 மணிக்கு மேல மொட்டை மாடியில் உலாத்துற என்னை, இழுத்துப் பிடிச்சு உட்காரவெச்சு நான்ஸ்டாப்பா கேள்வி கேட்கிறா ஒரு சின்னப் பொண்ணு. ஒரு அப்பனா, ஒரு மனுஷனா, ஒரு சீனியரா நான் என்ன பதில் சொல்றது?

'டேய்... பெரிய மனுஷனுங்களா, ஏன்டா உங்க சுயநலத்துக்கு எங்களைக் கொல்றீங்க?''னு நேரடியா அவளுக்கு கேட்கத் தெரியலை. அவ்வளவுதான்!

'பாவம் என்றால் ஓர் ஆணையும் பெண்ணையும் இறைவன் படைப்பானா, பயணம் போகும் வழியில் திராட்சைக் கொடியை வளர்ப்பானா?'ன்னு நம்ம கண்ணதாசன் எழுதியிருப்பார். காதலும் போதையும் அப்படி வந்ததுன்னா, இந்த எழவு போரும், அழிவும் எப்படி வந்தது?

அதிகாரமும் சுயநலமும் சேர்ந்துதான் முதல் ஆயுதத்தைத் தயாரிச்சிருக்கும். சார்லி சாப்ளினின் 'தி கோல்ட் ரஷ்' படம் பார்த்திருக்கீங்களா? பனிமலையில் புதைஞ்சு கிடக்கிற தங்கப்

புதையலைத் தேடிச் சில பேர் கிளம்புவாங்க. அதில் சார்லி சாப்ளினும் ஒருத்தர். பனிப் புயலில் சிக்கிச் சின்னாபின்னமாகி மலை உச்சிக்குப் போய்ச் சேர்வார் சாப்ளின். அங்கே ஏற்கெனவே புதையல் தேடி வந்த ஒருத்தர் கூடாரம் அடிச்சுத் தங்கியிருக்க, சார்லியும் அவரோடு சேர்ந்து தங்குவார். ஓயாம அடிக்கிற பனிப் புயலில் வெளியே போகவே முடியாது. சாப்பிட எதுவும் இருக்காது. பசி, பந்தாடும். சார்லி தன் ஒரு ஷூவைக் கழற்றி, சுடுநீரில் போட்டு அவிச்சு எடுத்து லன்ச் ரெடி பண்ணுவார். அதை ஃபோர்க்ல சிக்கன் நூடுல்ஸ் ரேஞ்சுக்கு ஸ்டைலா குத்தி எடுத்து சார்லி ரசிச்சுச் சாப்பிட, எதிராளி முடியாமத் திணறிப்போயிடுவார். ஷூவும் இருக்காது. பசி... பசி... அங்கே ஆரம்பிக்கும் பயம். இவன் நம்மளை அடிச்சுத் தின்னுடுவானோன்னு பரஸ்பரம் ரெண்டு பேருக்கும் பயம்! தூங்காம, நிம்மதியில்லாம ரெண்டு பேரும் பயத்தில் அலைவாங்கன்னு போகும் அந்தப் படம். அட, ஒரு இங்கிலாந்துக்காரன், அமெரிக்காவில் படம் எடுத்தவன் பசியைப் பத்தி எப்படி இப்படி யோசிச்சான்னு ஆச்சர்யமா இருந்தது. அதான் மானுடத்தை தேடுற கலைஞன் மனசு. அதே அமெரிக்காதான் யுத்தத்துக்கு ஆயுதங்களும் தயாரிக்குது. கோடானுகோடிக் குழந்தைகளை, தாலாட்டுகளைக் கொன்னுட்டு ஒரு தூளியை ஜெயிக்கிறதுதான் யுத்தம்... நான்சென்ஸ்!

சமீபகாலமா விமானத்தில் பறக்கிறது எரிச்சலா இருக்கு. வெளிப்படையாச் சொல்லணும்னா எப்பவும் எல்லோரைச் சுற்றியும் ஒரு பயம் இருந்துட்டே இருக்கு. வீட்டில் என் பொருட்களை பேக் பண்றதில் ஆரம்பிக்குது அந்தப் பயம். 'எலெக்ட்ரானிக் குட்ஸ் எதையும் எடுத்துட்டுப் போக வேண்டாம். செக்கிங் முடிக்கிறதுக்குள்ளே ஃப்ளைட்டை மிஸ் பண்ணிடுவோம்'னு ஒரு பயம்.

பாக்கெட்டில் சிகரெட் இருக்கு. ஆனா, லைட்டர் கொண்டு போக முடியாது. டெரரிஸ்ட் மாதிரியே டீல் பண்ணுவாங்க. ஃப்ரெண்டுக்குப் பிறந்த நாள். அவனுக்குப் பிடிச்ச புத்தகத்தைத் தேடித் தேடி வாங்கி, சர்ப்ரைஸா இருக்கட்டுமேனு அழகா பேக் பண்ணினேன். போஸ்ட் மார்ட்டம் பண்ற மாதிரி பேக்கிங்கைக் கிழிச்சு எறிஞ்சுட்டாங்க. ஏர்போர்ட்டுக்குள் போகிற ஒவ்வொருத்தர் மேலேயும் ஒரு தீவிரவாதி உட்கார்ந்திருக்கிற மாதிரி, பத்தடிக்கு ஒருத்தர் துப்பாக்கியோடு பாதுகாப்புக்கு நிக்கிறாங்க. ஆனாலும், நிழல் மாதிரிப் பின் தொடருது பயம். ஆகாய விமானத்தை ஆயுதமாக, கேடயமாகன்னு ரெண்டு விதமாகவும் பயன்படுத்துகிற வித்தையைக் கண்டுபிடிச்சுட்டான் மனுஷன். அப்புறமென்ன, பயம்!

சுதந்திர தின விழாவை மகிழ்ச்சியோடு கொண்டாட முடியலை. இந்தியாவோட தேசிய விலங்கு புலி. தேசிய நோய் ஒண்ணு இருக்கு... பயம்! துப்பாக்கி எடுக்கிற ஒவ்வொருத்தனும் ஒரு கண்ணை மூடிட்டுதான் சுடுறான். அப்பவே பாதி உலகம் அவன் கண்ணில் இருந்து மறைஞ்சுடுது. தெரிகிற பாதி உலகமும், அவன் பார்வையில் கொடூரமானதாகவே தெரியும். ரெண்டு கண்களையும் திறந்து இந்த உலகத்தைப் பார்த்தால்தான் மனசு திறக்கும். குழந்தை, வயசானவங்க, மாற்றுத் திறனாளிகள்னு நிறையப் பேரோட வாழ்க்கையில் நமக்கும் பொறுப்பு இருக்குன்னு புரியும்.

மரங்கள் மனுஷனைப் பார்த்து இப்படிக் கேட்டதா எங்கோ படிச்சேன்... 'நாங்கள் இரண்டாயிரம் ஆண்டுகளாக எத்தனை லட்சம் சிலுவைகளைத் தந்திருக்கிறோம். ஆனால் மனிதர்களே, உங்களால் ஏன் ஒரு ஏசு கிறிஸ்துவைக்கூட தர முடியவில்லை?'

இளைஞர்களுக்குக் காதலிக்கவே தெரியலை!

அது ஒரு சாவு வீடு! எல்லாரும் கதறிக் கதறி அழறாங்க. கண்ணு முன்னாடி பொண்டாட்டி செத்துக்கெடக்கா. ஆனா, அவளைக் கட்டின புருஷன் மட்டும் கல்லு மாதிரி உட்கார்ந்திருக்கான். 'நீ செத்தாத்தான்டி எனக்கு நிம்மதி'ன்னு ரெண்டு வாரத்துக்கு முன்னால கூட அவளைத் திட்டியிருக்கான். 'ஸேம் டு யூ!'ன்னு அவளும் ஏதோ 'ஐ லவ் யூ' சொல்ற மாதிரி சொல்லியிருக்கா. இதோ, இப்போ பொண்டாட்டி செத்துட்டா. மார்க்கெட் போயிட்டு திரும்பி வரும் போது ஆக்ஸிடென்ட்!

அவனும் அவளும்... அல்லது அவளும் அவனும்... எப்படி சொல்றதுன்னு தெரியலை உயிருக்கு உயிரா காதலிச்சவங்க. சாதி வேற, இனம் வேற, மொழி வேற, மதம் வேற, மாநிலம் வேற... ஆனா, மனசு ஒண்ணா இருந்தது. எல்லாத்தையும் மீறி ஒண்ணா சேர்ந்தாங்க. திடீர்னு ரெண்டு வருஷத்துக்குப் பிறகு ரெண்டு பேருக்குமே போரடிச்சது. புருஷனோட எதிர்பார்ப்புக்கு ஏத்த மாதிரி அவ இல்லை. புருஷனோ இவளுக்குப் பிடிக்காத மாதிரி ஒரு வாழ்க்கை வாழ்றான். இவனுக்குச் சாவு வர மாட்டேங்குதேன்னு அவ

ஏங்கினாள். அவளைக் கொன்னுட்டு ஜெயிலுக்குப் போயிடலாமாங்கிறது வரைக்கும் இவன் யோசிச்சிருந்தான்.

பொண்டாட்டி இறந்துகிடக்கிற வீட்டில், அவ்வளவு கூட்டம் இருந்தும் தனிமையில் இருக்கிறான் புருஷன். ரெண்டு பேரும் சேர்ந்து வாழ்ந்த என்னென்னவோ ஞாபகங்கள் வந்து போகுது. டிரெஸ் அலமாரியைத் திறந்தால், இவனுக்குப் பிடிக்கவே பிடிக்காத மாடர்ன் டிரெஸ்ஸா வாங்கி அடுக்கி வெச்சிருக்கா. அவ போடுற டிரெஸ்ஸுக்காகவே, 'செத்துத் தொலையேன்டி'ன்னு பல முறை சொல்லியிருக்கான். 'நல்லவேளை செத்துட்டா!'ன்னு நினைச்சுக்கிட்டு கட்டிலில் சாய்றான். அவளுக்குப் பிடிக்காதுன்னு தெரிஞ்சும், வேணும்னே அவன் வாங்கின கட்டில் அது. 'ச்சே, என்னை அவ நிறையவே சகிச்சுக்கிட்டு இருந்தாளோ?'ன்னு உள் மனசு சொல்லுது.

ஒரு காலத்தில் உயிருக்குயிரா காதலிச்ச காதலியின் மரணத்துக்கு அழறதா, வேண்டாமாங்கிற குழப்பமே அவனுக்குத் துன்பமா இருக்கு. ஃப்ரிஜ்ஜைத் திறக்கிறான்.

அதுக்குள்ளே இவனுக்கு ரொம்பப் பிடிச்ச, அவளுக்குப் பிடிக்கவே பிடிக்காத ஒரு டிஃபனை மறக்காம செய்து வெச்சுட்டுத்தான் மார்க்கெட் போயிருந்திருக்கா. அதைப் பார்த்ததுமே அவன் அவ்ளோ நேரம் அடக்கிவெச்சிருந்த துன்பம், கண்ணீரா கொட்டுது. அவ தனக்காகச் செய்த அந்த டிஃபனை உடனே எடுத்து ஆசை ஆசையா சாப்பிடுறான். வேடிக்கை என்னன்னா, அவன் செத்தாதான் தனக்கு நிம்மதின்னு நினைச்சு, அதுல விஷம் கலந்து வெச்சிருக்கா அவ. ஸோ, அவன் கதையும் முடிஞ்சுதுன்னு ஒரு கதை உண்டு.

உண்மை என்னன்னா, அவங்க ரெண்டு பேரும் அந்த வீட்டுக்குள்ள செத்துப்போய் ரொம்ப நாளாச்சு. அது ஒருத்தருக்கு ஒருத்தர் தெரியாமலே ஒரே வீட்டில் ரெண்டு உயிருள்ள பிணங்களா வாழ்ந்துட்டு இருந்திருந்தாங்க.

நம்மைச் சுற்றி இப்படி 'ஆழமான' காதல் கதைகள் நிறைய இருக்கு. என்னோட நெருங்கிய நண்பர்கள் ரெண்டு பேர் காதலிச்சாங்க. பெத்தவங்க சம்மதத்தோட கல்யாணமும் பண்ணினாங்க. அவ, அவனை 'டேய், பன்னி!'ன்னுதான் செல்லமா கூப்பிடுவா. அவங்க கல்யாணத்துக்கு நண்பர்கள் நாங்க அழகான ஒரு பன்னிக் குட்டியைத்தான் 'கிஃப்ட்' தந்தோம். ஆசையா அவங்களும் வளர்த்தாங்க. எங்க 'கேங்'ல ரோல் மாடல் ஜோடி அவங்கதான்னு எல்லாரும் நினைச்சுட்டு இருந்தபோது ஒரே வருஷத்தில் ரெண்டு பேரும் டைவர்ஸ் அப்ளை பண்ணினாங்க.

ரெண்டு பேருகிட்டேயும் தனித்தனியா நானும் பேசினேன். பேசின பிறகு, அவங்க சேர்ந்து வாழவே முடியாதுன்னு மட்டும் தோணலை. சேர்ந்து வாழவே கூடாதுன்னும் தோணுச்சு. ஏன்னா, காதலிக்கிற வரைக்கும் அவன் பார்த்த அவள் வேற. அவள் பார்த்த அவன் வேற. ரெண்டு பேரும் தங்களோட எந்த மைனஸையும் ஒருத்தருக்கு ஒருத்தர் காட்டிக்கவே இல்லை. 'அவன் மாறிட்டான், அவன் காதலிக்கிறபோது இருந்தவனே இல்லை. வாழ்நாளெல்லாம் காதலனாவே இருப்பான்னு நம்பி கல்யாணம் பண்ணேன். கல்யாணத்துக்கப்புறம் புருஷனாகிட்டான்'னு அவன் மேல இவ பெரிய புகார்ப் பட்டியலே வாசிக்கிறா. 'அவ நான் நினைச்ச பொண்ணே இல்லைடா. ஏமாந்துட்டேன்டா பிரகாஷ்!'னு உடைஞ்சு அழறான். அவளோட வியர்வை ஸ்மெல் இவனுக்குப் பிடிக்கலை. இவனோட குறட்டை

சத்தம் அவளை டிஸ்டர்ப் பண்ணியிருக்கு. காபி டம்ளரை 'உர்ர் உர்ர்'னு அவ உறிஞ்சிக் குடிக்கிறது இவனுக்குப் பிடிக்கலை. இவன் அழுக்காவே திரிவது அவளுக்குப் பிடிக்கலை. இப்படி ஒவ்வொரு விஷயத்துக்கும் ஒருவரை ஒருவர் சகிச்சுக்கத் தயாராவே இல்லை. 'ஏய்! என்னை 'பன்னி'ன்னு இனிமே கூப்பிடாதே'ன்னு இவன் எரிச்சலாகிட்டிருக்கான். 'இவங்க காதலுக்கு சாட்சியாகிட்டோமே!'ன்னு அந்தக் குட்டிப் பன்னி இன்னமும் திருதிருன்னு முழிச்சிட்டிருக்குது!

பல இளைஞர்களுக்கு காதலிக்கவே தெரியலை. 'க்ளாஸ்ல அவ என்கிட்டே மட்டும்தான் பேசுவா சார்'னு, ஒருத்தி சும்மா ஹாய், ஹலோ சொல்றதையே லவ்வா புரிஞ்சுக்கிறான். 'அவன் என்னைத் தினமும் வந்து பஸ் ஏத்திட்டுப் போனான். இப்ப லவ் பண்ணலேன்னு சொல்றான்'னு ஒருத்தி அழறா.

காதலுக்கும் காமத்துக்குமான இடைவெளி என்னன்னு பல பேருக்குத் தெரியலை. உடம்புக்கும் மனசுக்கும் நடக்கிற போராட்டத்தை வர்ணிக்கிற வார்த்தைகள் எந்த மொழியிலும் துல்லியமா இல்லை. மனுஷனா பிறந்த நம்ம ஒவ்வொருத்தருக்கு உள்ளேயும் இந்த மாதிரி காதலும் காமமும் மாறி மாறி ராட்டினம் சுத்துது. சிலர் மயங்கிடுறாங்க, சிலர் தலை சுத்தலோட இறங்கிடுறாங்க, சிலர் யாருக்கும் தெரியாம அழுது, சிரிச்சுச் சமாளிச்சுடறாங்க. காதலோ, காமமோ மனசுல இருக்கிற வரைக்கும்தான் அது கௌரவம். அதுவே மூளைக்கு ஏறிட்டா எல்லாரும் ராவணன்தான். ஒரு மூளைக்குள் காமம் ஏறினாலே தடுமாறி நிக்கிறோம். ராவணனுக்கோ பத்து தலை. பத்து மூளை. சீதா அந்தப் பத்து தலையிலேயும் ஏறிப் படுத்திருக்கிறா. யார் சொன்னா கேட்பான் ராவணன்?

ராவணன் கொண்டதும் காதல்தான். ஒருவனுக்கு ஒருத்திங்கிறது மட்டும்தான் காதலா? அப்போ மகாபாரதத்தில் அஞ்சு பேருக்கு ஒருத்திங்கிறது காதல் இல்லையா? ஆயர்பாடியில் இருக்கிற பதினாறாயிரம் பெண்களும் கண்ணனை விரும்பினாங்களே, அதுக்குப் பேர் என்ன?

'காதல், காதலர்களைப் பற்றி நீ இவ்ளோ பேசுறியே பிரகாஷ், உனக்குள்ளே இந்த மாதிரிக் கதைகள் இல்லையா?'ன்னு நீங்க கேட்கலாம். நான் பெயர்களைப் பயன்படுத்தாமல், 'அவன்', 'அவள்'னு சொன்னதுக்குக் காரணம், எல்லா அவனும், எல்லா அவளும் கடந்து வரக்கூடிய விஷயம்தான் இது. காதலோ, காமமோ அதில் எனக்கு எப்பவுமே குழப்பம் வந்ததில்லை. இரண்டுமே அனுபவம்தான்.

என் குருநாதர் பாலசந்தர் இயக்கிய சீரியலில் டாக்டர் க்ருதியா எழுதின ஒரு அற்புதமான 'கஜல்' பாட்டு ஞாபகம் வருது.

' காதல் என்பது காவியம்தான். அதில் நான்

எழுத்தாய் சிறைபட விரும்பவில்லை.

காதல் என்பது நூலகம்தான். அதில் நான்

பல பேர் கை பட விரும்பவில்லை.

காதல் என்பது சந்நிதிதான். அதில் நான்

சிலையாய் இருப்பதில் விருப்பமில்லை.

காதல் என்பது சொர்க்கம்தான். அதில்

போனவர் யாரும் திரும்பவில்லை.

அதனால் காதலை எப்படித்தான் நம்புவதோ?'

அந்த கஜல்தான் என் கேரக்டர்.

த.செ. ஞானவேல்

ஒரு பூ காயாகி, காய் கனியாகிற வினாடியை உலகத்தில் எவனாலும் கண்டுபிடிக்க முடியாது. ஆனால், நம் கண்ணுக்கு முன்னாலேயே அந்த மாற்றம் நடந்திருக்கும். காதல் அப்படி எல்லாருக்குள்ளும் வரும். எனக்குள்ளேயும் வந்துட்டே இருக்கு. நானும் லதாவும் காதலிச்சுத்தான் கல்யாணம் பண்ணினோம். ஒரு நாள், 'உன்னைப் பத்தி அணுஅணுவா எனக்குத் தெரியும் லதா!'ன்னு சொன்னேன். அவ சிரிச்சா, 'நேத்து ராத்திரி நான் கண்ட கனவு என்னன்னு உங்களுக்குத் தெரியுமா பிரகாஷ்?'னு கேட்டா.

என்ன சொல்வேன் நான்?

அதுக்கு தந்த விலை அதிகம்!

அறிந்தும் அறியாமலும் அப்பப்போ பண்ற தவறுகள்தான் வாழ்க்கையோட திசையைத் தீர்மானிக்குது. எந்த ஒண்ணும், அது நல்லதோ கெட்டதோ... சில நிமிடங்கள், சில விநாடிகளில் மொத்த டிஸைனும் மாறிடுது!

ரெண்டே ரெண்டு உதாரணங்கள் சொல்லட்டுமா..!

எப்பவும் போல அப்பவும் அது ஒரு வசந்த காலம். அறையில் நான் இருந்தேன். கூடவே என் காதல் பெண் ஒருத்தி. திடீர்னு கதவை யாரோ தட்டுறாங்க. 'பிரகாஷ்... பிரகாஷ்'னு என் நண்பனின் குரல். ஷாக்! ஏன்னா, அப்போ என்னுடன் இருந்த பெண், அவனோட ஃப்ரெண்ட்!

கதவைத் திறக்கணும்னு என் மனசு தவிக்குது. ஆனா, அவனோட ஃப்ரெண்டு... என்னோட காதலி... அலர்றா! அவனைப் பார்த்து பயந்து ஒளிஞ்சுக்கிட்டா. 'அய்யோ சொல்லிடாத! கதவைத் திறந்துடாத! நான் செத்தேபோயிடுவேன் பிரகாஷ்'னு அலர்றா. 'பிரகாஷ்... பிரகாஷ்'னு அவன் கதவைத் தட்டிக்கிட்டே இருக்கான்.

ஜன்னல் வழியா ரகசியமாப் பார்த்தேன். எப்பவும் கலகலன்னு இருக்கிற பையன், ஏழெட்டுக் கப்பல் மொத்தமா கவிழ்ந்தது மாதிரி டல்லா இருக்கான். ரெண்டு மூணு நாளா, குளிக்கலை, சாப்பிடலை, தூங்கலைன்னு சொல்லலாம் போல, அவ்ளோ அழுக்கா நிக்கிறான். ஏதோ ப்ராப்ளத்துல இருக்கான்னு சட்டுன்னு புரிஞ்சுது. நான் என்ன ஏதுன்னுகூட கேட்கலை, 'டேய், கொஞ்சம் வேலையா இருக்கேன். மதியம் பார்க்கலாமா? நானே போன் பண்றேன்'னு உள்ளே இருந்தே சத்தமாச் சொல்றேன். அந்தப் பக்கம் இருந்து பதிலே வரலை.

அது தப்புன்னு தெரியுது. ஆனா, அப்போ அதை எப்படித் தவிர்க்கிறதுன்னு தெரியலை. அந்தச் சில நிமிடங்கள், எது முக்கியம்னு முடிவெடுக்கத் தெரியாம தடுமாறினேன். நண்பனா,காதலியான்னு சட்டுனு டிஸைட் பண்ணத் தெரியலை. சரி, மதியம் போய்ப்பார்த்து மன்னிப்பு கேட்டுட்டா எல்லாம் சரியாப் போயிடும்னு நினைச்சேன்.

அடுத்த ஒரு மணி நேரத்தில், எனக்கு ஒரு போன்... என் நண்பன் தற்கொலை பண்ணிக்கிட்டான்னு!

உடைஞ்சு போயிட்டேன். 'என்னடா மச்சான்?'னு ஒரு வார்த்தை கேட்டிருந்தா, 'என்ன ப்ராப்ளம்டா, எதையும் சந்திக்கலாம்டா'ன்னு ஒரு தம் டீயோட டிஸ்கஸ் பண்ணி இருந்தா, சில நிமிஷங்கள் செலவழிச்சிருந்தா, அவன் இருந்திருப்பான். கடைசி நம்பிக்கையா, கடைசி ஆறுதலா, கடைசித் தோளா என்னைத் தேடி வந்திருக்கான். நான்தான் கதவையே திறக்கலையே!

இந்த நிமிஷம் வரைக்கும் அந்தக் குற்ற உணர்ச்சி என்னைக் கொன்னுட்டே இருக்கு. இப்போ அவனும் இல்லை; அந்தக் காதலி...

ப்ச், அவளும் பிரிஞ்சு போயிட்டா. அவ எங்கே இருக்கா, என்ன பண்றா, என் நினைப்பு இருக்குமா, மறந்து போயிருப்பாளான்னு எதுவும் தெரியாது. ஆனா, என் நண்பன் இப்பவும் என் நெஞ்சுக்குள்ளே இருக்கான். 'அழுதுட்டே கெடடா!'னு விட்டுட்டுப் போயிட்டான்.

கத்துக்கிட்ட பாடம் என்னன்னா, அதுக்கு அப்புறம் எப்போ எவன் கஷ்டம்னு வந்து நின்னாலும், எவ்வளவு பரபரப்பில் திரிஞ்சாலும், அட்லீஸ்ட் பத்து நிமிஷம் என் காதையும் மனசையும் அவனிடம் தந்துடுவேன். என்னால உதவமுடியுதோ இல்லையோ, அவன் கஷ்டத்தைக் காது கொடுத்துக் கேட்டேன்கிற மன திருப்தியையாவது தந்துடணும். இந்தச் சின்ன பாடத்தைக் கத்துக்க நான் தந்த விலை ரொம்ப அதிகம்.

இப்படித் தெரியாம பண்ற தப்பைச் சரி பண்ணவே முடியாம தவிக்கிற மாதிரி, தெரிஞ்சே பண்ணின தப்பு ஒண்ணு எனக்குப் பெற்றுத் தந்த நன்மையை நினைச்சா விசித்திரமா இருக்கு.

காலேஜ் டைமில் நான் தியேட்டர் ஆர்ட்டிஸ்ட். நான் இல்லாமல் நாடகங்கள் நடக்கக்கூடாதுன்னு நினைப்பேன். அது ஹீரோவோ, வில்லனோ... நாடகத்தில் நான் ஒரு முக்கிய ரோல் பண்ணியாகணும். என்னை டைரக்ட் பண்ற புரொபசருக்கு என்னை ரொம்பப் பிடிக்கும். அவர் என்ன எதிர்பார்க்கிறாரோ, அதை இன்னும் அழகா, அழுத்தமா, அர்த்தபூர்வமா செய்து தர்ற பையன் நான். அப்படி காலேஜ் கல்சுரல்ஸுக்காக ஒரு நாடகம். அதிலும் நான்தான் ஹீரோ. அதுக்கான ரிகர்சல்கள் தினம் தினம் நடக்கும். ப்ளேக்கு ஒரு வாரம் இருக்கும்போது ஒரு ஞாயிற்றுக்கிழமை, எனக்கு ரிகர்சல் போக விருப்பம் இல்லை.திமிர்தான். ஒரு நாள் ரிகர்சல் போகலைன்னா,

என்னை நாடகத்தில் இருந்து தூக்கிடுவாங்களா என்ன? நான் இல்லாம எப்படி இந்த நாடகம் நடக்கும்?'னு மனசுல ஒரு அரக்கன் வந்து சில நிமிஷம் உட்கார்ந்தான்.

என் புரொபசருக்கு ரொம்ப வருத்தம். என்னை மறுபடி ரிகர்சலுக்கு அவர் கூப்பிடவே இல்லை. ஒரு வாரம் பேசவும் இல்லை. அப்புறம், என் கேரக்டர்ல வேற ஒருத்தன் நடிக்கிறான்னு சொன்னாங்க. என்னை நாடகத்தில் இருந்து மொத்தமாத் தூக்கிட்டாங்க. உள்ளே இருந்த திமிர் இன்னும் உக்கிரமா தாண்டவமாட ஆரம்பிச்சிடுச்சு. எனக்குப் பதிலா நடிக்கிற பையன், நிச்சயம் என் அளவுக்கு நடிக்க மாட்டான். நாடகம் ஃப்ளாப் ஆகிடும்னு எனக்கு நல்லாத் தெரியும். நிஜமாவே நாடகம் ஃப்ளாப். 'பிரகாஷ் அந்த கேரக்டரைப் பண்ணியிருந்தான்னா, பின்னி யிருப்பாம்ப்பா'ன்னு ஒட்டு மொத்த காலேஜும் எனக்கு சப்போர்ட். ப்ளே சரியில்லைனு தெரிஞ்சதும் 'ஹுஹுஹு'னு ஸ்டேஜுக்கு முன்னால பசங்க சங்கு ஊத ஆரம்பிச்சுட்டாங்க. அதுல முதல் ஆள் நான்தான். புரொபசரை வெறுப்பேத்தணும்னு விசிலடிச்சு கலாட்டா பண்ணினேன். நாடகம் தோத்ததுல, நான் ஜெயிச்சுட்டேன்கிற திமிர்.

மறுநாள், புரொபசர் என்னைக் கூப்பிட்டனுப்பினார். கம்பீரமா உள்ளே போனேன். 'பிரகாஷ், உன் அளவுக்கு புதுசா வந்த பையன் பண்ண மாட்டான்னு எனக்கு நல்லாத் தெரியும். நாடகம் நிச்சயமா ஃப்ளாப் ஆகும்னும் தெரியும். ஆனாலும், அதை ஏன் நடத்தினேன் தெரியுமா? உனக்கு உள்ளே இருக்கிற திமிருக்குப் பதில் சொல்லணும்னுதான். ஒரு நடிகனா நிச்சயமா நீ ஜெயிப்பே. நாளைக்கே நீ சினிமாவில் பெரிய நடிகனாக்கூட வருவே. எனக்கு நம்பிக்கை இருக்கு. ஆனா, நீ இல்லாம எதுவுமே நடக்காதுன்னு நினைக்கிற உன்னோட இந்த நிமிஷத் திமிருக்கு ஒரு பாடம்

சொல்லத்தான் நான் இந்தத் தோல்வியை ஏத்துக்கிட்டேன். 'நான் ஜெயிச்சா மட்டும் போதாது; நாடகமும் ஜெயிக்கணும்'னு நீ நினைச்சிருக்க வேணாமா?

பிரகாஷ், இது சிம்பிளான விஷயம்! நீ இருந்தா வாழ்க்கை ஒருவேளை ரொம்ப நல்லா இருக்கும்தான். ஆனா, நீ இல்லேன்னாலும் நிச்சயமா வாழ்க்கை நடக்கும். யுகம் யுகமா இதுதான் இயற்கை!'னு சொல்லிட்டு எழுந்து போயிட்டே இருந்தார் என் புரொபசர்.

கழுமரத்தில் ஏத்தின மாதிரி என் திமிரு அங்கே அப்போ என் கண்ணுக்கு முன்னாலயே செத்துப்போச்சு. ஜென்மத்துக்கும் அந்த குருநாதரை மறக்க மாட்டேன்.

நான் படிச்ச, பாடம் கத்துக்கிட்ட அதே காலேஜ் விழாவுக்கு சீஃப் கெஸ்ட்டா போயிருந்தேன். ஷேக்ஸ்பியர் நாடகம் போட்டாங்க ஸ்டூடன்ட்ஸ்! எங்க காலேஜ் நாடகம்... நான் இல்லாம நடக்குது. என் கண்ணுக்கு முன்னால நடக்குது. பிரமாதப்படுத்துறாங்க பசங்க. ரிட்டயர் ஆகிற வயசுல, ஸ்டேஜ் பக்கத்துல அதே படபடப்போட கையில் ஸ்கிரிப்ட் பேடோட நிக்கிறார் என் புரொபசர்.

எப்பவோ கேட்காத மன்னிப்பை அப்போ அந்த மேடையில் கேட்டேன். எப்பவோ சொல்லி இருக்க வேண்டிய தேங்க்ஸை அப்போ அந்த மேடையில் சொன்னேன்.

முன்னெல்லாம் நான் நல்லா இருந்தா, என் உலகம் நல்லா இருக்கும்னு நினைப்பேன். இப்போ என் உலகம் அழகா இருந்தா, நானும் அழகா இருப்பேன்னு நினைக்கிறேன்.

யெஸ்...இப்போ எல்லாமே அழகு!

துணை இல்லாத துயரம்

அம்மாவுக்கு 65 வயசு!

அழகி!

''ரே...ரே!'' ன்னுதான் என்னைக் கூப்பிடுவா. என் கண்ணுக்கு முன்னால் எவ்வளவோ கஷ்டங்களை அனுபவிச்சிருக்கா. என் அப்பன் சரியில்லை. இத்தனைக்கும் காதலிச்சுக் கல்யாணம் பண்ணிட்டவங்க. மதம் கடந்து ஜெயிச்ச காதல். மனசுக்குள் தோத்துப்போச்சு!

''ஏம்மா. நீ இன்னொரு கல்யாணம் பண்ணிக்க நிறைய நியாயமான காரணங்கள் இருந்தும், ஏன் பண்ணிக்கலே?'' ன்னு கேட்பேன். அழுத்தமா சிரிப்பா. அதுதர்ற அர்த்தங்களைத் தாங்கிக்க முடியாம எனக்குத் தவிப்பா இருக்கும். 'போடா... சின்னப் பையா!' 'ன்னு சொல்றாளா? 'நான் இன்னொரு கல்யாணம் பண்ணிருந்தா, நீ எப்படி இந்தக் கேள்வி இப்போ கேட்க முடியும்?' னு யோசிக்கிறாளா? சொந்தங்கள் எல்லாத்தையும் எதிர்த்துச் செய்த காதல் கல்யாணம் தோத்துடுச்சுன்னு வர்றவன் எல்லாம் கேலியா பேசுவான். அதுக்கு என்கிட்டே பதில் இல்லை. என்மூணு பிள்ளைகளையும் சரியா

வளர்த்துக் காட்டறே 'ன்' னு மனசுக்குள்ளேயே சவால்விட்டாளா? அந்தச் சிரிப்புக்கு என்ன அர்த்தம்னு இப்பவும் எனக்குத் தெரியலை.

ஒரு பொண்ணு... புருஷன் சரியில்லை; மூணு பிள்ளைங்க; வாசல்ல பெரிய கேள்விக்குறியா வாழ்க்கை. என்னெல்லாம் பண்ணி இருப்பா அவ?

எனக்கு எங்கம்மா அப்போ நிலா. அதுவும் பௌர்ணமி நிலா!

ஏன்னா, அப்போ எங்களையெல்லாம் எங்கேயோ ஒரு ஹாஸ்டல்ல போட்டுட்டு, வேலூர் சி.எம்.சியில் நர்ஸா வேலை பார்த்தா. மாசா மாசம் சம்பளம் வாங்கிட்டு எங்களைப் பார்க்க ஓடி வருவா. அந்த ஒரு நாளுக்காக, எங்களை அள்ளிக் கொஞ்சுற சந்தோஷத்துக்காக ஒரு மாசம் பூரா ஓடி ஓடி உழைப்பா. தன் இளமை எல்லாத்தையும் எங்களுக்காகவே தொலைச்சிருக்கா. தன் பிள்ளைகளுக்கு எப்படியாவது நல்ல படிப்பைத் தந்துடணும்னு அவ தவிச்ச தவிப்பு, உழைச்ச உழைப்பு எப்பவும் எங்க நெஞ்சில் இருக்கும்.

நான் என் பால்யத்துல எவ்வளவோ தப்புகள் பண்ணியிருக்கேன். ஒருநாள்... ஒருமுறைகூட 'நீயும் உன் அப்பனை மாதிரிதான்டா இருக்கே!'னு ஒரு வார்த்தை கடிஞ்சு சொல்லாத அம்மா. அந்தச் சின்ன வயசுல எங்கிருந்து அவளுக்கு அவ்வளவு பக்குவம் வந்திருக்கும்? இப்போ நினைச்சா, ஆச்சர்யமா இருக்கு.

எனக்கே இப்போ 40 வயசு. ரெண்டு பெண் குழந்தைங்க இருக்காங்க. ஒரு குடும்பத்தில் பெத்தவங்க எப்படி நடந்துக்கணும்னு என் அம்மா எனக்கு வார்த்தைகளால் அறிவுரை சொன்னதே இல்லை. வாழ்ந்தே காட்டிட்டா. எப்படி வாழக்கூடாதுன்னு வாழ்ந்து காட்டினவன் என் அப்பன்.

இப்போ என் அம்மாவின் முதுமையில் அவளுக்கு ஒரு அன்பான புருஷன் இருந்திருந்தா, இன்னும் கொஞ்சம் ஆறுதலா இருந்திருப்பா. தனக்கு எமோஷனல் சப்போர்ட்டா ஒருத்தன் நம்மோட இருக்கான்னு சந்தோஷப்பட்டிருப்பா. அந்தச் சந்தோஷத்தை அவளோட முதுமையில், அவளோட மகனா நான் அவளுக்குத் தரணும். ஆனா, என் அம்மா மாதிரி ஒரு அன்பான மனுஷிக்கு, அவளோட இளமையைத் திருப்பிப் பெற முடியாதே?

கே.எஸ்.நரசிங்கசாமின்னு ஒரு கவிஞன், கன்னடத்தில் இருக்கான். மிடில் கிளாஸ் மக்களோட ஆசைகளை, கோபங்களை அற்புதமான கவிதைகளா தந்தவன். வயசான தம்பதி ரெண்டு பேர் பேசிக்கிற மாதிரி நரசிங்கசாமியோட பாட்டு ஒண்ணு இருக்கு.

புருஷன், பெண்டாட்டிகிட்டே கேட்பான்... ‘என் ஊரு அழகா, உன் ஊரு அழகா?’

‘இந்த வயசுல ஏன்யா இப்படி ஒரு கேள்வி? என் ஊரு கட்டில்ல படுத்து, நான் உன் ஊர்க் கனவைக் கண்டேனே, அதைச் சொல்லவா? என் ஊர்லேர்ந்து உன் ஊருக்கு உன்னைத் தேடி மாட்டு வண்டியில் வரும்போது, வழி வேக வேகமாக் கடந்து போகுமே, அந்தக் காரணத்தைச் சொல்லவா? தண்ணிக் குடம் எடுத்துத் தனிமையில் போனாலும், கூட்டமா போனாலும், உன் ஊர் சாலை வந்ததுமே அந்தத் தென்னை மரம்கூட உன்னை ஞாபகப்படுத்துமே?’னு சொல்லிட்டே போய், ‘ஆமா, உன் ஊரு அழகா, என் ஊரு அழகா?’னு அவளும் கேள்வியிலேயே முடிப்பா.

‘உன் ஊர் ஏரியில் உள்ள அழகான தாமரைப் பூவிலெல்லாம், சிவப்பா உன் பேர் இருக்கும். பழுப்பு நிற ஆட்டுக்குட்டி தன் தாய் மடியில் முட்டிமுட்டிப் பால் குடிக்கும்போது, தெறிக்கிற பால் துளியில்

வெள்ளையா உன் பேர் இருக்கும். அழகான கன்னுக்குட்டியின் பளபளப்பான கண்ணுக்குள் இருக்கிற ஒளியில் உன் பேர் இருக்கும்'னு அவன் காதலைப் பரிமாறிட்டே போவான்.

இப்படிக் காதல் துணை இல்லாம இருக்கிறது ஒவ்வொருத்தருக்கும் எவ்வளவு பெரிய துயரம்னு நான் யோசிச்சுட்டு இருக்கும்போது, என் வீட்டுக்கு என் சித்தி வந்தாங்க. 60 வயசு அழகி; அன்பான கிழவி! என் அம்மாவோட தங்கச்சி. அவங்க கல்யாணமே பண்ணிக்கலை. எத்தனையோ முறை பார்த்த சித்திதான். ஆனா, அப்போ எனக்குள் ஓடிட்டிருந்த யோசனையுடன் என் சித்தியைப் பார்த்தபோது, மனசுக்குள் ஒரு குற்ற உணர்ச்சி. சின்ன வயசில், நான் என் சித்திக்குப் பண்ணின தப்பு ஞாபகம் வந்தது.

எனக்கு அப்போ 12 வயசு இருக்கும். வீட்டில் விளையாடிட்டு இருந்த என்னை சித்தி தனியாக் கூப்பிட்டு, ரகசியமா என் கையில் ஒரு லெட்டர் குடுத்தாங்க. அதே ஊரில் இருக்கிற ஒருத்தர்கிட்டே அதைக் கொடுத்துட்டு வரச் சொன்னாங்க. ஏதோ ஒரு குறுகுறுப்பு, அந்த லெட்டரைப் பிரிச்சுட்டேன். அது, என் சித்தி தன் காதலனுக்கு எழுதின ஒரு லவ் லெட்டர். சின்ன வயசில் இருந்து எல்லாருக்குள்ளேயும் தூங்கிட்டிருந்த மிருகம் லேசா எழுந்து நின்னு சோம்பல் முறிக்குமே, அப்படி ஒரு அனுபவம். முழுசா மூணு, நாலு வரி படிக்க முடியலை. உடம்பெல்லாம் பயம், வியர்வையா வழியுது. ஏதோ செய்யக்கூடாத காரியத்தைச் செய்துட்டு இருக்கிறதாத் தோணுது.

தன்னோட காதலனுக்கு எழுதப்பட்ட காதல் கடிதத்தை ஒரு சின்னப் பையன் பிரிச்சுப் படிச்சுட்டான்னு சித்திக்குத் தெரிஞ்சா என்ன நடக்கும்னு கற்பனையே பண்ண முடியலை. தன் காதலி எழுதின

கடிதம் முறைப்படி தன்கிட்டே வரலைன்னு தெரிஞ்சு, அந்தக் காதலன் என்னை என்ன செய்வானோங்கிற அச்சம் பயமுறுத்துது. சுக்கு நூறா அந்த லெட்டரை அங்கேயே கிழிச்சுப் போட்டுட்டேன். அந்த லெட்டரில் என்ன முக்கியமான விஷயத்தை என் சித்தி தன் காதலனுக்குச் சொல்லியிருந்தாளோ?

இதோ இந்த நிமிஷம் வரைக்கும், ‘அந்த லெட்டரை அன்னிக்கு நான் அவர்கிட்டே தரலை சித்தி. என்னை மன்னிச்சுடு!’னு அவ எதிரில் நின்னு மன்னிப்பு கேட்கிற தைரியமும் வர மாட்டேங்குது. கடல் அலையில் நிக்கிறபோது, காலுக்கடியில் இருக்கிற மணலை தண்ணி கொஞ்சம் கொஞ்சமா உருவிட்டுப் போகுமே, அந்த மாதிரி என் பொய் என்னை உருவி எங்கேயோ தூக்கி எறியப் பார்க்குது. 12 வயசுல செய்த தப்பு 40 வயசுல ஞாபகத்துக்கு வந்து தர்ற தண்டனையை அனுபவிக்க ரணமா இருக்கு.

அந்த லெட்டரைக் கிழிச்சுப் போட்ட ரெண்டு மூணு மாசத்திலேயே அதை நான் மறந்துட்டேன். சிக்கிக்காம தப்பிச்சுட்டோம்னா, எந்தத் தப்பும் நம்ம ஞாபகத்தில் இருப்பதில்லையே! ஒரு முறை ஸ்கூல் லீவுக்கு வீட்டுக்குப் போனபோது, வீட்டில் பெரிய சண்டை. ‘நான் யாரையும் கல்யாணம் பண்ணிக்க மாட்டேன். எனக்குக் கல்யாணமே வேண்டாம். என்னை விட்டுடுங்க!’னு ரௌத்திரமா நிக்கிறா சித்தி. கடைசி வரைக்கும் அப்படியே நின்னா சித்தி!

குப்புனு இப்போ எனக்கு நெஞ்சு அடைக்குது. ஆமா, அன்னிக்கு சித்தி என் மூலமா ஒரு லெட்டர் கொடுத்து விட்டாளே, அதில் என்ன எழுதி இருந்தா? நான்தான் அதை முழுசாப் படிக்காமலே கிழிச்சுப் போட்டுட்டேனே! ‘நாம் ரெண்டு பேரும் வீட்டை விட்டு ஓடிப்போய் ரெஜிஸ்டர் மேரேஜ் பண்ணிக்கலாமா? என்னைக் கை விட்டுட

மாட்டியே? உனக்காகத்தான் நான் இன்னும் உயிர் வாழறேன். இந்த ஜென்மத்தில், எனக்குக் கல்யாணம்னு ஒண்ணு நடந்தா, அது உன்னோடதான்!' இப்படி ஏதாச்சும் எழுதின கடிதமா இருக்குமோ அது? அவனிடம் இருந்து பதில் வரும்னு காத்துக் காத்து, அப்படியே கல்யாணமே வேணாம்னு நின்னுட்டாளோ என் சித்தி?

இப்படி விளைவுகள், விபரீதங்கள் புரியாம யார் யார் வாழ்க்கையில் நாம விளையாடிட்டு இருக்கோம்? நம்ம வாழ்க்கையில் இது மாதிரி நமக்கே தெரியாம விளையாட்டுகள் நடந்திருக்குமோ?

நமக்குத் தப்பு பண்ணினவங்களோட நாமும், நாம தப்பு பண்ணினவங்க நம்மோடவும்...நடந்தது தெரியாம இன்னமும் பழகிட்டே இருக்கோமோ?

உண்மையைப் பார்த்தால் பயம்!

‘நீ இல்லேன்னா எனக்கு வாழ்க்கையே இல்லடா!’னு சொன்ன காதலி, இப்ப வேற ஒருத்தனோட வாழ்ந்திட்டிருக்கா. எங்கேயாவது சந்திக்க நேர்ந்தா எதுவுமே நடக்கலை... ஒண்ணுமே நினைக்கலைங்கிற மாதிரி ‘ஹலோ பிரகாஷ்’னு கேஷுவலா சிரிக்கிறா. வறுமையிலேர்ந்து கனவு வரை வாழ்க்கையைப் பகிர்ந்துக்கிட்ட நண்பன் இப்போ என்னைத் தொழில் எதிரியா பார்க்கிறான். ‘பாருங்கடா... இந்தப் படம் என்னைப் பெரிய நடிகனா இந்த உலகத்துக்கு நிரூபிக்கப்போகுது’ன்னு நம்பிக்கை வெச்ச படம் அட்டர் ஃப்ளாப்! எப்பவும் என்னைக் கட்டிப்பிடிச்சுத் தூங்குற என் மூணு வயசுப் பொண்ணு, புதுசா ஒரு பொம்மையைப் பார்த்துட்டா என்னை மறந்துடறா. அவ உலகத்துல, உயிரோட இருக்கிற அப்பனைவிட உயிரில்லாத ஒரு பொம்மை பெரிசான்னு யோசிச்சாலே தலை சுத்துது. ஆனா, எல்லாமே உண்மை. ஆக்ஸிடென்ட்ல செத்துப் போன பெண்டாட்டி மூஞ்சைப் பார்க்க பயந்து, ‘இல்ல மச்சான்... அவ சாகலடா! இவ வேற யாரோ’னு ராயப்பேட்டை ஆஸ்பத்திரி வராந்தால நின்னுட்டு, என் தோள்ல சாஞ்சுக்கிட்ட ஃப்ரெண்டோட

கண்ணீர் சூடு இப்பவும் என் தோள்லயே இருக்கு. உண்மையைப் பார்த்தா மனுஷனுக்கு அவ்வளவு பயம்!

சரி, உண்மையை எப்படித்தான் எதிர்கொள்றது?

எல்லாருக்கும் முன்னால் இருக்கிற பெரிய சவால் இது. பொய் லேசா இருக்கும். அழகா இருக்கும். கிரீடமா கூட ஜொலிக்கும். ஒரு பொய்யை எடுத்துத் தலையில் மாட்டிட்டு எத்தனையோ பேர் ராஜாவா அலையறாங்க இந்த ஊர்ல. ஆனா, உண்மை அம்மணமா நிக்கும். ஏசுநாதர் தலையில் இருந்த முள்கிரீடம் மாதிரி குத்தும். அதனால்தான் உண்மையைக் கண்டு ஓடி ஒளியறோம். பொய் துரத்த, உண்மை நெருக்க... பலர் சாமியாரா திரியறாங்க. சிலர் பைத்தியமாகுறாங்க. என்னைக் கேட்டா, உண்மையை நேருக்கு நேர் சந்திக்கிற தைரியம்தான் வாழ்க்கை. வலிக்கும். உசுரை எடுக்கும். ஆனா, அதுதான் சரி!

காலேஜ் படிக்கும்போது, என் வாழ்க்கையில் ஒரு பொண்ணு வந்தா. என்னைவிட வயசுல எட்டு மாசம் மூத்தவ. காதலின்னு சொல்ல முடியாது. ஏன்னா, காதலைத் தாண்டி எனக்கு அவ நிறையக் கத்துக் கொடுத்திருக்கா. குருவா இருந்திருக்கா. அறிவாளி. காலேஜே துரத்துற அழகி. நான் பெங்களூரைத் தாண்டாத வயசில் அவ கான்ஃப்ரன்ஸுக்காக கனடா போயிட்டு வந்தவ. ரொம்ப முற்போக்கான பொண்ணு. அரசியல், இலக்கியம், போர், சினிமா, சமையல், ட்ராவல்னு எதைப் பத்தியும் சலிப்பில்லாமப் பேசிட்டே இருப்பா. அவ பேச்சு எனக்குப் பிடிக்கும். நான் கேட்கிறது அவளுக்குப் பிடிக்கும்.

பெங்களூர்ல இருந்து 26 கி.மீ தூரத்தில் என் வீடு. கடைசி பஸ் ராத்திரி 9 மணிக்கு. அதை மிஸ் பண்ணா வீட்டுக்குப் போறது ரொம்பக்

கஷ்டம். அவளுக்காக, நான் தெரிஞ்சே பஸ்ஸை மிஸ் பண்ணின நாட்கள் ரொம்ப அற்புதமானவை. நடுராத்திரி லாரி பிடிச்சு வழில இறங்கி, வீட்டுக்கு நடந்தே போவேன்.

ஒரு நாள், 'நம்ம ரெண்டு பேருக்கும் இடையில் இருக்கிற ரிலேஷன்ஷிப்புக்கு என்ன பேரு?'ன்னு கேட்டேன். 'தெரியலைடா பிரகாஷ்'னு சொன்னா. 'நீ எப்பவும் என்கூட இருந்தா என்னால் எதையும் ஜெயிக்க முடியும்னு தோணுது. ஆனா, உன்னை என் காதலியா மட்டும் பார்க்கவே முடியலை. ரெண்டு பேருக்கும் காமம்கிற கெமிஸ்ட்ரி மட்டும் வரலையே'னு நிஜமான வருத்தத்தோட கேட்டேன். 'நீ சொல்றது ரொம்பச் சரி! எனக்கும் என்னோட வாழ்க்கைல நீ கூடவே வரணும்னு ஆசையா இருக்கு. காமம் இல்லாம ஒரு ஆணும் பெண்ணும் சேர்ந்து வாழ புருஷன் பொண்டாட்டி ரிலேஷன்ஷிப் தேவையில்லை. நமக்குள்ளே காமம் இருக்கான்னு சோதிச்சுப் பார்த்துடலாமா?'ன்னு கேட்டா. எனக்கு ஷாக். ஆனா, அந்தப் பரிசோதனைல ஜெயிச்சுட்டா, அவ வாழ்நாளெல்லாம் கூட இருப்பாளேங்கிற ஆசை. ரெண்டு பேரும் தனியா ஓட்டல்ல ரூம் போட்டோம். எனக்குப் பிடிச்சவளோட நான். அவளுக்குப் பிடிச்சவனோட அவ. ஒரே கட்டில்ல கிடக்கோம். 'எந்த வரம்பையும் மீறலாம். யாரும் யாரையும் புகார் சொல்லக்கூடாது'னு எங்களுக்குள்ளே தார்மிக ஒப்பந்தம்.

விடிய விடிய அவ பேசிட்டிருக்கா. உஸ்தாத் ஷெனாய், வேர்ட்ஸ் வொர்த் கவிதைகள், காலேஜ், மழை, யானை, குழந்தைனு ஏதேதோ... நான் கேட்டுட்டேயிருக்கேன். ஒரு முத்தம் பரிமாறிக்கக்கூடத் தோணலை ரெண்டு பேருக்கும். அவ பேசறதைக் கேட்கிற சுகம், அவளைத் தொடுறதில் இல்லை.

'நாம ரெண்டு பேரும் புருஷன் பொண்டாட்டி ஆக முடியாதுடா பிரகாஷ்'னு சொல்லிட்டா. எனக்கும் அதுதான் சரினு தோணுச்சு. அப்புறம் நான் சென்னை வந்தேன். லதா மேல காதல். ரெண்டு பேரும் கல்யாணம் பண்ணிக் கிட்டோம். பொண்ணும் பொறந்து மூணு,நாலு வருஷம் ஓடிப்போச்சு. அவளுக்கும் கல்யாணமாயிடுச்சு. என் நேசத்துக்குரிய ஒருத்தி, வேறொருத்தனுடைய மனைவிங்கிற உண்மையைச் சந்திக்கத் தைரியமில்லாம அவ கல்யாணத்துக்குப் போகலை. கிரீட்டிங் மட்டும் அனுப்பினேன்.

அப்புறம் ஒரு நாள்... பெங்களூர்ல ஷூட்டிங்ல இருக்கேன். திடீர்னு அவளைப் பார்க்கணும் போல இருக்கு. போன் பண்ணினா, 'பிரகாஷ் உன்னைப் பார்க்கணும் போல இருக்குடா. எங்க இருக்கேன்னு சொல்லு. இந்தியால எங்கிருந்தாலும் வர்றேன்'ங்கிறா. எனக்குச் சந்தோஷம். ரொம்ப நாளைக்குப் பிறகு, அந்த ஈவினிங் அவ பேச்சைக் கேட்கப் போறேன். மூணு வருஷக் கதைகள் வெச்சிருப்பா. நான் விரும்பி பஸ்ஸை மிஸ் பண்ணின அந்த ராத்திரி மறுபடி வரப்போகுது.

அவ வந்தா. இப்ப இன்னும் அழகா இருக்கா. இன்னொரு முறை திட்டமிடாமலேயே ஒரே கட்டில்ல உட்கார்ந்து பேச ஆரம்பிக்கிறோம். 'அவன் கூட வாழப் பிடிக்கலைடா'னு விரக்தியா பேச ஆரம்பிச்சா. திடீர்னு கண்ணைப் பார்த்துக் கேட்டா... 'இன்னிக்கு உன் கூட வாழணும்னு ஆசையா இருக்கு. வாழலாமா?' அவளுக்கு கல்யாணம் ஆகிடுச்சு. எனக்கு குழந்தையே பொறந்துடுச்சு. எனக்கு அவ மேல காமம் வந்துடக்கூடாதுன்னு போட்டு வெச்சிருந்த எல்லாத் தடுப்புகளையும் ஒரே வார்த்தையில் அடிச்சு நொறுக்கிட்டா. 'நீ பேசறதைக் கேட்கப் பிடிக்கும். நாலு வருஷத்துக்கு முன்னாடி இது

நடந்திருந்தா நம்ம வாழ்க்கையே வேற மாதிரி இருந்திருக்கும். இப்ப கேட்கிறியேடி. அப்ப ஏன் நமக்குள்ள காமம் மட்டும் இல்லாமபோச்சு. இப்ப ஏன் வருது?'ன்னேன். உண்மைக்கு முன்னால் ரெண்டு பேரும் தலை குனிஞ்சு நின்னோம். 'உனக்காக எதையும் செய்வேன்'னு சொன்ன காலங்கள் கண்ல கசியுது. 'ஸாரிடி... ஷூட்டிங் டைம் ஆகிடுச்சு. நைட் சென்னைக்கு ஃப்ளைட். இன்னொரு நாள் பார்க்கலாம்'னு சொல்லும்போதே என் குரல் உடையுது. அவளுக்காக ஷூட்டிங்கை மிஸ் பண்ணத் தோணலை. காரணம், பயம். நாங்க ட்ரெஸ்ஸோட இருக்கோம். ஆனா, உண்மை எங்க முன்னால அம்மணமா நிக்குது. அதை எதிர்கொள்கிற பக்குவம் இல்லாம ஓடி ஒளிய ஷூட்டிங்கைக் காரணமா காட்டி, ஓடி வந்துட்டேன். இப்பவும் அவ பிறந்தநாளுக்கு போன் பண்ணி விஷ் பண்றேன். என் போனை எதிர்பார்த்து அந்த ஒரு நாள் காத்திருப்பா. இடையில் இருக்கிற 364 நாள்ல என் ஞாபகத்தில் அவளும், அவ ஞாபகத்தில் நானும் எத்தனை தடவை வர்றோம்னு ரெண்டு பேருக்கும் தெரியாது.

இன்னும் சொல்றதுக்கு நிறைய உண்மைகள் இருக்கு. ஆனா, மனசுக்குள்ளே உட்கார்ந்திருக்கிற பொய்களெல்லாம் ஒண்ணாச் சேர்ந்து நின்னு வேணாம் வேணாம்னு சொல்லுது. என்ன செய்யலாம்..?

அழகான வெற்றி... அசிங்கமான வெற்றி!

நான் ஏழைன்னு சொன்னா நம்பு வீங்களா?

ஆனா, அதான் உண்மை!

என் அஸிஸ்டென்ட் பையனைக் கூப்பிட்டு, 'டேய்... நீ பணக்காரனா? நான் பணக்காரனா?'ன்னு கேட்டேன். பையன் சிரிச்சான். 'டேய், சீரியஸாதான் கேட்கிறேன், சொல்லுடா கண்ணா!'னு திரும்பக் கேட்டா, 'ஜோக் பண்ணாதீங்க சார்! உங்ககிட்டே கை நீட்டிச் சம்பளம் வாங்குற நான் எப்படி சார் உங்களைவிடப் பணக்காரனா இருக்க முடியும்?'னு ஒரு கேள்வியையே பதிலா சொன்னான். சிரிச்சேன். 'உனக்கு எவ்ளோ கடன் இருக்கும்மா?'ன்னு கேட்டேன். 'ஐயே, கடன்லாம் எதுவும் இல்லை சார்'னான். 'ஏதாவது பணம் சேர்த்து வெச்சிருக்கியா?'ன்னு கேட்டேன். 'ஒரு ரெண்டு லட்ச ரூபா வரைக்கும் பேங்கல சேர்த்து வெச்சிருக்கேன் சார்'னு சந்தோஷமா சொன்னான். அப்போ, நான் சொன்னதுதான் கரெக்ட். அவனைவிட நான் நிஜமாவே ஏழை!

எனக்கு இப்போ 2 கோடி ரூபாய்க்கு மேல கடன் இருக்கு. டூயட் மூவிஸ் சார்பா மூணு படங்கள் வேலை நடக்குது. இதுக்கு முன்னால

தயாரிச்ச படங்களிலும்கூட ஒரு தயாரிப்பாளரா எவ்ளோ பணம் பண்ணலாம்னு யோசிக்கலை. நல்ல படம் பண்ண சந்தோஷம் மட்டும்தான் முக்கியமா இருந்தது. நீட்டின பேப்பரில் காட்டின இடத்தில் கையெழுத்துப் போட்டு வாங்கிய கடனுக்கு, ஃபைனான்ஸியருக்கு அவர் சொன்ன தேதியில் கரெக்டா வட்டி போய் சேர்ந்தாகணும். இல்லேன்னா சாதி, மதம், மொழின்னு எந்த பேதமும் பார்க்காமல், அந்த நேரத்துக்கு வந்து நிக்கிற எந்தக் கப்பலிலும் நம்ம மானம் ஏறிப் போயிடும். ஏன்னா, நான் கடன்காரன்!

பெங்களூர்ல இருந்து 140 ரூபாயோடு பத்து வருஷத்துக்கு முன்னால சென்னைக்கு வந்த அந்த ராத்திரி இப்பவும் ஞாபகம் இருக்கு. சாப்பாட்டுக்கு என்ன பண்ணப்போறேன்னு தெரியாது; எங்கே தங்கப் போறேன்னும் தெரியாது. சின்னச்சின்ன ரோல்கள் நடிக்க ஆரம்பிச்சேன். 20,000 ரூபா சம்பளம் பேசி இருப்பேன். அவசரமா 5,000 ரூபா தேவைப்படும். உடனடியா ஒரே பேமெண்ட்டா 10,000 ரூபா தந்தா, மிச்சப் பணம் தர வேண்டாம்னு சொல்ற அளவுக்குப் பண நெருக்கடியில் தவிச்சிருக்கேன். அப்படி இருந்தவனை நம்பி இன்னிக்கு 2 கோடி ரூபாய் கடன் தர்ற அளவு வளர்ந்திருக்கேனே, அது வெற்றியா?

இப்போ என் தேவைகள், வசதிகள் அதிகமாகி இருக்கு. சென்னை, ஹைதராபாத், பெங்களூர், மும்பைன்னு என்கிட்டே வேலை பார்க்கிறவங்க எண்ணிக்கையே 40 பேரைத் தாண்டுது. அப்பப்போ ரிலாக்ஸ்டா போய்த் தங்க, மூணு வீடு ரசிச்சுக் கட்டியிருக்கேன். ஆனா, இப்பவும் பெண்டாட்டி பிள்ளைகளோடு தினம் வாழ்றது வாடகை வீடுதான். வாழ்க்கையில எல்லாரும் ஜெயிக்கிறதுக்காகத் தான் ஓடிட்டு இருக்கோம். ஆனா, ஜெயிச்சுட்டோமா? எது வெற்றி? எது தோல்வி?

வெற்றி ஒருத்தரை அழகாக்குதா, அசிங்கம் ஆக்குதா?

'கூல் அண்ட் லுக்'னு ஒரு படம். குறிக்கோளே இல்லாம திரிவான் ஹீரோ. இவ்ளோ பொய்கள் சொல்லி, இவ்ளோ ஏமாத்திப் பிழைக்கணுமாடானு திடீர்னு ஒரு கேள்வி வரும்போது, அவனுக்கு ஜெயில் ஞாபகம் வரும். ஒரு முறை ஏதாச்சும் திருடி மாட்டிக்கிட்டா, ஜெயில்ல போட்ருவாங்க. அப்புறம் பொய் சொல்லாம, யாரையும் ஏமாத்தாம, ஜெயில்ல நிம்மதியா இருக்கலாம். ஒவ்வொரு வேளையும் சாப்பாடு கிடைக்கும்னு நினைக்கவே சந்தோஷமா இருக்கும். ஜெயிலுக்குப் போகணும்னே ஒரு சின்ன கேஸ்ல அவனே மாட்டிக்குவான். ஜெயில்ல போட்ருவாங்க.

ஆனா, அவன் நினைச்ச மாதிரி இல்லை, ஜெயில்! சிறைச்சாலையில் நிறைய எழுதப்படாத சட்டங்கள் உண்டு. பெரிய கிரிமினல்களுக்கு, புதுசா ஜெயிலுக்கு வர்ற கைதிகள் பணிவிடை பண்ணணும். அப்படி ஏழெட்டு தாதாக்கள் சொல்றதுதான் சட்டம். நம்ம ஹீரோ எவனையும் மதிக்க மாட்டான். மிரட்டிப் பார்ப்பாங்க, விரட்டிப் பார்ப்பாங்க. ம்ஹூம், ஒரு வணக்கம்கூடச் சொல்லமாட்டான் நம்ம ஆள்.

அந்த ஜெயில்ல ஒரு விநோதமான பழக்கம். வாரத்துல ஆறு நாள் யாரும் சண்டை போடக் கூடாது. ஆனா, ஏழாவது நாள் சண்டைப்போட்டியே நடக்கும். யார் யாரோட வேணும்னாலும் மோதலாம். தோத்துட்டேன்னு சொன்னா விட்டுடணும். ஜெயிச்சவன் சொல்றதை தோக்கிறவன் கேட்கணும், அதான் ரூல்! குற்றவாளிகளுக்குள் ஒற்றுமை வந்துடக்கூடாதுன்னு சிறை அதிகாரிகளே அனுமதிக்கிற அசிங்கம் அது.

அந்த வாரம் ஹீரோவுக்கும் பத்து பெரிய குற்றவாளிகளுக்கும் சண்டை. பத்து பேரில் பாக்ஸிங் தெரிஞ்ச ஒருத்தனை, ஹீரோவோடு மோத விடுவாங்க. பாக்ஸர்தான் ஜெயிப்பான்னு எல்லாருக்குமே தெரியும். ஹீரோவை முதல்லேயே தோல்வியை ஒப்புக்கச் சொல்லி அட்வைஸ் பண்ணுவாங்க. பிடிவாதமா மறுப்பான் ஹீரோ. பாக்ஸர் பத்து அடி அடிச்சா, இவனால ஒரு அடிதான் திரும்பி அடிக்க முடியும். பாக்ஸர் அடி நொறுக்குவான். ஒவ்வொரு அடியும் இடி மாதிரி இறங்கும். ஆனா, அவ்ளோ மோசமா அடி வாங்கினாலும், தன் தோல்வியை ஒப்புக்காமத் திரும்பத் திரும்ப எழுந்து நின்னு சண்டைக்கு நிப்பான் ஹீரோ. ஒரு கட்டத்தில், பார்க்கிற அத்தனை பேருக்கும் ஹீரோமேல் பரிதாபம் வந்துடும். பார்த்தவங்களே டயர்டாகிட்டா, அடிக்கிறவன் நிலைமையைச் சொல்லணுமா என்ன? இதுக்கு மேல அடிக்கத் தெம்பில்லைன்னு சோர்ந்து கீழே விழுற நிலைமைக்குப் போயிடுவான் பாக்ஸர். அப்படி எல்லாரும் போன பிறகும் தட்டுத் தடுமாறி எழுந்து நின்னு, காத்துல அடிக்கிற மாதிரி கைகளை வீசி நிப்பான் ஹீரோ. இன்னமும் இன்னமும் அடி வாங்கத் தெம்பு இருக்கு. அடிக்கத் தான் யாருமே இல்லை. யார் ஜெயிச்சதுங்கிற கேள்விக்குப் பதிலே சொல்லாம படம் முடிஞ்சிடும். அடிச்சவன் ஜெயிச்சவனா? அடி வாங்கினவன் ஜெயிச்சவனா?

ரெண்டு அடி விழுந்ததுமே, வலி தாங்க முடியாம உடைஞ்சு கீழே விழுந்த கல் எல்லாரும் மிதிக்கிற படிக்கட்டாதான் ஆகும். ஆனா, ஆயிரம் ஆயிரம் அடி வாங்கும் பாறை, கண்ணுக்கு ஆயிரம் அடி, மூக்குக்கு ரெண்டாயிரம் அடி, உதட்டுக்கு மூவாயிரம் அடி, முகத்துக்கு பத்தாயிரம் அடின்னு வலி தாங்குற கல் இருக்கே, அதுதான் எல்லோரும் எந்நாளும் கும்பிடுற சாமி சிலையாகி, கர்ப்பக்கிரகத்துக்குள் போகுது.

வெற்றியைக் கொண்டாடும்போது, தோத்தவங்களைப் பற்றி நாம கவலைப்படுறது இல்லை. அங்கேதான் வெற்றி மூலமாவே நாம அசிங்கமாகிடுறோம்.

சென்னையில் ஒரு சேரியில் ஷூட்டிங்! கோட்சூட்ல போய் நிக்கிறேன். சின்னச் சின்னப் பசங்க டிரெஸ் இல்லாம அம்மணமா நிக்கிறாங்க. அந்தக் குழந்தைகள் என்னைப் பார்க்கும்போது, நானே அம்மணமாகிட்ட மாதிரி உணர்வு. என்னைப் பார்க்கிறாங்களா, நான் போட்டிருக்கும் பல ஆயிரம் ரூபா மதிப்புள்ள டிரெஸ்ஸைப் பார்க்கிறாங்களானு கண்டுபிடிக்க முடியலை. இலங்கையில் ராணுவம் அப்பாவிகள் மேல் நிகழ்த்துற வன்முறைக்கு, நான் சேரிக்குள்ளே கோட்சூட் போட்டு நிக்கிறது எந்த விதத்திலேயும் குறைஞ்சதில்லை. பசியோட இருக்கிறவனை வேடிக்கை பார்க்கவெச்சு சிக்கன் பிரியாணி சாப்பிடுறது வெற்றி இல்லை; வன்முறை.

'நீ ஜெயிச்சுட்டே பிரகாஷ்!'னு என் நண்பன் ஒருத்தன் சொல்லிட்டுப் போன நிமிஷத்தில் என் மனசுக்குள் ஓட ஆரம்பிச்சதுதான் இது அத்தனையும். என் வெற்றி என்னை எவ்ளோ அசிங்கமாக்கி இருக்குன்னு தெரியலை. கொஞ்சமாவது அழகாக்கி இருக்கான்னும் புரியலை.

எனக்கு இப்படி, உங்களுக்கு எப்படி?

த.செ. ஞானவேல்

நாம் தொலைத்த பெண்கள்!

கடந்த பத்து வருஷமா தமிழ் சினிமாவுல நடிகனா இருக்கேன். அஞ்சு வருஷமா தயாரிப்பாளரா இருக்கேன். இதோ, இப்ப 'கள்ளபார்ட்'னு ஒரு படத்தோட டைரக்ஷன் வேலைல தீவிரமா இருக்கேன். அடுத்த வருஷம் டைரக்டர் பிரகாஷ்ராஜ் ரெடி. நேரடியான ஒரு சினிமாக்காரனா இருந்து நான் தமிழ் சினிமாவைப் பார்க்கும்போது, எனக்கு ஒரு விஷயம் தோணுது... நான் ரசிகனா இருந்த தமிழ் சினிமா காலம் ரொம்ப உன்னதமானது! தமிழ் சினிமாவுல ஒரு நடிகனா அறிமுகமாகணும்னு ஆசைப்பட்டதுக்குக் காரணம், நான் பார்த்த தமிழ் சினிமாக்கள்தான்.

இயல்பா நான் பெண்களை அதிகம் நேசிக்கிறவன். அம்மா, தங்கை, தோழி, காதலி, மனைவி, மகள்னு எல்லாக் கோணங்களிலும் பெண்களை அதிகம் நேசிக்கிறேன். பெண்களை நேசிக்காம ஒரு ஆண் மிகச்சிறந்த படைப்பாளியாக ஆகவே முடியாது. புரட்சிகரமான இலக்கியத்திலேயும், சினிமாவுலேயும், காவியத்திலேயும் நிச்சயமா ஒருபெண் முக்கிய ரோல் வகிப்பா.

ஸ்ரீதர், பாலசந்தர், பாரதிராஜா, பாலு மகேந்திரா, மகேந்திரன், மணிரத்னம் மாதிரி டைரக்டர்கள் பெண்களை அவங்களோட

பெண்மையோடு, நளினத்தோடு ஸ்க்ரீன்ல காட்டினாங்க. படைப்பாளிகளின் வரிசை அதுக்கப்புறம் தொடரவே இல்லை. அங்கங்கே விதிவிலக்கா 'காதல்' மாதிரி சில நல்ல படைப்புகள் வருது. நியாயமா, தவறுகள்தான் விதிவிலக்கா இருக்கணும். நம்ம துரதிர்ஷ்டம் நல்லதெல்லாம் விதிவிலக்கா ஆகிடுச்சு. ஸ்ரீதரோட நாயகி, முகத்துக்குக் கீழே ஆபாசம் இல்லாத ஒரு நளினத்தோடு இருப்பா. பாலசந்தரோட பெண் கண்ணுலேயே எல்லாத்தையும் சொல்லிடுவா. அவளோட பார்வை காரமாகவும் இருக்கும்; காமமாகவும் இருக்கும். பாரதிராஜாவோட பெண்ணோ கண், உதடு, முகம், இடுப்பு இதால ஒட்டுமொத்தத் தமிழ்நாட்டையும் கட்டிப் போட்டுடுவா. பாவாடை, தாவணியில் ஒரு பெண்ணோட வசீகரத்தை பாரதிராஜா அளவுக்கு இன்னும் யாரும் காட்டலை. இப்ப '16 வயதினிலே' பார்த்தால்கூட, எங்க ஊர்ல நான் எப்பவோ பார்த்த பாவாடை தாவணிப் பெண்கள்தான் ஞாபகத்துக்கு வராங்க. விரசமில்லாம ஆண் பெண் உறவை, அதன் எல்லையைத் தொட்டு, அதே நேரம் தாண்டாமல் சொல்லக்கூடிய அழகும் கச்சிதமும் பாலுமகேந்திரா படங்கள்லதான் இருக்கும். மகேந்திரனோட 'உதிரிப் பூக்கள்' அம்மா லட்சக்கணக்கான வீடுகள்ல இன்னும் வாழ்ந்துட்டிருக்கா. 'முள்ளும் மலரும்' தங்கச்சியும் அப்படித்தான். மணிரத்னத்தோட பெண்ணைச் சும்மா பார்த்துட்டு இருந்தாலே போதும்... லைட்ஷேடு வெச்சே அவ்வளவு அழகா காட்டுவார். இன்னும் நுணுக்கமா பார்த்தா, ஸ்க்ரீன்லேர்ந்து அந்தப் பெண்ணோட வாசனையைக்கூட நம்மால முகர முடியும்.

இந்தப் படைப்பாளிகளோட பெண்கள் போட்டுட்டு வர்ற டிரஸ் இன்னும் என் ஞாபகத்துல இருக்கு. மீண்டும் மீண்டும்

பார்க்கிறதுக்காகப் பெண்ணோட அழகை ஒளிச்சு வைக்கிற உடைகளை தமிழ் சினிமாவில் பெண்கள் உடுத்திட்டு வந்த காலம் மலையேறிடுச்சு. கற்பனைகளுக்கும், ஞாபகங்களுக்கும் அப்பாற்பட்ட அழகு அந்த டிரஸ்ல இருக்கும். இப்ப தமிழ் சினிமாவோட முகம் மாறிப் போச்சு. முகவரி மாறிப் போச்சு. ஹீரோயினுக்கே வேலை இல்லைனு ஆன பிறகு அம்மா, சகோதரி, தோழிக்கெல்லாம் எங்கே வேலை இருக்கப் போகுது? பெண்ணோட அழகு எதுங்கிற கான்செப்டே மாறிப்போச்சு. 'யூஸ் அண்டு த்ரோ' டம்ளர் மாதிரி பெண்களைத் தமிழ் சினிமா பயன்படுத்த ஆரம்பிச்சுடுச்சு. கடந்த தலைமுறை படைப்பாளிகளுக்கு நிறைய ஹீரோயின்கள் கிடைச்சதுக்கும், இப்ப ஹீரோயின்களை வெளி மாநிலம், வெளிநாடுகள்ல தேடுறதுக்கும் காரணமே யதார்த்தத்துலேர்ந்து சினிமா ரொம்ப தூரம் விலகிப் போயிடுச்சுங்கிறதுதான்.

காதல் வெளிச்சத்திலேயும், காமம் இருட்டிலேயும் இருக்கிறதுதான் வாழ்க்கையோட அழகு. காமத்துல காதலியோ, மனைவியோதான் இருக்க முடியும். காதல்லதான் அம்மா, சகோதரி, தோழி, மகள்னு நிறையப் பெண்கள் இருப்பாங்க. இந்தத் தலைமுறை இளைஞர்களுக்குக் காதலிக்கிறது எப்படின்னு தெரியலை. ஓர் அழகான காதல் கடிதம் எழுதத் தெரியலை. எவனோ எவனுடைய காதலிக்கோ அனுப்பின எஸ்.எம்.எஸ்.களையெல்லாம் ஃபார்வர்டு பண்ணிட்டிருக்கான். தன்னோட காதலி, தன்னோட மனைவி தன் ரசனைக்கு இருக்கணும்னு யோசிக்காம, அவனோட அபிமான ஹீரோ எந்த மாதிரி பெண்ணை ரசிக்கிறானோ அப்படியான பெண் தனக்கு வேணும்னு அலையறான்.

மும்பையில் ஒரு பி.பி.ஓ. கம்பெனியில் சாக்கடை அடைச்சுக் கிட்டு, தண்ணி போகலை. க்ளீன் பண்றப்ப, கம்பெனிக்கு பயங்கர அதிர்ச்சி. ஆயிரக்கணக்கான 'காண்டம்'கள் டாய்லெட் பைப் லைனை அடைச்சிருக்கு. காமம் சாக்கடைக்குப் போயிடுச்சுங்கிற கசப்பான உண்மையைக்கூட என்னால ஜீரணிக்க முடிஞ்சுது. ஆனா, ரசிக்க ரசிக்கக் காதலிச்ச தலைமுறை தொலைஞ்சுபோய், 'காண்டம்' எப்படி யூஸ் பண்றதுன்னு மட்டுமே தெரிஞ்சு வெச்சிருக்கிற இன்றைய தலைமுறை மேல எனக்குப் பரிதாபம்தான் வருது. படைப்பாளிகளுக்கு, குறிப்பா சினிமாக்காரங்களுக்கு இப்பதான் பொறுப்பு உணர்வு அதிகமா இருக்கணும்னு நான் நினைக்கிறேன். சரியா?

வாழ்க்கை எங்கே நிறுத்தும்?

வாய்ப்பு கிடைக்காததால்தான் ஊர்ல, உலகத்தில் நிறைய பேர் இன்னும் நல்லவங்களா இருக்காங்களோ!

வாய்ப்பு கிடைச்சா..?

எனக்கு என்னன்னா, வாழ்க்கையை முழுசா வாழ்ந்துடணும். வேறெந்தக் குறிக்கோளும் கிடையாது. சில விஷயங்கள், அந்த நேரத்துக்கு மட்டும்தான் தேவையானதா இருக்கும். ஆனா, அதோட பாதிப்பு, நம்ம வாழ்க்கை முழுக்கக் கூடவே வந்துடும். உள்ளங்கை ரேகை போல அப்படியே உள்ளுக்குள் ஒட்டிக்கிடும்... கரெக்ட்?

என் வாழ்க்கையிலும் அப்போ அப்படி ஒருத்தி வந்தா. நான் பெரிய நடிகனாகணும். இந்த இந்தியாவே என்னைத் திரும்பிப் பார்க்கணும். அது மட்டும்தான் அப்போ எனக்கு வெறி. சின்னச் சின்னதா நாடகங்கள் பண்ணிட்டிருக்கேன். வயித்துக்குப் போதுமானதே தவிர, வாழ்க்கைக்குப் பத்தாது!

ஏழைகள் எல்லா சுகங்களுடனும் வாழ முடியாது. நானோ, ஏழைக்கும் கொஞ்சம் கீழே! பெங்களூருக்கு வெளியே 30 கி.மீ. தூரத்தில் வாடகைக்கு ஒரு வீடு பிடிச்சேன். வீட்டுக்காரன், வீட்டை

முழுசாக் கட்டி முடிக்கலை. அவனோட பணக் கஷ்டம், அதுக்குள்ள வீட்டை வாடகைக்குத் தந்துட்டான். என்னோட பணக் கஷ்டம், அந்த வீட்ல குடியேறிட்டேன்.

வீட்டு வேலையும் நடந்துட்டே இருந்த நேரம். புதுசா அங்கே சித்தாள் வேலைக்கு வந்தா செல்வி. சின்னப் பொண்ணு. பார்த்ததும் பக்குனு பூ பூக்கும்ல, அப்படி அழகு.

17 வயசிலேயே யாரோ ஒருத்தனைக் காதலிச்சு, அவனோட ஓடிப் போய் கல்யாணம் பண்ணிக்கிட்டவள். ஒரு வருஷத்துக்குள்ளயே அவன் இன்னொரு கல்யாணம் பண்ணிட்டுப் போயிட்டானாம். 18 வயசுல வாழாவெட்டி. இளமை திமிர்ற வயசு, எல்லாம் நொறுங்கின மனசு. என்ன பண்றதுன்னு தெரியலை. மொழி தெரியாத ஒரு ஊருக்கு வேலைக்கு வந்துட்டா. எல்லா சோகத்தையும் தாண்டி, அவளால சிரிக்க முடியுது. செல்வி சிரிச்சா, எனக்கோ சிலிர்ப்பா இருக்குது. அவளுக்கு நிறைய தாகம் இருக்குன்னு தெரியுது. எனக்கும் மனசோட ஒரு மூலையில் ஏதோ ஆசை முளைக்குது.

திடீர்னு மூணு நாள் பயங்கர மழை. எங்கேயும் வெளியில் போக வழி இல்லை. நான் ஹவுஸ் அரெஸ்ட். மழையும் குளிரும் தாங்காம, ஒதுங்கி வீட்டுக்கு வெளியில் நிக்கிறா செல்வி. தயங்கி நிக்கிறவளோட தவிப்பைப் புரிஞ்சுக்கிட்டு அவளை வீட்டுக்குள் அனுமதிச்சேன். ஒரே நாள்... அது அவளோட வீடா மாறிடுச்சு. என் சோப், ஷாம்பு போட்டுக் குளிக்கிறா. பாத்ரூம்ல அவ பாட்டுச் சத்தம் கேக்குது. வாசனையா வளைய வர்றா. கிச்சன்ல புகுந்து சமைக்க ஆரம்பிச்சுட்டா. அவ வாழ்க்கைச் சோகத்தையெல்லாம் சொல்றா. அப்பப்போ அழறா. சின்னதா சிரிக்கிறா. கிட்டத்தட்ட அந்த மூணு நாள்ல எனக்கு அறிவிக்கப்படாத பொண்டாட்டி மாதிரியே வாழப்

பழகிட்டா. எந்தக் கட்டுப்பாடும் இல்லாத சூழ்நிலையில், ரெண்டு பேரும் எல்லாம் பகிர்ந்துக்கிட்டோம். நாலு சுவரும், ஒரு கூரையும் ரொம்ப சந்தோஷத்தைத் தருது. என் கூட சந்தோஷமா இருக்கிறா.

அவளோட வீட்டு வேலைக்கு வந்தவன், திடீர்னு ஒரு ராத்திரி என் கூட சண்டைக்கு வர்றான். செல்வியை நான் மயக்கிட்டேன்னு குடிச்சுட்டுக் கத்துறான். அவ மேல அவனுக்கும் ஒரு கண் இருந்திருக்கும் போல. நான் மௌனமா அவனை வேடிக்கை பார்க்கும்போது, என்னை சப்போர்ட் பண்ணி, செல்வி அவனோட சரிக்குச் சமமா சண்டை போடுறா. என் வாழ்க்கையில் இப்படியெல்லாம் நடக்கணுமான்னு எனக்குத் துக்கமா இருக்கு. எனக்காக அவ ஆக்ரோஷமா கத்துறதைப் பார்க்க ஆச்சர்யமாவும் இருக்கு.

ரெண்டு பேரும் சேர்ந்து இருந்தோமே தவிர, அவகிட்ட பேசறதுக்கு என்கிட்ட எதுவும் இல்லை. சில மணி நேரம் அவ சோகக் கதையைச் சொன்னதுக்குப் பிறகு, அவளுக்கும் என்கிட்ட பேச எதுவும் இல்லை. ஆனாலும் அந்த உறவு தொடர்ந்தது.

பகலெல்லாம் வீட்டு வேலை பார்ப்பா. சாயந்திரம் வீட்டுக்குள் வந்துடுவா. நான் இல்லேன்னாலும் அவ வீட்டிலேயே இருப்பா. ஒரு நாள் நான் சாவியைத் தர மறந்துட்டுப் போயிட்டேன். திரும்ப வரும்போது, வழி மறிச்சு சண்டை போடுறா. 'எனக்கு ஒரு டூப்ளிகேட் சாவி போட்டுத் தா!'ங்கிறா. இப்படி புரொஃபஷனல் பொண்டாட்டி ஆகிட்டாளேன்னு அதிர்ச்சியாவுது.

சில நாள் சேர்ந்து சந்தோஷமா இருந்ததுக்கு, வாழ்நாள் முழுக்கச் சேர்ந்து வாழ வேண்டி வந்துடுமோன்னு ஏனோ பதறுது. ஏன்னா, என் டேஸ்ட்டுக்கு அவகூட வாழ்க்கை முழுக்க எப்படி வாழ முடியும்?

அவ தாகத்தைத் தீர்த்துக்கிற நதியா நான் இருக்கேனா? இல்லை, என்னை அவ குடத்துல அடைச்சுவெச்சுத் தேவைப்படும் போதெல்லாம் குடிக்கப்போறாளா? அது எனக்கும் தெரியலை. அவளும் சொல்லலை. நாங்களும் பேசிக்கலை!

மூணு மாசம் நடந்துட்டிருந்த இந்த நாடகத்துக்கு திடீர் க்ளைமாக்ஸ். ஒரு நாள் காலையில், 'எனக்கு இங்கே வேலை முடிஞ்சிருச்சு, நான் வேற இடத்துக்குப் போறேன்!'னு சொல்றா செல்வி. தகவலா சொல்றாளா, இல்லேன்னா, 'என்னை என்னடா பண்ணப்போறே?'ன்னு கேட்கிறாளான்னு புரியலை. ஒருவேளை அப்போ செல்வி, 'என்னை ஏத்துக்கோடா!'ன்னு கேட்டா, சம்மதிச்சுடுற மனநிலையில் இருந்தேன். மனச்சாட்சிக்கும் குற்ற உணர்ச்சிக்கும் பயந்து அப்படி ஒரு மனநிலையில் இருந்தேன். ஆனா, அவ அப்படி எதுவுமே கேக்கலை!

கிளம்புற நிமிஷம்வரை சோகமா இருந்தா செல்வி. அவ மனசுக்குள் என்ன ஓடுதுன்னு படிக்கத் தெரியலை. 'போகாதே'னு சொல்லவும் என் சுயநலம் இடம் தரலை. என்னையே பார்த்துட்டிருந்தவ, திடீர்னு தேம்பித் தேம்பி அழுதா. என்கிட்டே அப்போ எழுநூறு ரூபா பணம் இருந்தது. அதைச் செல்வியிடம் கொடுக்கலாமா, வேண்டாமான்னு குழம்பித் தவிச்ச நிமிஷங்கள் இன்னும் என் ஞாபகத்தில் இருக்கு. 'என்னையே தந்தேனேடா. காசு கொடுத்து என்னைக் கேவலப்படுத்திட்டியேடா?'ன்னு செல்வி கேட்டுட்டா, அந்தக் காயம் என் வாழ்நாள் முழுசும் ஆறாது. எனக்கே அப்படின்னா, நான் நடந்துக்கிட்ட விதம், எத்தனை ஜென்மம் எடுத்தா செல்விக்கு ஆறும்?

மனசு யோசிக்கும்போதே, புத்தி தப்பா முந்தி, என் பாக்கெட்ல

இருந்த மொத்தப் பணத்தையும் எடுத்து செல்வியிடம் நீட்டிடுச்சு. அந்தப் பணத்தைப் பார்த்துச் சிரிச்சா செல்வி. எதுவுமே பேசலை. அவமானத்தில் என் உடம்பெல்லாம் கூசுது. 'போகணுமா?'ன்னு கேட்டேன். 'என் விதி!'ன்னு அழுதுட்டே விறுவிறுன்னு எழுந்து போயிட்டா.

அன்னிக்கு ஆறுதலா, ஆதரவா ஏதாச்சும் பேசியிருந்தா, செல்விக்கு இன்னொரு வாழ்க்கை கிடைச்சிருக்கும். முப்பது ரூபா கூலிக்கு தினம் தினம் வேர்வை சிந்துற பொண்ணுக்கு, எழுநூறு ரூபா அப்போ பயன்பட்டிருக்கலாம். ஆனா, வாங்கலையே. வாழ்க்கையில் பணம் முக்கியமில்லைன்னு எனக்குப் புரியவெச்சா செல்வி!

வருஷங்கள் ஓடிப்போச்சு. இப்போ செல்வி எங்கே இருக்கா? என்னை போஸ்டர்ல, தியேட்டர்ல பார்த்து அடையாளம் கண்டுபிடிச்சிருப்பாளா? என்னைப் பற்றி அப்போ என்ன நினைச்சா, இப்போ என்ன நினைப்பா? என்னைத் தேடி அவ வந்திருக்கலாமே, காசு கொடுத்து கேவலப்படுத்தினவனை இன்னொரு முறை சந்திக்க வேண்டாம்னு முடிவெடுத்திருப்பாளோ? இல்லை, செல்வி இப்போ எங்கேயோ நல்லா இருப்பாளோ? அவ வாழ்க்கையில் ஒரு நல்லவனைச் சந்திச்சிருப்பாளோ? கேள்விகள்... கேள்விகள்...கேள்விகள்.

என்னை மன்னிக்கிற மனசு அவளுக்கு அப்பவே இருந்தது. ஒருவேளை திரும்ப செல்வியை நான் சந்திக்க நேர்ந்தால், அவளிடம் மன்னிப்பு கேட்க என் இப்போதைய கௌரவம் இடம் கொடுக்குமா?

ஹலோ, வாழ்க்கை இருக்கே, அது எங்கே, எப்போ, எப்படி நிறுத்தும்னு யாருக்குத் தெரியும்?

பொறுமை முகம்... பொறாமை முகம்!

'அனுபவம்தான் கடவுள்!' இது கண்ணதாசனின் அனுபவம்!

கோயில், பூசாரி, பூஜை, பிரசாதம்... இப்படி எதுவுமே இல்லாத கடவுள் அனுபவம்!

அடுத்த பிறவியைப் பற்றியெல்லாம் யோசிக்காம, இந்தப் பிறவியில் வாழ்ந்துடணும்டான்னு நினைக்கிறவங்களுக்கு அனுபவமே சாமி!

'எறும்புத் தோலை உரித்துப் பார்த்தேன், யானை வந்ததடா! என் இதயத் தோலை உரித்துப் பார்த்தேன், ஞானம் வந்ததடா!'ங்கிற கவிஞரின் பாட்டு எனக்கு ரொம்பப் பிடிக்கும். 'ஒரு கோப்பையிலே என் குடியிருப்பு, ஒரு கோல மயில் என் துணையிருப்பு'ன்னு பகிரங்கமா, தைரியமா தன் அனுபவத்தைப் பாட்டாச் சொன்ன கவிஞன் அவன். அதனாலதான் அடுத்தவங்க என்ன நினைப்பாங்களோன்னு பயந்து சாகாம, தன் வாழ்க்கையை முழுமையா அனுபவிச்சு வாழ்ந்துட்டுப் போக முடிஞ்சுது அவனால!

இந்த அனுபவம் இருக்கே, அது எங்கிருந்து, எப்போ, யாருக்கு எப்படிக் கிடைக்கும்னு யாருக்குத் தெரியும்?

அனுபவம்தான் பாடம். அனுபவம்தான் ஞானம்!

நண்பன் சிரிச்சான்னா, நமக்கு சந்தோஷமா இருக்கு. எதிரி சிரிச்சான்னா, கஷ்டமா இருக்கே! ரெண்டுமே சிரிப்புதான். ரெண்டுமே சந்தோஷம்தான். ஒருத்தனோட சிரிப்பு, நமக்கு சந்தோஷம். இன்னொருத்தனோட சிரிப்பு, நமக்குக் கஷ்டம். என் சிரிப்போட அர்த்தம் தெரியாம என்னைச் சுத்தி இருந்தவங்க குழம்பின ரகசியத்தை, சில வருஷங்களுக்குப் பிறகு இப்போ உங்ககிட்டப் பகிர்ந்துக்கிறேன். சென்னையில் உள்ள ஓர் எறும்புத் தோலை உரிச்சுப் பார்த்தா, பெங்களூரு யானை ஒண்ணு வருது.

ஷூட்டிங் முடிஞ்சு காரில் டைரக்டர் சரணும் நானும் வந்துட்டிருக்கோம். யாரைப் பத்தியும் கவலைப்படாம, சென்னை மாநகரம் பரபரப்பா இயங்கிட்டு இருக்கு. அப்ப 'ப்ரியம்'னு ஒரு படம் ரிலீஸாகி இருக்கு. பிரகாஷ்ராஜ்னு ஒரு நடிகன் 'டூயட்' படத்தில் அறிமுகமாகி, தமிழ்நாடு முழுக்க தெரிஞ்ச ஒருத்தனா மாறியிருந்தான். என் முகத்தைப் பார்த்ததுமே, நான் ஒரு தடவைகூடப் பார்த்திராத முகங்கள் பரவசமாகி, ஹாய் சொல்றாங்க. டாட்டா காட்டுறாங்க. வேகமா வர்ற வாகனங்களைப் பற்றிய கவலையே இல்லாம, ஒரு நடிகனுக்கு ஹலோ சொல்ல, தங்கள் உயிரைப் பணயம் வைக்கிறாங்க.

அந்தக் கர்வத்தில், ஒரு சிக்னலில் வண்டி நின்னப்போ கார் கண்ணாடியை ஏத்திவிட்டு லேசா தலையைத் திருப்பிப் பார்க்கிறேன். 'ப்ரியம்' படப் போஸ்டர் பெரிசா ஒரு சுவர்ல ஒட்டியிருக்கு. போஸ்டர்ல மேலே ஹீரோ; கீழே நான். கொஞ்சம் பெரிசா என் முகத்தை போஸ்டர்ல போட ஆரம்பிச்ச நேரம்... 'நமக்கும் ஃபேஸ் வேல்யூ வந்துடுச்சே!'னு என் மனசுக்குள் லேசா பெருமை. திடீர்னு ஒருத்தன், போஸ்டரில் இருக்கிற என் முகத்தை மறைச்சு நின்னான்.

சந்தோஷமா என் மூஞ்சியில் ரசிச்சு ஒண்ணுக்கு அடிக்க ஆரம்பிச்சான். அவனோட அவசரத்தை ரொம்ப நிதானமா இறக்கிவிட்டுட்டிருந்தான்.

என் அசிஸ்டென்ட்ஸ் எல்லாம் கோபத்தோட காரைவிட்டு இறங்கப் பார்த்தாங்க. எனக்கு குபீர்னு சிரிப்பு வந்துடுச்சு. ''அவனோட அவசரத்தில் கூட, எனக்குப் பாடம் சொல்லித் தர்றான்டா! அவனையும் டிஸ்டர்ப் பண்ணி, என்னையும் ஏண்டா அவமானப்படுத்துறீங்க? விட்ருங்க, நான் இப்ப நடிகனாகிட்டேன். நீங்க என்கூட இருக்கீங்க. அதனால உங்களுக்குக் கோபம் வருது. அந்தப் போஸ்டரில் வேற ஒருத்தனோட மூஞ்சி இருந்தா, நீங்களும் நானும் சிரிச்சுட்டுதானே போயிருப்போம்''னு அவங்களைத் தடுத்துட்டு, முதல் வேலையா கார் கண்ணாடியை இறக்கினேன்.

வண்டி கிளம்பிச்சு. எதிர்க்காற்று முகத்தில் பட்டதும், பெங்களூருக்குப் பறந்தது மனசு. தியேட்டர் ஆர்ட்டிஸ்ட்டா நான் நாடகங்களில் இயங்கிய காலம் அது. சின்ன வயசு. இளமைத் திமிர். நிச்சயம் ஜெயிப்பேன்னு 200% நம்பின காலம். பகல் எனக்கு ராத்திரியாகவும், ராத்திரி எப்பவும் பகலாகவும் இருந்த காலம்.

அந்த நாளோட என் தாகத்துக்கு எந்த ஊரில் தண்ணி குடிப்பேன்னு தெரியாது. அந்த நாளோட என் பசிக்கு எந்த வீட்ல சாப்பிடுவேன்னு தெரியாது. ஒவ்வொரு ஊர்த் தண்ணிக்கும் ஒரு ருசி. ஒவ்வொரு வீட்டுச் சாப்பாட்டுக்கும் ஒரு ருசி. தெரு நாய்கள் துரத்துற, நிலா இல்லாத ராத்திரிகளில் புரோட்டா கடை தேடித் திரிவேன். வயிறு நிறையப் பசி இருக்கும். பாக்கெட் நிறைய பணம் இருக்கும். வாங்கிச் சாப்பிட எந்தக் கடையும் திறந்து இருக்காது. சில நேரங்கள் வயிறு நிறையப் பசி இருக்கும். பாக்கெட்ல பத்துப் பைசா இருக்காது.

த.செ. ஞானவேல் 67

எல்லாக் கடைகளையும் திறந்து வெச்சிருப்பாங்க. வாசத்திலேயே பசி ஆத்துற கடைகளைக் கடந்து போவேன்.

அப்போ நடந்தது அது... என்னுடன் நாடகத்தில் நடிச்ச என் சக போட்டியாளன் கன்னடத்தில் பெரிய சினிமா நடிகன் ஆகிட்டான். நான் எடுத்த எல்லா முயற்சிகளும் அட்டர் ஃப்ளாப். நேத்து வரைக்கும் வீதி நாடகத்தில் என்கூட நடிச்சிட்டிருந்தவன் இன்னிக்குபெரிய சினிமா நடிகனாகிட்டானேன்னு எனக்கு மனசுக்குள்ளே பொறாமை புயலடிக்குது.

ஒரு நாள் ராத்திரி, ஒரு ப்ளே முடிச்சுட்டு, கையில் காசு இல்லாம நடந்து போயிட்டிருந்தேன். மனசுக்குள்ளே அடக்கிவெச்ச பொறாமை மாதிரி, அவசரமா வருது ஒன் பாத்ரூம்.

சென்னை, பெங்களூர், ஹைதராபாத் மாதிரி பெரிய நகரங்களில் தடுக்கி விழுந்தா, ப்ரவுஸிங் சென்டர் இருக்கும். ஷாப்பிங் காம்ப்ளெக்ஸ்கள் இருக்கும். ஆனா, அவசரத்துக்கு ஒன் பாத்ரூம் போகணும்னா வாய்ப்பே இருக்காது. வெளிநாடுகளில் வெட்டவெளியில் ஒன் பாத்ரூம் போனா, ஃபைன் போட்டு காசு கேப்பாங்க. நம்ம நாட்டில் சுற்றுப்புறச் சூழலை அசுத்தம் பண்ணக்கூடாதுன்னு பாத்ரூம் தேடிக் கண்டுபிடிச்சு உள்ளே போனா, ஒரு ரூபா கேப்பான். ஒரு ரூபா இல்லாதவன் எங்கே போவான்?

இப்படியெல்லாம் யோசிச்சுக்கிட்டே ஒரு டிரெயினேஜ் பக்கம் ஒரு மூலையைத் தேர்ந்தெடுத்து நின்னா, அங்கே சுவரில் என் சக போட்டியாளனா இருந்து சினிமா நடிகனாகிட்டவனோட கலர் போஸ்டர். என்னைப் பார்த்து ஏளனமாச் சிரிக்கிறான். அது என்னை வெறுப்பேத்துற மாதிரியே இருக்கு. சந்தேகத்தில் பின்தொடர்ந்து

வந்த தெருநாய்கள் என்னைச் சுத்தி நிக்க, 'உன் நிலைமை இப்படி ஆகிடுச்சேடா!'ன்னு அவன் சிரிக்கிற மாதிரியே எனக்குத் தோணுது. ரெண்டு பேர் ஒண்ணா பயணத்தை ஆரம்பிச்சு, அதுல ஒருத்தன் ஜெயிக்கிறதைக்கூட மனசு பொறுத்துக்கும். ஆனா, ஜெயிச்சவன் நம்மைப் பார்த்து நக்கலாச் சிரிச்சுட்டான்னா, பொறுமை போய் பொறாமை வந்துடும். எனக் கும் வந்தது. 'ஒரு நாள் உன்னைவிடப் பெரிய நடிகனாகி, இதைவிடப் பெரிய போஸ்டரில் நின்னு சிரிப்பேன்டா!'ன்னு சொல்லிக்கிட்டே அவன் முகத்து மேல ஒண்ணுக்கு அடிச்சேன். இப்போ நினைச்சா, எனக்கு வருத்தமாவும் சிரிப்பாவும் இருக்கு. பொறாமை ஏற்படுத்துற ஞாபகங்களைவிட, அது நம்ம கண்களில் இருந்து மறைக்கிற உண்மைகள் அதிகம்.

இப்போ நானும் ஜெயிச்சுட்டேன். நாலஞ்சு கன்னடப் படங்களில் விறுவிறுன்னு மேலே வந்தவன், இப்போ அட்ரஸே இல்லாம இருக்கான். என்ன பண்றான்னுகூட எனக்குத் தெரியாது. ஆனா, இத்தனை வருஷங்களுக்குப் பிறகு, என் மூஞ்சி இருக்கிற போஸ்டர்லயும் இப்படி எனக்குச் சம்பந்தமே இல்லாதவன் ஒருத்தன் ஒண்ணுக்கு அடிப்பான்னு அப்ப நான் யோசிக்கலையே!

என் பொறாமையின் கோர முகம் அப்போதான் எனக்கே அசிங்கமா தெரிஞ்சுது. இப்பவாவது உண்மையை ஏத்துக்கிற பக்குவம் வந்திருக்கேன்னு இன்னொரு பக்கம் சந்தோஷம்தான்!

ஏத்துக்கிறேனோ இல்லையோ, நிச்சயமா எதையும் எதிர்கொள்ளணும்கிறதில் தீவிரமா இருக்கேன். வேற வழி?

தேடித் தேடி தொலைந்தேன்!

எத்தனை பேருக்கு நான் பயன்படுறேன்?

எத்தனை பேரை நான் பயன்படுத்துறேன்?

இந்தக் கேள்விகளைக் கொஞ்சம் யோசிச்சுப் பார்க்கலாமா, இப்போ?

'பொய்' பட ரிலீஸ் வேலைகளில் கொஞ்சம் பிஸியா அலைஞ்சுட்டு இருக்கும்போது பல 'பொய்'களைச் சந்திக்க நேர்ந்தது. வீட்டில், வெளியே, ஆபீஸ்லன்னு பொய்களில் ஒளிகிற மனிதர்களைச் சந்திச்சிருக்கேன். சில நேரம் நானேகூட ஒளிஞ்சிருக்கேன். என் நெருக்கடி நேரத்தில் நிறைய மனிதர்கள் செல்போனிலும் ஒளிவதைக் கண்டுபிடிச்சேன். ஏதேதோ விஷயங்களுக்காக என்னைத் தேடி போன் பண்றவங்க, இப்போ நான் போன் பண்ணும்போது கிடைக்கவே மாட்டேங்கறாங்க. ஏதேதோ புதுப்புதுக் காரணங்கள், பொய்கள் கேட்க வேண்டியிருக்கு. நானும் புதுப்புதுக் காரணங்கள், பொய்கள் சொல்ல வேண்டியிருக்கு.

எப்போ நான் மத்தவங்களுக்குத் தேவைப்படுறேன், மத்தவங்க எப்போ எனக்குத் தேவைப்படுறாங்கன்னு மனசுக்குள் லேசா குழப்பம்.

'கஷ்டம் வர்ற காலம் இருக்கே, அது எப்பவுமே காஸ்ட்லி! காரணம், அப்போதான் உண்மையான நண்பர்கள் அடையாளம் தெரிவாங்க. நிறைய முறை நிறைய அனுபவங்கள் கிடைச்சாலும், ஒவ்வொரு முறையும் அந்தத்ரில் ரொம்பப் புதுசாவே இருக்கு. இந்தப் பரபரப்பில் என் மனைவிக்குப் பிறந்தநாள். வருஷத்தில் பாதி நாள், நான் ஊரில் இருப்பது இல்லை. அப்படியே இருந்தாலும், வீட்டில் இருக்க முடியாது. வீட்டுக்கே கெஸ்ட் மாதிரி வந்து போற வாழ்க்கை. பிறந்த நாள், கல்யாண நாள் போல ஒரு சில நாட்களில்தான் வீட்டில் இருப்பவர்களைச் சந்தோஷப்படுத்த முடியும்.

திடீர்னு ஒரே நாளில், என் மனைவியின் பர்த்டேயை அழகாகக் கொண்டாடுவதுன்னு முடிவு பண்ணி பார்ட்டி ரெடி பண்ணினேன். என் மனைவிக்கு யார் யாரையெல்லாம் பிடிக்குமோ, அவங்களையெல்லாம் வரவழைச்சேன். 'இப்படி ஒரு நெருக்கடியில் இந்த ஃபங்ஷன் தேவையா?'னு நண்பர்கள் கேட்டாங்க. 'இத்தனை நெருக்கடியிலும் நான் எப்படி என் மனைவியைக் காதலிக்கிறேன்னு உணர்த்தக் கிடைச்ச அழகான வாய்ப்பு இது. இதை மிஸ் பண்ணிட்டு எதுக்கு வாழ்க்கை? காலையில் படவேண்டிய கவலைக்கு ஒரு அழகான ராத்திரியை நான் ஏன் தொலைக்கணும்?'னு சிரிச்சேன்.

அப்படி, வாழ்கிற இடத்தில் தொலையாத நான், வேடிக்கை பார்க்கப் போன இடத்தில் வேண்டுமென்றே என்னைத் தொலைச்சுக்கிட்ட சுவாரஸ்யத்தைச் சொல்றேன்...

ரெண்டு வாரத்துக்கு முன்னால், பத்து நாள் மொரீஷியஸ் கடற்கரையில்தான் என் வாழ்க்கை. 'மொழி' பட ஷூட்டிங். நான், ஜோதிகா, பிருத்விராஜ், சொர்ணமால்யா, ராதாமோகன், விஜின்னு எனக்குப் பிடிச்ச 'கேங்'.

த.செ. ஞானவேல்

"முதல் நாள் ஷூட்டிங் கிடையாது, லெட்ஸ் செலிபரேட்!"னு சொன்னதும் டைரக்டர் ராதாமோகனுக்கு ஷாக். ஒரேயொரு ஸீன் மட்டுமாவது எடுக்கணும்னு மல்லுக்கட்டி, கொஞ்ச நேரம் ஷூட்டிங் போச்சு!

அற்புதமான சீஸன்... அதுதான் அதிர்ஷ்டம். கடற்கரையில் மெழுகுவர்த்தி ஏத்திவெச்சு, அந்த வெளிச்சத்தில் ஜாலியா 'அந்தாக்ஷரி' நடத்தினோம். மொரீஷியஸில் இந்த சீஸனில் காற்று இருக்கும். ஆனா, வம்பு பண்ணாத, அன்புக் காற்று. மெழுகுவத்தியின் கடைசித் துளி எரிவதை எங்களோடு சேர்ந்து ரசிக்கும் காற்று!

மொரீஷியஸில் ஏழாவது நாள் என் வாழ்க்கையில் மறக்க முடியாத தினம்.

ஷூட்டிங் நடந்துட்டு இருந்த இடத்தைச் சுற்றி மலைகள். மலையெல்லாம் கரும்பு வயல்கள். எல்லோரும் பிஸியா இருந்தாங்க. எனக்கு அடுத்த ரெண்டு மணி நேரத்துக்கு வேலை இல்லேன்னு தெரிஞ்சதும், ஒரு 'வாக்' போயிட்டு வரலாம்னு தோணுச்சு.

அடுத்த விநாடி, யாரிடமும் எதுவும் சொல்லாமல் அந்த மலைப்பாதையில் நடக்க ஆரம்பிச்சேன். நடந்து நடந்து ரொம்ப தூரம் வந்துட்டேன். ஒரு மேட்டின் வளைவில் திரும்பி சரிவுக்குள் இறங்க ஆரம்பிச்சதும், சடார்னு நிமிர்ந்து பார்த்தால், என்னைச் சுற்றி தொடுவானம் போல நாலாபக்கமும் மலைகள், கரும்புக் காடுகள். ஏழெட்டு கிலோமீட்டர் தூரத்துக்கு எந்தப் பக்கமும் மனுஷன் இல்லை. ஒரு மணி நேரத்தில் நான் தனியனாகிட்டேன்.

அந்த மலை தன் கையில் ஒரு பூங்கொத்தைப் பிடிச்சிருப்பது போல தூரத்தில், உச்சியில் ஒரே ஒரு இடத்தில் மட்டும் ஒரு டஜன் மரங்கள். ஆசையா இருக்கவும் அதை நோக்கி நடக்க ஆரம்பிச்சேன். ஏதோ,

இந்த உலகத்தில் இப்போ நான் ஒருத்தன் மட்டும்தான் உயிரோட இருக்கேன்கிற மாதிரி ஃபீலிங்!

எந்த மனுஷனும் இல்லாம ஓர் இடம் இவ்ளோ அழகா இருக்கான்னு ஆச்சர்யம்! எந்த மனுஷனும் இல்லாம போனதால்தான் இந்த இடம் இவ்ளோ அழகா இருக்கோன்னும் தோணுது. இப்போ இப்படியே நான் தொலைஞ்சுபோனா, யார் என்னைத் தேடுவாங்கன்னு திடீர்னு தோணுச்சு!

ஷூட்டிங் ஸ்பாட்ல அவங்க வேலை முடியற வரைக்கும், நிச்சயம் என்னைத் தேட மாட்டாங்க. ஒருவேளை அவங்க வேலைக்கு நான் இருந்தாக வேண்டிய கட்டாயம் வந்தா, என்னை நிறைய கண்கள் தேடும். எப்போ நான் அவங்களுக்குத் தேவைப்படுவேன்?

என்னை எப்பவும் தேடுற நண்பர்கள் எவ்வளவு நேரம் என்னைத் தேடாம இருக்காங்கன்னு தெரிஞ்சுக்க ஒரு ஆசை வந்தது. மத்தவங்க பார்வையிலிருந்து தொலைஞ்சு போகணும்னுதான் நடக்க ஆரம்பிச்சேன். ஆனா, கொஞ்ச நேரத் தனிமையில் நான் எனக்குள்ளேயே தொலைய ஆரம்பிச்சுட்டேன்.

ஒரு டைரக்டரா என்னைத் தேட வேண்டிய அவசியம் ராதாமோகனுக்கு உண்டு. யாராவது அசிஸ்டென்ட்டை விட்டு என்னைத் தேடிக் கூட்டிட்டு வரச் சொல்லலாம். அசிஸ்டென்ட் மனசுக்குள்ள என்னைத் திட்டிட்டே தேடக் கிளம்புவான். அவன் பாஸுக்கு முன்னால், உடனடியா என்னைக் கொண்டுபோய் நிறுத்தலேன்னா, அவன் திட்டுவாங்க வேண்டியிருக்குமே! அவன் தேடல் என்னைக் கண்டுபிடிக்கிறது இல்லே; அவனோட டைரக்டர் சொன்ன வேலையைச் செய்வது!

ராதாமோகன் என்னைத் தேடும்போது என்ன வார்த்தையில் கூப்பிடுவார்? 'பிரகாஷ் சார்'னு கூப்பிடுவார். நான் எப்படி 'சார்' ஆனேன்? என் வயசா, என் அனுபவமா, என் அந்தஸ்தா? அவரோட அஸிஸ்டெண்ட் என்னை வெறுமனே 'சார்'னு கூப்பிட்டிருப்பான். ஏன் என் பேர் சொல்லாம சார்னு மட்டும் கூப்பிடுறான்? தயாரிப்பாளர்ங்கிற மரியாதையா? என்னை 'பிரகாஷ்'னு பேர் சொல்லிக் கூப்பிடக்கூடிய நண்பர் விஜி என்னை என்ன மாதிரி தேடுவார்? ஒரு சக நடிகனைக் காணோம்னு மற்ற நடிகர்கள் எப்படித் தேடுவாங்க? என்ன பேசிக்குவாங்க... இப்படி யோசனைகள் ஓடும்போது, மனசு ஃப்ளைட் பிடிக்காமலேயே, சென்னைக்குப் பறந்து வந்துடுச்சு.

என்னை என் மனைவி எந்த நேரத்தில் தேடுவா? என்ன காரணத்துக்காகத் தேடுவா? போன் பண்ணி மூணு நாள் ஆகுதே, பையன் மறந்துட்டானோனு பதறி போன் பண்ணலாம். 'காதலிகளோட பேசுற சுவாரஸ்யத்தில் என்னை மறந்துட்டானோ'னு கோபத்தில் தேடலாம். வெளிநாட்டுக்குப் போனவன் ஒழுங்கா சாப்பிடுறானாங்கிற அக்கறையில் தேடலாம். என் பொண்ணு எப்போ தேடுவா? அவளுக்கு ரேங்க் கார்டு தந்தா நான் கையெழுத்துப் போடணும். நல்ல மார்க் வாங்கினா எனக்குத்தான் முதலில் காட்டணும்னு யோசிப்பா. அவ கனவில் நான் வந்துட்டா, உடனே என்கிட்டே பேசியாகணும். அது எந்த நேரமா இருந்தாலும்,எந்த இடமா இருந்தாலும் என் குரல் கேட்டாகணும். என் சின்னப் பொண்ணு என்னைத் தேடுற அளவு வளரலை. என்னைப் பார்த்தா சந்தோஷப்படத் தெரியும் அவளுக்கு. அவ்ளோதான்!

என் அம்மாவுக்கு எப்போ நான் தேவைப்படுவேன்? மொரீஷியஸில் தன் பிள்ளையைக் காணோம்னு அம்மா

தேடுறதுக்கும் அஸிஸ்டென்ட் தேடுறதுக்கும் என்ன வித்தியாசம்? இவங்களுக்கு எல்லாம் தேவைப்படும்படியா நான் இருக்கிறது சந்தோஷம். எனக்கு இவங்க எல்லாம் எப்போ தேவைப்படுவாங்கன்னு யோசனை வந்தது.

எல்லோரும் எல்லோரையும் எல்லா நேரத்திலும் தேடுவதில்லை. ஒவ்வொருத்தருக்குள்ளேயும் ஒரு உலகம் இருக்கும். பெரும்பாலும் தேவைகள் வரும்போதுதான் நட்பு, காதல், உறவு, உணர்வு எல்லாமே அர்த்தமுள்ளதா இருக்கும்.

எத்தனை பேருக்கு நாம் பயன்படுறோம்? எத்தனை பேரை நாம் பயன்படுத்துறோம்?

இந்தக் கேள்விக்கு விடை கண்டுபிடிக்க முடியுதா உங்களால்?

மரணமும் பாடம்... ஜனனமும் பாடம்!

நவம்பர் 1...

இறந்துபோன என் மகன் சித்தார்த்தின் பிறந்த நாள். இனி அவன் ஒவ்வொரு பிறந்த நாளின்போதும் நான் வாங்கின அறை ஞாபகம் வரும். என் மனைவிதான் அறைஞ்சா. அதுவும் நாலு பேர் எதிரில், அறைஞ்சா. அஞ்சு விரலும் கன்னத்தில் பதியுற மாதிரி பொளேர்னு அறைஞ்சா!

ஏதேதோ நம்பிக்கைகள் நம்மைத் தொடர்ந்து வழி நடத்திக்கிட்டே போறதால்தான் அழறோம், சிரிக்கிறோம். இந்த நம்பிக்கைன்னு ஒண்ணு இல்லைன்னா, மனுஷன் என்ன ஆவான்? நூத்துக்கு தொண்ணூறு பேர் தற்கொலை பண்ணிட்டிருப்பான். மிச்சம் இருக்கிற பத்து பேரும் பைத்தியமாத்தான் திரிவான். மூச்சு மாதிரி நாம சாகிற வரைக்கும் நம்பிக்கையும் கூடவே வருது. அதனால்தான், மூடநம்பிக்கையிலாவது மனுஷன் உயிர் வாழ்ந்துடறான். சில நேரம் நம்பிக்கை காயங்களை ஏற்படுத்தும். பல நேரம் நம்பிக்கைதான் மருந்தா இருக்கும்.

என் வாழ்க்கை முழுக்க ஆற்றவே முடியாத காயம் ஒண்ணு இருக்கு. எனக்கு இன்னொரு தாய் மாதிரி இருந்த என் சித்து என் கண்ணுக்கு முன்னாலயே செத்துப்போனது!

தெரிஞ்சோ தெரியாமலோ 'சித்தார்த்'னு அவனுக்குப் பேர் வெச்சேன். அவன் எனக்கு புத்தனா மட்டும் இல்லை, போதி மரமாவே இருந்தான். அம்மாவுக்கு உடம்பு சரியில்லைன்னு ஒருமுறை ஹாஸ்பிடலில் சேர்த்திருந்தோம். அங்கே ரிசப்ஷனில் மீன் தொட்டியில் நீந்திட்டிருந்த மீன்களைப் பார்த்ததும் என் ரெண்டு வயசு சித்து கேட்டான், ''ஏம்ப்பா, இந்த ஃபிஷ்லாம் ஹாஸ்பிடல் வந்திருக்கு. இதுக்கெல்லாம் உடம்பு சரியில்லையா?''

அப்படிக் கேட்ட குழந்தையை, இன்னொரு நாள் அதேபோல ஒரு ஹாஸ்பிடலில் தொலைக்கப்போறேன்னு எனக்கு அப்போ தெரியாது.

'பையனுக்கு சீரியஸா இருக்கு'ன்னு அம்மா எனக்கு போன் பண்ணினாங்க. அப்போ ஹைதராபாத்ல இருந்தேன். எந்த விஷயமா இருந்தாலும் முதலில் என்னை போன்ல கூப்பிடுற பொண்டாட்டி ஏன் இப்போ பேசலைன்னு தோணின நிமிஷம், எனக்குப் பதறுச்சு. பொதுவா என் எல்லாப் பிரச்னைகளையும் நான் அறிவுபூர்வமா அணுகுவேன். உணர்வுபூர்வமா அணுகினால் ஒழுங்கா ஒரு முடிவு எடுக்க மாட்டோம்னு என் நம்பிக்கை. என் அறிவு ஸ்தம்பித்துப்போன நிகழ்வு, என் பையனோட மரணம். அவசர அவசரமா ராத்திரி ஃப்ளைட் பிடிச்சேன்.

என் குடும்பம் மொத்தமும், ஐ.சி.யு. வார்டு வெளியில் காத்திருக்கு. கண்ணாடிக் கதவு வழியா எட்டிப் பார்த்தா, பையன் அமைதியா தூங்கிட்டிருக்கிற மாதிரி இருக்கு. 'நான் வந்துட்டேன்ல, இனி யாரும் இங்கே இருக்க வேண்டாம்'னு பூஜாவை, அம்மாவை, மத்தவங்களை

எல்லாம் வீட்டுக்கு அனுப்பினேன். என் மனைவி கண்ணில் தூக்கம் இல்லே, துக்கம் நிரம்பி நிக்குது. 'கீழே போய் கொஞ்சம் ரெஸ்ட் எடு, நான் இங்கே இருக்கேன்'னு வம்பா அனுப்பினேன்.

டாக்டர்களிடம் அனுமதி வாங்கி, ஐ.சி.யு. வார்டுக்குள் என் பையன் பக்கத்தில் உட்கார்ந்து அவனையே பார்த்துட்டு இருக்கேன். தெய்வம் போல ஒரு நர்ஸ் சின்னப் புன்னகையோட, என் குழந்தையை அதிக அக்கறையோட பார்த்துக்கிறாங்க. லேசா கண் திறக்கிறப்பவெல்லாம் என் மகன் அந்த சிஸ்டரைப் பார்த்து சிரிக்கிறான். அவ்ளோ சினேகமா என் குழந்தையைப் பார்த்துக்க ஒரு நர்ஸ் கிடைச்சாங்களேன்னு ஆறுதலா இருக்கு.

அப்படியே மொத்த ஐ.சி.யு. வார்டையும் பார்க்கிறேன்... எல்லா வயசிலும் என்னென்னவோ பிரச்னைகளோட இருக்காங்க நோயாளிகள். எல்லோரும் நிசப்தமா இருக்காங்க. என் மகனுக்குள்ளும் ஒரு நிசப்தம். அங்கே இருக்கிறவங்களில் ரொம்ப ரொம்பச் சின்னப் பையன் என் மகன்தான். இந்த வயசில் இவன் ஐ.சி.யுவில் இருக்கணுமான்னு எனக்குத் தொண்டை அடைக்குது.

ஏதேதோ எண்ணங்கள் தத்துவமா வந்துபோகுது. எமன் கையில் கயிறோடு அந்த வார்டை வலம் வர்றான்னு திடீர்னு தோணுது. 'என் குழந்தையை ஒண்ணும் பண்ணிடாதடா?'ன்னு என் மனசு கை கூப்பிக் கெஞ்சுது. நான் பேசுற பாஷை அவனுக்குப் புரியுதான்னு தெரியலை. என் பாசம் அவனுக்குப் புரியுமான்னும் தெரியலை. என் குழந்தைக்கு மட்டும் கரிசனம் காட்டணும்னு நான் எப்படிக் கேட்க முடியும். சாகக் கிடக்கிறவங்களின் ஒவ்வொரு உறவுகளும் இதே கோரிக்கையைத்தானே வெப்பாங்க. எமன் என்ன பண்ணுவான்?

விடியல் நெருங்க நெருங்க, நர்ஸ் பதற்றமாகிறாங்க. டாக்டர்கள்

பரபரப்பாகிறாங்க. என்னை வெளியில் போய் இருக்கச் சொல்றாங்க. எப்போதும் எந்தத் துன்பத்தையும் அதன் கண்கள் பார்த்துச் சந்திக்கிற எனக்கு அன்றைக்கு எந்தத் தைரியமும் இல்லை. என்னமோ நடக்கப்போகுதுன்னு மனசுக்குத் தெரிஞ்சுபோச்சு.

திடீர்னு டாக்டர் கூப்பிடுறார். நிறைய பேசுறார். அந்த நர்ஸோட கண்கள் என்னைச் சந்திக்க முடியாமல் தரையைப் பார்க்குது. அதில் லேசாத் தெரியுற கண்ணீர் எனக்குச் சொல்லிடுச்சு. என் சித்து போயிட்டான். அந்தத் துயரத்தை, உண்மையை, நானே ஏத்துக்கிற மனநிலையில் இல்லை. ஆனா, அதை நான்தான் மற்றவங்களுக்குச் சொல்லவேண்டிய துர்பாக்கிய நிலைமை.

கீழே போறேன். என் மனைவி முழிச்சுக்கிட்டா. 'பையன் கண்ணைத் திறந்துட்டானா?'ன்னு கேட்கிறா. 'கண்ணை மூடிட்டான்'னு சொல்ற தைரியம் என்கிட்டே இல்லை. வேற ஏதோ பேச்சை மாத்துறேன். 'பொளேர்'னு அறைஞ்சா. 'நான் பார்த்துக்கிறேன்'னு சொல்லி என்னை அனுப்பிவெச்சியேடா, இதுதான் நீ பார்த்துக்கிட்ட லட்சணமா?'ன்னு கேட்டு அறைஞ்சாளான்னு தெரியலை. தாய்மையோட பலம் எவ்வளவு பெருசுன்னு அன்றைக்கு நான் தெரிஞ்சுக்கிட்டேன்.

என் மகனைத் தொட்டுப் பார்க்கிறேன். அவன் உடம்பு சில்லுன்னு ஐஸ் மாதிரி இருக்கு. வழக்கமா அவன் உடம்பு சூடா இருந்தா, பதறுவேன். முதலும் கடைசியுமா அவன் உடம்பு சில்லுன்னு ஆனதுக்காகப் பதறினேன். அடக்கி வெச்ச கண்ணீர் என் உறுதிகளை உடைச்சுத் தூள் தூளாக்கிட்டு வந்துடுச்சு.

காயத்தை ஆற்றத் தெரியாமத் தவிச்சப்போ, மூன்று நம்பிக்கை

மருந்துகள் கிடைச்சது. மறுநாள் பேப்பரில் ரெண்டு பெண் குழந்தைகளின் படம். லக்னோவில் இலவச வேட்டி சேலை தந்தபோது நெரிசல்ல மாட்டி அவங்களைப் பெத்தவங்க ரெண்டு பேரும் செத்துப்போயிட்டாங்க. பெரிய பொண்ணுக்குப் பத்து வயசு இருக்கும். அவ இடுப்பில் நாலு வயசுத் தங்கை. யாருடைய துணையும் இல்லாம, இந்தச் சமூகத்தில் அந்த ரெண்டு பிள்ளைகளும் எதிர்கொள்ளப்போகிற வேதனைகளை யூகிக்கக்கூட முடியலை. எங்களுக்குப் பிள்ளை இல்லேயேன்னு துக்கம். அந்தக் குழந்தைகளுக்கு, பெத்தவங்க போயிட்டாங்கன்னு துக்கம்னு என் மனைவிக்கு ஆறுதல் சொன்னேன்.

இரண்டாவது நம்பிக்கை... நடிகை சௌந்தர்யா. சித்தார்த் இறந்த செய்தி கேட்டு எனக்கு முதலில் போன் பண்ணினது சௌந்தர்யாதான். அடுத்த ஒரு மாசத்தில் விமான விபத்தில் அவங்க இறந்துட்டாங்க. நாங்க ரெண்டு பேரும் 12 படங்கள் நடிச்சிருக்கோம். என்னோட நல்ல தோழியா இருந்தாங்க. அவங்க இறந்த தகவல் தெரிஞ்சதும் நான், சிரஞ்சீவியெல்லாம் ஓடினோம். சௌந்தர்யாவின் அம்மா எல்லாரையும் விட்டுட்டு என்னைக் கட்டிக்கிட்டு அழுதாங்க. 'புள்ளையைப் பறிகொடுத்த துயரம்' மத்தவங்களைவிட அப்போ எனக்கு நல்லாப் புரியும்னு நினைச்சிருப்பாங்களோ? என் மகனுக்குச் சின்ன வயசு. 26 வயசு வரை வளர்த்த மகளை எமனுக்குத் தாரை வார்த்துட்டு, உடம்புகூட முழுசாக் கிடைக்காமத் தவிக்கிற ஒரு தாயோட வலிக்கு முன்னால், என் கஷ்டம் கால் தூசு ஆகுமான்னு தோணுச்சு.

மூணாவது நம்பிக்கை... என் பொண்ணு மேகனா. சித்தார்த் இறந்த காயத்தை ஆற்றுவதற்காகவே பிறந்தவ. அவ பிறந்த கதையை தனியா அப்புறம் பேசணும்.

அது நம்பிக்கையைத் தாண்டி, இயற்கையான யதார்த்தம். என் கன்னத்தில் பளார்னு காலம் அறைஞ்ச நிகழ்வு. என் பையனோட மரணம் கற்றுத்தந்த பாடத்தைவிட, என் பொண்ணோட ஜனனம் கற்றுத் தந்த பாடம் இன்னும் உண்மையானது. இதுவரை யார்கிட்டேயும் சொல்லாத உண்மை அது!

உறவுகளை உணர்வுகளை ஜெயிக்கும்!

கரும்பின் உண்மையான ருசி எங்கே ஒளிஞ்சிருக்கு? நிச்சயமா அதன் இனிப்பில் மட்டுமே இல்லை. கொஞ்ச நேரத்தில் அது திகட்ட ஆரம்பிச்சுடும். திகட்ட ஆரம்பிக்கிற ஏரியா வந்ததுமே, அந்த இடத்தில் ஒரு கணு வெச்சிருக்கு இயற்கை. அந்தக் கசப்பைக் கடந்துட்டா, இன்னும் ருசிக்க ஆரம்பிக்கும் கரும்பு!

வாழ்க்கையும் பெரிய கரும்புதானோ?

மகனின் மரணம் ஏற்படுத்தின வலிக்கும், மகளின் ஜனனம் ஏற்படுத்தின சந்தோஷத்துக்கும் இடைவெளி மூன்றே நாட்கள்தான்.

விடை தெரியாத விஷயங்களில் சந்தோஷமும் இருக்கும்; வருத்தமும் இருக்கும். என் வாழ்க்கையில் மறக்கவே முடியாத மரணம், என் பையனுடையது. என் வாழ்க்கையில் நான் மறக்கவே கூடாத சந்தோஷம், என் சின்னப் பொண்ணு மேகனாவின் ஜனனம்.

என் மகன் இறந்த முதலாம் ஆண்டு நினைவஞ்சலி செலுத்தும் நேரம், எப்ப வேணும்னாலும் பிரசவ வலி வரலாம்னு டாக்டர்கள் கண்காணிப்பில் இருந்தாங்க என் மனைவி. இது தெரிஞ்ச எல்லோரும் கடவுளுக்கு நன்றி சொன்னாங்க. போன வருஷம் போன உயிருக்குப்

பதிலா, அடுத்த வருஷமே இன்னொரு உயிரை அனுப்பி வெச்சிருக்கார் கடவுள்னு என்கிட்டேயே சொன்னாங்க.

உறவுகளை உணர்வுகள் ஜெயிக்கும்கிறது எனக்கும் என் மனைவிக்கும் தெரிஞ்ச உண்மை. ஒவ்வொருத்தருக்குமே அது தெரிஞ்ச உண்மைதான். ஆனா, எல்லோரும் ஈஸியா அதை மறந்துடறோம். என் மகளோட ஜனனம் என்பது நானும் என் மனைவியும் மிக நேரடியா சம்பந்தப்பட்டதால், எங்களால் அந்த உண்மையை மறக்க முடியலை; மறுக்க முடியலை.

உலகத்தின் பார்வைக்கு என் மகன் இறந்த பன்னிரண்டாவது மாதம் அது. இன்னொரு உயிர் என் வீட்டுக்குள் வருவதை அவங்களால் எந்த உறுத்தலும் இல்லாம ஏத்துக்க முடியும். ஆனா, ஒரு குழந்தை பிறக்க, பத்து மாசம் தேவைங்கிற உண்மை எல்லோருக்கும் தெரிஞ்ச விஷயம்தானே!

என் மகன் இறந்த இரண்டாவது மாதமே, எனக்கும் என் மனைவிக்கும் இடையில் தாம்பத்யம் நடந்திருந்தால்தானே, இன்னொரு உயிர் அடுத்த வருஷம் சாத்தியம்!

என் மகனின் குறும்பு, சிரிப்பு, அழுகை, கோபம், கொஞ்சல், அன்பு எல்லாமே இன்னும் நெஞ்சுக்குள் இருக்கு. மகன் இறந்த உண்மையை எதிர்கொள்ள முடியாமல், எல்லாரும் இருக்கும்போது புருஷனைப் பலபேர் முன்னாடி கன்னத்தில் அறைஞ்சவளுக்கும், ஆறுதல் சொல்லத் தெரியாமல், அந்த அடியைத் தலைவணங்கி வாங்கினவனுக்கும் இடையில் ரெண்டே மாதத்தில் தாம்பத்யம் நிகழ்ந்தது.

தினம் தினம் அவனை நினைச்சு, அழுத கண்கள் காமத்தில் சொருக ஆரம்பிச்சது. தினம் தினம் அவனைப் பற்றியே பேசிய வாய்

த.செ. ஞானவேல்   83

முத்தங்களில் மௌனமாச்சு. தினம் தினம் அவனையே நினைச்சுட்டிருந்த மனசு, அந்த ஒரு ராத்திரி தன்னைப் பற்றி நினைச்சுது. என் மகன் இறந்த இரண்டாவது மாதம் என் வீட்டில் இன்னொரு புதிய உயிருக்கு நாங்க தயாராகிட்டோம்.

அவன் இல்லாமல் எப்படி இனி வாழப் போறோம்னு யோசிச்ச இரவுகள் உண்டு. அவன் விளையாடின பொம்மைகளில் அவன் ஞாபகம் ஒட்டி இருக்கு. அழுகை இன்னும் முழுசா நிக்கக்கூட இல்லை. ஆனாலும், இன்னொரு குழந்தையோட சிரிப்புச் சத்தத்தைக் கேட்கத் தயாராகிட்டோம். சோகத்தை காமம் ஜெயிச்சிடுச்சு. இது சரியா, தப்பா என்கிற கேள்விகளைத் தாண்டி, அது உண்மை!

அக்டோபர் இருபதாம் தேதி என் மகன் இறந்தான். அடுத்த வருஷம் அவனுடைய முதல் நினைவு நாள் வர்ற, அதே அக்டோபர் இருபதாம் தேதி எங்களுக்கு இன்னொரு குழந்தை பிறக்கப் போறதா நாள் குறிச்சாங்க டாக்டர். ஒரே நாளில் ஒரு மரணத்தின் துக்கத்தையும், இன்னொரு ஜனனத்தின் சந்தோஷத்தையும் எதிர்கொள்கிற சக்தி யாருக்குமே இருக்க முடியாது. எல்லாத்துக்கும் மேலே, எனக்குப் பிறக்கப் போகிற இன்னொரு ஜீவன், ‘என் அண்ணன் இறந்த அதே நாளில் நான் பிறந்தேன். அதனால என் பிறந்தநாளைக் கொண்டாட மாட்டேன்’னு முடிவு பண்ணிடக்கூடாது... அப்படி ஒரு வாழ்நாள் துக்கத்தை அதுக்குத் தந்துடக்கூடாதுங்கிறதுக்காக, டாக்டர்களிடம் பேசி, இன்னும் ஒரு மூணு நாள் என் மனைவியின் டெலிவரி தேதியைத் தள்ளி வெச்சேன்.

எனக்கு மகள் பிறந்த செய்தி கேள்விப்பட்டப்போ, ஹாஸ்பிடல் இருக்கிற ரோட்டையே டிராஃபிக் ஜாம் பண்ணேன். எல்லாருக்கும் சாக்லெட் கொடுத்தேன். என் வீட்டின் இன்னொரு சந்தோஷத்தை

வரவேற்கத் தயாரானேன். சித்தார்த் பிறந்தபோது எப்படி இருந்தானோ, அப்படியே இருக்கா என் மக!

அவன் ஆண்; இவ பெண். அவ்ளோதான் வித்தியாசம். அவன் காலில் இருந்த மாதிரியே, இவ காலிலும் அதே இடத்தில் அழகான மச்சம். பேரனே மறுபடி பேத்தியா பொறந்துட்டதா சந்தோஷப்படறாங்க என் அம்மா. என் உறவுகளும் அதே மாதிரி சொன்னாங்க.

ரெண்டு வயசுக் குழந்தை என்ன விதமான குறும்புகளைச் செய்யுமோ, அதைத்தான் அப்போ சித்தார்த் செய்தான். இப்போ மேகனாவும் பண்றா. ஆனா, அதையெல்லாம் என் மகனே செய்யற மாதிரி, அதில் ஒரு தெய்விகத்தை ஏத்திக் கடவுளுக்கு நன்றி சொல்றாங்க என் மனைவி.

தரையில் மட்டுமே ஊர்ந்து போயிட்டிருந்த ஒரு புழுவை, தன் அலகால் கொத்தித் தூக்கிட்டுப் பறந்ததாம் ஒரு பறவை. அதோட வாயில் மரணத்தின் விளிம்பில் தொங்கின புழுவுக்கோ, அந்த நிமிஷம் ஆகாயத்தில் இருந்து பார்ப்பது ஏதோ புது உலகமா இருக்கு. சாவதற்கு முன்னால், இப்படி ஒரு புது உலகத்தைப் பார்க்கக் கிடைக்கிற அனுபவம் அதுக்குப் புதுசா இருக்கு. அந்த பறவை ஏனோ புழுவை உடனடியாச் சாப்பிடாம, ஒரு பெரிய மரத்தின் உயரமான கிளையின் மேல் அதை வெச்சது. அவ்ளோ உயரத்தில் இருந்து இந்த உலகத்தை லேசா எட்டிப் பார்க்குது புழு. இதுவரைக்கும் நாம எவ்ளோ கீழே வாழ்ந்திருக்கோம்னு குனிஞ்சு பார்க்கும்போதே, அதுக்குப் பயமா இருக்கு. சாவதற்கு முன்னால், இவ்ளோ உயரத்தை அடைஞ்சுட்டோமேன்னு சந்தோஷமாவும் இருக்கு. 'அஞ்சு நிமிஷத்துக்கு என்னைச் சாப்பிடாதே. இவ்ளோ உயரத்தில் என்னைக்

கொண்டுவந்து வெச்சதுக்கு ரொம்ப நன்றி. இனிமே நான் சந்தோஷமா சாவேன்!'னு புழு சொன்னதா ஒரு கதை படிச்சிருக்கேன்.

அப்படி ஒரு புழு போல என்னைத் தூக்கிட்டுப் போயிட்டா என் சின்னப் பொண்ணு.

பெரிய மரத்தின் மேலே வெச்சு வாழ்க்கையின் உயரத்தைத் தரிசிக்கச் சொல்றா. 'உன் வாழ்க்கையில் ஆற்றவே முடியாத துயரமான மரணத்துக்கும், நினைச்சு நினைச்சுச் சந்தோஷப்படுற என் ஜனனத்துக்கும் இடைவெளி மூணே நாள்தான்டா!'னு சொல்றா. அப்பனுக்கே டீச்சர் ஆகிட்டா என் பொண்ணு!

மகாபலிபுரம் போகிற வழியில் கடற்கரை ஓரம் இருக்கிற தோட்டத்தில் என் மகனின் சமாதி இருக்கு. அதன் மேல் ஏறி நின்னு என்னைப் பார்த்துக் கைகொட்டிச் சிரிக்கிறா மேகனா. அவ எனக்கு என்ன சொல்லவாறா?

நிஜமாவே புரியலீங்க!

பணம் என்கிற அசுரன்!

மகாபலிபுரம் பக்கத்தில் எனக்கொரு அழகான தோட்டம் இருக்கு!

எனக்கான உணவை, நானே விவசாயம் செய்துக்கணும்கிற கனவில் வாங்கின தோட்டம் அது. எந்தக் கட்டடமும் கட்டலை. ஒரே ஒரு ஓலைக் குடில்... அதுவும் கூரை மட்டும்தான். சுவர் எதுவும் கிடையாது. நாலு பக்கமும் கலர் கலரா பூக்கள், செடி கொடிகள், காய்கள், கனிகள்னு இயற்கை எப்பவும் என்னைப் பார்த்துச் சிரிக்கிற மாதிரி அற்புதமான தோட்டம்!

சித்தார்த்தனின் சமாதியும் அங்கேதான் இருக்கு. எப்போ எனக்கு ஒரு முழு இரவு ஓய்வு கிடைச்சாலும், உடனே ஓடிப் போகிற இடம் அதுதான். இயற்கையின் அழகை தனிமையில் ரசிக்கிற மாதிரி சுகம் வேற எதுவுமே இல்லை. ஒரு கனவுத் தோட்டத்தை உருவாக்கி, அங்கேயே ஒரு இயற்கை விவசாயியா செட்டில் ஆகிடுற ஆசை இருக்கு. அதனால் தான் என் மகனின் மரணம் வரைக்கும் அங்கே கொண்டுபோய்ச் சேர்த்து வெச்சிருக்கேன். அப்படிப்பட்ட இடத்துக்கு என்ன விலை வைக்கமுடியும்? ஆனா, வெச்சான் ஒருத்தன்!

ஒரு சமயம், எனக்குக் கொஞ்சம் பண நெருக்கடி. கடன் வாங்க வேண்டிய நிலைமை. ஒருத்தன்கிட்டே போய்க் கேட்டேன். உடனே தரேன்னு சொன்னான். என் மேல் நம்பிக்கை வெச்சுப் பணம் தர முன் வந்தான்னு நினைச்சேன். ஆனா, எனக்குக் கடன் தர்றதுக்குமுன் னாடி, எனக்கு என்னென்ன இருக்குன்னு விசாரிச்சிருக்கான் அந்த நல்லவன். ஈ.சி.ஆர். ரோட்ல எனக்கு ஒரு தோட்டம் இருக்குன்னு தெரிஞ்சதும், எனக்குக் கடன் தர சம்மதிச்சிருக்கான்.

அவன், அப்போ ஒரு பன்ச் டயலாக் விட்டான் பாருங்க... ஜென்மத்துக்கும் மறக்க முடியாது. 'அடடா! என்ன பிரகாஷ் இது, அப்படி ஒரு தோட்டத்தில் உன் பையனைப் புதைச்சுட்டியே! சமாதி மட்டும் இல்லேன்னா, அந்தத் தோட்டத்தோட மதிப்பு இப்ப இருக்கிறதைவிட இன்னும் ரெண்டு மடங்கு அதிகமாவே விலை போகும். அவசரப்பட்டுட்டியே!'னு அக்கறையா எனக்காகக் கவலைப்பட்டான்.

எனக்கு அவனை நினைச்சுப் பரிதாபம்தான் வந்தது. அவனுக்குத் தன் பெண்டாட்டி, பிள்ளைகளையாவது மனுஷங்களா பார்க்கத் தெரியுமானு தெரியலை. வாழ்க்கையில எல்லாத்தையுமே பணமா, சொத்தா பார்க்கப் பழகிட்டான். தாஜ்மஹாலைப் பார்த்தாலும், மனசைக் கொடுக்காம, மார்பிள் செலவைக் கணக்குப் பண்ணிட்டிருப்பான் போல!

அவன்கிட்டே கடன் கேட்கிற நான் சந்தோஷமா வாழ்றேன். ஆனா, என்னைப் போல எத்தனையோபேருக்குக் கடன் தர்ற அவன் ஏதேதோ கவலைகளோட இருக்கான். பணம் ஒருத்தனுக்கு நிம்மதியைத் தரும் என்கிற கருத்து எத்தனை பெரிய பொய்னு அவனைப் போல சிலரால்தான் நான் கத்துக்கிட்டேன். பணம் மட்டுமே

ஒருத்தனுக்கு நிம்மதியைத் தரும்னா, என்னைவிட, உங்களைவிட பல மடங்கு சந்தோஷமா வாழ வேண்டியவன் அவன். ஆனா, அவனுக்குச் சிரிக்கவே தெரியலை. கொஞ்சம் சிரிச்சுப் பேசினாலும், வர வேண்டிய பணம் வராமப் போயிடுமோன்னு மறைச்சு, குறைச்சு, ஒளிச்சு, கடைசியில் சிரிப்பையே மறந்துட்டான். என் மகன் சமாதி இருப்பதால், அந்தத் தோட்டத்தோட மதிப்பு குறைஞ்சுட்டதா கணக்கு சொல்றவனுக்கு, என்னன்னு சொல்லி நான் என் பாசத்தைப் புரியவைக்க முடியும்?

வாழணும்னு வாங்கின ஒரு தோட்டத்தை, என்னிக்காச்சும் விற்க நேரும்போது அது நல்ல விலைக்குப் போக என்ன பண்ணணும்னா ஒரு மூளை யோசிக்கும்? அவன் மட்டும் இல்லை, நாம எல்லாருமே, ஏதோ ஒரு கட்டத்தில் பணத்தைத் துரத்தி ஓடிட்டே இருக்கோம்.

பிரசவம் பார்க்க நாட்டிலேயே அதிக வசதி இருக்கிற ஹாஸ்பிடலில் சேர்க்கலாம். ஆனா, தாய் அனுபவிக்கிற அந்த வலிக்கு என்ன பணம் தர முடியும்? இருப்பதிலேயே சிறந்த உணவை, இருப்பதிலேயே பெரிய ஓட்டலில் இருந்து வாங்கிட்டு வரலாம். ஆனா, பசி என்ன விலை கொடுத்தா வரும்? எல்லாத்துக்கும் விலை வைக்கஆரம்பிச்சதாலதான், மனிதம் மட்டும் மலிவாகிடுச்சு. எண்ணெய்க் கிணறு பிஸினஸுக்காக, இராக்கில் எத்தனை லட்சம் மனித உயிர்களைப் பலி தந்திருக்கோம். என்ன உலகம்டா இது?

பணம் வாழ்க்கையில் இரண்டாம்பட்சம் ஆகிட்டா, நம்ம வாழ்க்கையில் பாதிப் பிரச்னைகள் இல்லாமல் போயிடும். இன்னும் நிறைய நல்ல மனுஷங்க கிடைப்பாங்க. நல்ல தலைவர்கள், ஆன்மிகவாதிகள், அதிகாரிகள் கிடைப்பாங்க. சரிபாதிக் குற்றங்கள் தொலைஞ்சுடும்.

அது சரி, பணம் இல்லாமல் வாழ முடியுமா? முடியாதுதான்!

ஆனா, பணத்தை மட்டும் வெச்சுட்டு வாழ முடியாதுன்னு சொல்றேன். தேவைக்குப் பணத்தைத் தேடணும். அதை விட்டு, ஆசைக்குப் பணத்தைத் தேடும்போதுதான் எல்லாப் பிரச்னைகளும் ஆரம்பிக்குது. பசி, வலி... இந்த ரெண்டையும் ஜெயிக்கத் தெரிஞ்சுட்டா வாழ்க்கையை ஜெயிச்சுடலாம். வயித்துப் பசிக்குச் சாப்பிடத்தான், நமக்குப் பணம் தேவை. ஆனா, நாக்கு ருசிக்காகச் சாப்பிட ஆரம்பிக்கும்போது, பணத்தின் மீது நமக்கு வெறியாகுது.

டால்ஸ்டாய் ஒரு கதை எழுதினான்... ரஷ்யாவில் பணம் பற்றி அதிகம் அக்கறைப்படாத பழங்குடிகள் வாழ்ற பகுதி. தங்கள் உழைப்பால் கரடுமுரடான பூமியை அழகான விவசாய நிலமா மாத்தினவங்களுக்கு பணம் என்கிற விஷயமே பெரியது இல்லை. அவங்களை ஏமாத்தி நிலத்தைப் பிடுங்குகிற ஆசையில், ஒரு கும்பல் இறங்குச்சு. அதை மையமா வெச்சு 'ஒருத்தனுக்குத் தேவையான அளவு பூமி'ன்னு ஒரு கதை எழுதினார் டால்ஸ்டாய்.

ஒரு பழங்குடித் தலைவனிடம் போய் ஒரு நாகரிக மனிதன், 'ஒரு அடி நிலத்துக்கு ஒரு ரூபிள் தர்றேன். எவ்வளவு நிலம் தருவே?'னு கேட்டான். அந்தத் தலைவன் திரும்பி, தன் பூமியைப் பார்த்தான். கண்ணுக்கு எட்டின தூரம் வரைக்கும் பசுமை. 'எனக்கு ஒரு ரூபிள் போதும். அதை வெச்சு என்ன பண்றதுன்னே எனக்குத் தெரியாது. நீ உனக்குத் தேவையான அளவு பூமியை எடுத்துக்கோ. ஆனா, ஒரு கண்டிஷன். சூரியன் உதிக்கிறபோது நீ இங்கேயிருந்து கிளம்பணும். சூரியன் அஸ்தமிக்கிற நேரத்துக்குள் திரும்ப இந்த இடத்துக்கே வந்துடணும். நீ எவ்வளவு தூரம் சுத்தி வர்றியோ, அவ்வளவும் உன்னோட நிலம்தான்'னு சொன்னான். உற்சாகமா கிளம்பினான்

சொல்லாததும் உண்மை

நாகரிக மனுஷன். ஆசையில் ஓட ஆரம்பிச்சான். எங்கே, எவ்வளவு தூரம் வந்திருக்கோம்னு தெரியாத அளவு ஓடிட்டே இருந்தான். சூரியன் அஸ்தமிக்கிறதுக்குள் இன்னும் கொஞ்சம் நேரம் ஓடினா இன்னும் நிறைய பூமி கிடைக்குமேன்னு ஓடி ஓடி, அவன் திரும்பி வரும் போது மூச்சு வாங்கி, ரத்த வாந்தியெடுத்துச் செத்தே போனான். அவனைப் புதைக்கும்போது அந்தத் தலைவன் சொன்னான்... 'இவனுக்குத் தேவையான நிலம் மொத்தமே ஆறடி மூணு அங்குலம்தான். இது தெரியாம ரத்த வாந்தி எடுத்திருக்கானே!'

பொய், பொறாமை, திருட்டு, சூழ்ச்சி, வஞ்சம்... இப்படி மனுஷனை மனுஷனா இருக்க விடாத எல்லா அசிங்கங்களுக்குப் பின்னாலும் பணம் என்கிற அசுரன் கோரமா சிரிச்சுட்டிருக்கான்.

சின்ன வயசில் இருந்து சேர்த்து வெச்ச பணத்தைக் காப்பாத்த, கடைசிக் காலத்தில் தூங்காம வாட்ச்மேன் வேலைதான் பார்க்க வேண்டியிருக்கும். இப்போ பெரிய பெரிய பங்களாக்களில் ஷூட்டிங் நடக்குது. அந்த வீடுகளின் திண்ணைகளில் மட்டும் ஐம்பது பேர் படுக்கலாம். அரண்மனை மாதிரி இருக்கிற அந்த வீடுகளில் எஜமானர்கள் யாருமே இருக்க மாட்டாங்க. அப்படிப்பட்ட சில வீடுகளில், மனநிலை பாதிக்கப்பட்ட ஏதாவது ஒரு ஜீவன் சுத்திட்டிருக்கிறதைப் பார்த்திருக்கேன். என்னோட கை அளவுக்குப் பெரிய சாவிகள் இருக்கிற கதவுகள் எப்பவும் பூட்டியே கிடக்குது. எதுக்காக இவ்ளோ பணம் சேர்த்தாங்கன்னு தோணும்.

கன்னடத்தில் 'பேந்த்ரே'னு ஒரு பெரிய படைப்பாளி, ஞானபீட விருது வாங்கின ஆள்... பணத்தோட குணத்தை அழகா சொல்லியிருப்பார். 'பணம் எப்பவும் ருத்ர தாண்டவம் ஆடிட்டே இருக்கும். எவன் பணத்தோட காலுக்குக் கீழே போனாலும், அது

துவைச்சுத் துவம்சம் பண்ணிடும். பணத்தோட காலுக்குக் கீழே போகாதீங்க. பணத்தை உங்க காலுக்குக் கீழே கொண்டுவந்துடுங்க!'னு சொல்வார்.

ஆனா, நாம பணத்தை எப்பவும் தலையில் வெச்சுக் கொண்டாடுறோம். அதனால்தான் செத்தாக்கூட பொணத்தோட நெத்தியில் ஒத்த ரூபாயை வெச்சு அனுப்புறோம். நான் செத்தாலும், என் நெத்தியில் ஒரு ரூபா வெச்சுடுவாங்க. மனுஷங்களை மதிக்காம பணத்தை மட்டுமே மதிச்சா, அது வாழும்போதே நாமே நம்ம நெத்தியில் ஒரு ரூபாயை வெச்சுக்கிட்ட மாதிரிதான்... கரெக்ட்டா?

அந்த ஒரு சிரிப்பில்தான்...

'நினைவுகள் எப்போதுமே குழப்பமானவை! நீ எப்பவோ சிரிச்ச விஷயங்களுக்காக, இப்போ அழ வேண்டி வரும். எப்பவோ அழுததை நினைச்சா, எப்பவும் சிரிக்க வேண்டி வரும்!' இப்படி ஒரு ஃபார்வேடு மெசேஜ் படிச்சதும், சிரிச்சேன்!

என் அம்மாவின் கண்ணீரை நினைச்சுக்கிட்டேன். எனக்கு விஷம் வெச்சுக் கொல்லப் பார்த்தாளாம் என் அம்மா!

இப்போதான் கொஞ்ச நாளைக்கு முன்னால, அந்த விஷயத்தை அழுதுட்டே என்னிடம் சொன்னா அம்மா. அவ அழ, நான் சிரிக்க, என் சிரிப்புக்கு அவ இன்னும் அழ, நான் இன்னும் இன்னும் சிரிக்க, அவளும் சிரிக்க ஆரம்பிச்சா அழகா!

எல்லோருக்குமே அவனவன் அம்மாதான், முதல் தேவதை!

ஏன்னா, அம்மாக்கள் அப்படித்தான். அவ என் அப்பனை, தன் புருஷனை நினைச்சு, அவன் மேல் காதல் வயப்பட்டு எப்பவோ சிரிச்சதுக்காக, வாழ் நாள் முழுக்க அழுதுட்டே இருக்கிற பொண்ணு.

அவனுக்காக எல்லாத்தையும் தொலைச்சவ, நம்பிக்கையை மட்டும் கஷ்டப்பட்டுக் காப்பாத்திட்டா!

கொஞ்ச காலத்துக்கு முன்னால், ஒருமுறை என் அம்மாவுக்கு உடம்பு கொஞ்சம் சீரியஸ் ஆகிடுச்சு. மூளைக்குப் போகிற ஒரு நரம்பில் ஏதோ பிரச்னை. வலியிலும் வேதனையிலும் துடிதுடிப்பா! உடனடியா ஆபரேஷன் பண்ணணும். ஆனா, கொஞ்சம் ரிஸ்க்கான ஆபரேஷன். அம்மாவைஆஸ்பிடலில்சேர்த்தோம்.அப்போநான்தெலுங்குசினிமாவில் ரொம்ப பிஸி. அம்மாவைப் பார்த்துக்க நிறைய சொந்தங்கள் இருந்தாலும், பெத்த பிள்ளைகள் கூட இருந்து பார்த்துக்கிறதுதானே சரி!

என் தங்கை பகலெல்லாம் அம்மாவுடன் இருப்பா. நான் நைட் ஷிஃப்ட். ஹைதராபாத்தில் ஷூட்டிங் முடிச்சு நைட் ஃப்ளைட் பிடிச்சு ஓடி வருவேன், இரவெல்லாம் அம்மாவுடன் இருப்பேன். காலையில் திரும்ப ஹைதராபாத் ஃப்ளைட் பிடிச்சு வேலைக்கு ஓடுவேன். இருபது நாட்கள் இப்படியேதான். அம்மாவுக்கு அது ரொம்ப சந்தோஷம். தன்னோட கடைசி நாட்களில் இருப்பதா நினைச்சுட்டாங்க.

பக்கத்திலேயே இருந்து பாசமாப் பார்த்துக்கிற பிள்ளைங்ககிட்டே தன் பழைய வாழ்க்கையைப் பேச ஆரம்பிச்சாங்க. வலிகளை, வேதனைகளை, கஷ்டங்களை, துயரங்களை, அவமானங்களை ஒவ்வொண்ணா சொல்லிட்டு வர்றாங்க.

சின்ன வயசிலேயே அநாதை ஆசிரமத்தில் வளர்ந்தவள் என் அம்மா. அநாதை என்கிற உணர்வே இல்லாமல், ஒரு கிறிஸ்துவ இல்லத்தில் யேசுவின் மகளா இருந்திருக்கா. கிறிஸ்துவ மதத்தில் தீவிரமாகி, பெங்களூர்ல ஒரு ஆஸ்பிடலில் நர்ஸா சேர்ந்து சேவை பண்ணிட்டிருந்திருக்கா. ஆண் வாசனையே இல்லாம சர்ச், பைபிள், யேசு, வேலைன்னு ஒரு சின்ன உலகத்துக்குள், திருமணமே வேண்டாம்னு இருந்தவளின் வாழ்க்கையில் ஒருத்தன் வந்திருக்கான்.

டைஃபாய்டு ஜுரம்னு வந்து அட்மிட் ஆகியிருக்கான். எந்தக் குறிக்கோளும் லட்சியமும் இல்லாத ஒருத்தன். ஆனா, அவன் பேச்சை

நம்பி, தன் மனசைப் பறி கொடுத்திருக்கா அம்மா. 'நீ இல்லாம என்னால வாழ முடியாது'ன்னு அவன் வழக்கமா சொல்ற டயலாக், அம்மாவுக்கு அப்போ புதுசா இருந்திருக்கு. அவன் இந்து. இவ தன்னை முழுசா கிறிஸ்துவத்தில் கரைச்சுக்கிட்ட பெண். துரத்தித் துரத்தி லவ் பண்ணியிருக்கான். ஒதுங்கி ஒதுங்கிப் போற மாதிரி அவனுக்குள்ள மொத்தமா விழுந்திருக்கா அம்மா. சாதி, மதம்னு எல்லா பேதங்களையும் தூக்கி எறிஞ்சிருக்கு காதல்.

ஆனா, அது அவளுக்கு நல்ல அனுபவமா இல்லை. பல எதிர்ப்புக்கிடையில் கடவுளையும் காதலையும் நம்பி அவனையே கல்யாணம் பண்ணிக்கிட்டா. கொஞ்ச நாள் சந்தோஷமா இருந்துட்டு, திடீர்னு காணாமப் போயிட்டான் அவன். தேடித் திரிஞ்சவளுக்கு அவன் தந்துட்டுப் போன பரிசு, நான்.

வயித்துல என்னையும், மனசுல அவனையும் சுமந்துட்டு எல்லா அவமானங்களையும் சகிச்சுக்கிட்டு வேலை பார்த்திருக்கா. நான் பிறந்த செய்தி கேட்டும், அவன் என்னை வந்து பார்க்கலை. என் அம்மா இருக்காளே, அழகி, குணவதி. அவளைக் கல்யாணம் பண்ணிக்க ஆசைப்பட்டு எத்தனையோ ஆண்கள் அலைமோதி இருக்காங்க. அவளோ தன்னை அநாதையா விட்டுட்டுப் போன தன் அப்பனை நினைச்சு, யேசுவைத் தவிர எந்த ஆண் மீதும் நம்பிக்கை இல்லாமல் இருந்தவ. கன்னிகாஸ்திரீயா சேவை செய்யணும்னு நினைச்சவளைத்தான், அந்த ராஸ்கல் தகர்த்து எறிஞ்சுட்டான்.

தன்னால் நிராகரிக்கப்பட்டவர்களின் அனுதாபங்களை எதிர்கொள்வதைப் போல ஒருதுயரம் வேறெதுவும் கிடையாது. அதுவும் அது அனுதாபமா இல்லாம, தாகமா இருந்தா? ஆதரவில்லாம ஒரு பெண் பாதுகாப்பா வாழ முடியாத சமூகம்.

வெவ்வேறு பார்வைகளை தினம் தினமும் சந்திக்கிறதும், அதுக்குத் தன்னுடைய பக்குவமில்லாத செயல்தான் காரணம்கிறதையும் என் அம்மாவால் தாங்கிக்க முடியலை. அப்போ நான் கைக்குழந்தை. நாளைக்கு வளர்ந்து, விவரம் தெரிஞ்சதும், 'என் அப்பன் யாரு?'ன்னு கேட்டா என்ன பதில் சொல்றது?

அவளோட கேள்விகளுக்கு அவளாலேயே பதில் சொல்ல முடியாம, செத்துடலாம்னு முடிவுபண்ணிட்டா. தான் மட்டும் செத்து, தன்னைப் போல தன் பிள்ளையும் இந்த உலகத்தில் ஏதோ ஒரு அநாதை இல்லத்தில் முகம் தெரியாதவர்களின் கருணையில் வாழணுமேன்னு நினைச்சதும், அவளுக்கு இன்னும் அழுகை கூடிருச்சு. என்னைக் கொன்னுட்டு, தன்னைக் கொன்னுக்க முடிவு பண்ணா அம்மா.

ஏதோ ஒரு பூச்சி மருந்தை வாங்கிட்டு வந்துட்டாளாம். பால் ஊட்டுற சங்கில், விஷத்தை ஊத்தி எனக்குத் தர வந்திருக்கா அம்மா. அவ கை நடுங்க, மனசு பதற, கண்ணீராக் கொட்ட, எனக்கு விஷத்தை ஊட்ட வரும்போது, அந்தக் கணம் நான் அவளைப் பார்த்துச் சிரிச்சிருக்கேன். அவ அழ, அழ... நான் சிரிச்சுட்டே இருந்திருக்கேன். உலகம் தெரியாத ஒரு குழந்தைக்கு தனக்கு மரணம் வரப்போவுதுன்னும் தெரியாதே! தன்னை இந்தப் பூமிக்குக் கொண்டு வந்தவளே, பூமிக்குள்ளே புதைக்கப் போறான்னும் புரியாதே! சிரிச்சுட்டே இருந்திருக்கேன். அந்தச் சிரிப்பு அம்மாவுக்குத் தூக்கிவாரிப் போட்டிருக்கு. கடவுளைத் தீவிரமா நம்புறவங்க அம்மா. சாகிறதுக்கு தயாராகும்போதுகூட ப்ரே பண்ணியிருக்காங்க. 'கடவுள் கொடுத்த என் உயிரை போக்கிக்கவே எனக்கு உரிமை இல்லை. என் மூலமா பிறந்த உன்னைக் கொல்ல எனக்கு என்னடா செல்லம் உரிமை இருக்கு?'ன்னு ஒரு நிமிஷம் தோணுச்சாம். அந்த நிமிஷம் சங்கைத் தூக்கிப் போட்டுட்டு, என்னை அள்ளி மாரோட அணைச்சுக்கிட்டு அழுதிருக்கா அம்மா. அப்பவும் நான் சிரிச்சுட்டே இருந்தேனாம்.

அந்த ஒரு சிரிப்புலதான் நான், என் அம்மா ரெண்டு பேருமே இப்போ உயிரோட இருக்கோம். 'உன்னைக் கொல்லப் பார்த்தவடா நான். ஆனா, அப்பவே நீ என்னையும் காப்பாத்தினவன்டா!'னு அழறா அம்மா!

குழந்தையோட சிரிப்புல, வாழ்க்கையின் நம்பிக்கையைத் தரிசித்தவ அம்மா. சாகுறதுக்கு ஆளாளுக்கு ஆயிரம் காரணங்கள் இருக்கு; வாழறதுக்கு ஒரு காரணம், நம்ம கண் முன்னாலயே இருக்கேன்னு உணர்ந்தா அம்மா. வாழ்க்கையோட அர்த்தம் அவளுக்குப் பிடிபட்டிருக்கு.

அந்தச் சிரிப்பை அவ பார்க்காம விட்டிருந்தா, இன்னிக்கு பிரகாஷ் ராஜ் இல்லை!

இந்த உலகத்துக்கு வந்த சுவடே இல்லாம சின்னக் குழந்தையாவே செத்துப் போயிருப்பேன். நான் பிறந்ததுக்கான காரணமும், இறப்பதற்கான காரணமும் தெரியாமலேயே போயிருக்கும். என்னைப் பெத்தவளோட தீராத அழுகையை, என் சின்னச் சிரிப்பு ஜெயிச்சுது!

அம்மாதான் கொல்லப் பார்த்த பிள்ளையை இப்போ தலை கோதி விட்டுட்டுச் சிரிக்கிறாங்க. பெட்ல கிடக்குற அம்மாவுக்கு அந்தப் பிள்ளை, மருந்தை ஊத்திக் கொடுக்கிறான்.

ஒரு நர்ஸா, ஆயிரக்கணக்கான பிறப்பையும், இறப்பையும் நேரில் பார்த்தவளுக்கு, 'இது சாதாரண ஆபரேஷன்தாம்மா!'னு என்னைப் போல ஒருத்தன் சொன்னா, சிரிப்புதானே வரும்! அவ சிரிச்சா. ஆனா, அது கண்ணீரைக் கரைச்சு ஊத்திட்டு, சந்தோஷத்தை மட்டுமே நிறைச்ச சிரிப்பு!

ஜெயிச்சது நான்தான். ஆனா, வெற்றி அவளோடது!

த.செ. ஞானவேல்

மௌனம் கலைக்கிற பக்குவம்!

மௌனம்தான் பிரபஞ்ச பாஷை! பல இடங்களில் அது பவர்ஃபுல். பல நேரங்களில் அதுதான் அழகு. அதே மௌனம் சில தருணங்களில் சகிக்க முடியாத அசிங்கமாவும் ஆகும்! அதுவும் தவறுகளுக்குப் பிறகு, கோபத்துக்குப் பிறகு வர்ற மௌனம் இருக்கே, அதன் கனம் ரொம்ப ரொம்பப் பெருசு!

அதன் பாரத்தைத் தாங்கவே முடியாது. நிகழ்காலத்தின் எல்லா சந்தோஷங்களையும் அது சுத்தமா துடைச்சுத் தூரத் தூக்கி எறிஞ்சிடும். ஒரு பெரிய விபத்துக்குப் பிறகுதான் அந்த மௌனம் உடையும். அப்பவும் குற்ற உணர்ச்சிதான் மிஞ்சுமே தவிர, அதனால் வேறெந்தப் பயனும் இருக்காது. விபத்துக்கு முன்னாலேயே அந்த மௌனத்தை உடைக்கிற பக்குவம் வந்துட்டா, உறவுகளில் விரிசல் வராமப் பார்த்துக்கலாம்.

அல்ஜீரிய மொழியில் ஓர் அழகான கதை உண்டு. அது ஒயின் பாட்டில்களை அடுக்கிவைக்கும் அட்டைப்பெட்டி தயாரிக்கிற கம்பெனி. முதலாளி ரொம்ப ரசனையானவன். 'அழகழகான பெண்கள் தங்களோட ரோஜாப்பூ கைகளால் திராட்சைகளைப் பறிச்சு

கூடையில் போட்டு, அசைஞ்சு அசைஞ்சு இடுப்பில் வெச்சுக் கொண்டுவந்து தயாரிக்கிற ஒயின் இது. அவங்க இடுப்பு அசைய அசைய அந்தத் திராட்சைக்குச் சுவை கூடி, இனிப்பும் புளிப்பும் இன்னும் இன்னும் ஏறி, சாதாரண திராட்சை, சர்வதேசத்துக்குமான ராஜ திரவமா மாறுது. அப்படித் தயாரிச்சு வர்ற ஒயின், ரொம்ப விசேஷம். அப்படிப்பட்ட ஒயின் பாட்டில்களை நாம பத்திரமா அடுக்கிவைக்கணும். இல்லேன்னா, அந்த அழகான பெண்கள் நம்மைக் கோபிச்சுக்குவாங்க!'னு கற்பனையில் மிதக்கிற முதலாளி.

'எல்லோரும் சேர்ந்து உழைக்கிறோம். தொழிலில் லாபமோ நஷ்டமோ எல்லாருக்கும் பங்கு இருக்கு'ன்னு சொல்லி, தொழிலாளிகளையும் நல்ல நண்பர்களா நடத்துறவன். தனக்குக் கிடைக்கிற லாபத்தை எல்லோருக்கும் பகிர்ந்து கொடுத்துச் சந்தோஷப்படுற நல்ல மனுஷன்!

திடீர்னு தொழிலில் சரிவு. நஷ்டம் வருது. கஷ்டம் தருது. தொழிலாளர்களுக்குச் சம்பளத்தைக்கூட சொன்னபடி தர முடியாத சூழ்நிலை. முதலாளிக்கும் தொழிலாளிகளுக்கும் இடையில் முதன்முதலா ஒரு மௌனம் வருது. அதனாலேயே, சரிவில் இருந்து மீள முடியாத நிலைமை. மளிகைச் சாமான், வீட்டு வாடகைன்னு பல பிரச்னைகளில் இருக்கிற தொழிலாளிகளுக்கு, முதலாளி மேல் கோபம் முளைக்குது. அவராலும் இப்போதைக்கு எதுவும் பண்ண முடியாதுன்னு தெரிஞ்சதும், அந்தக் கோபத்தை எப்படி வெளிப்படுத்துறதுன்னு தெரியாம மௌனமாகிடுறாங்க.

'லாப நஷ்டங்களில் சரி பங்கு'ன்னு ஏற்கெனவே முதலாளி சொல்லியிருக்கார். எதுவுமே பேச முடியாத நிலைமை. ரெண்டு மாசம் இந்த மௌனத்தைச் சுமந்த தொழிலாளிகளால், வாழ்க்கைப்

பாரத்தைத் தாங்க முடியலை. திடீர்னு ஸ்டிரைக் அறிவிக்கிறாங்க. முதலாளிக்குக் கோபம் வந்து, அவரும் மௌனமாகிடுறார். 'என் நிலைமை தெரிஞ்சும், இப்படிப் பண்றீங்களா? ஓ.கே, நானும் வழக்கமான முதலாளி ஆகிறேன் பார்!'னு நடப்பதை மௌனமா வேடிக்கை பார்க்க ஆரம்பிக்கிறார். 'நன்றி இல்லாத பசங்க!'ன்னு தொழிலாளிகள் மேல அவருக்கு வருத்தம். அவங்களுக்குத் தான் என்னென்ன சலுகைகள் செய்து தந்திருக்கேன்னு ஒவ்வொண்ணா வெளியில் பேச ஆரம்பிக்கிறார். வலது கையால் கொடுத்தது, இடது கைக்குக் தெரியாமல் இருந்தவரைக்கும் இருந்த மரியாதை, அதையெல்லாம் அவர் வெளியில் சொல்ல ஆரம்பிச்சதும் காணாமப் போயிடுது. அது வேலை செய்றவங்களோட தன்மானத்தை உரசிப் பார்த்ததும், மௌனம் இன்னும் இறுக்கமாகுது. தொழிலாளிகள், அந்த நல்லவனைப் பற்றி அவங்க லெவலுக்குக் கேவலமா வேற வேற ஆளுங்ககிட்டே பேச ஆரம்பிக்கிறாங்க. இப்படியே ஒரு மௌனயுத்தம் போயிட்டிருக்கும்போது திடீர்னு ஒரு விபத்து; முதலாளி செத்துட்டார்!

அவரோட இறுதிச் சடங்கில் நிக்கிறாங்க அத்தனைத் தொழிலாளிகளும்! அவன் எவ்வளவு நல்லவனா இருந்தான், எத்தனைக் குடும்பங்களின் விளக்கும் அடுப்பும் அவனால் எரியுதுன்னு ஆளாளுக்குக் குமுறிக் குமுறி தங்களோட முதலாளியின் நல்ல குணங்களைப் பேச ஆரம்பிக்கிறாங்க. இதுக்கெல்லாம் ஒரே சாட்சியா மரணம் மட்டும் அங்கே உட்கார்ந்திருக்கு!

ஒரு விபத்துக்கு முன்னால் இந்த மௌனம் கலைக்கிற பக்குவம் இல்லாமப் போறதால் வாழ்க்கையில் ஏற்படுகிற நஷ்டங்களைப் பற்றி எனக்குப் புரியவெச்ச கதை இது.

சமீபத்தில் எனக்குள்ளும் ஒரு மௌனம் வந்தது. அதோட கனம் என்னையும் அழுத்தியது. தெலுங்குப் பட ஷூட்டிங். பெரிய ஹீரோ. பெரிய டைரக்டர். ரெண்டு பேருமே எனக்கும் நண்பர்கள்தான்.

முதல் நாள் மதியம், லஞ்ச் பிரேக்கில் எல்லாரும் சேர்ந்து சாப்பிட்டப்போ, ஒவ்வொருத்தரோட அன்பையும் சாப்பாடு மூலமா பரிமாறிக்கிட்டோம். எனக்குப் பிடிச்சதை அவங்க வீட்டில் இருந்து சமைச்சுக் கொடுத்து விட்டிருந்தாங்க. அவங்களுக்குப் பிடிச்ச மாதிரி ஒரு டிஷ் நான் எடுத்துட்டுப் போயிருந்தேன். யாரும் எதுவும் பிளான் பண்ணாம, யாருக்கும் சொல்லிக்காம, தற்செயலா பரிமாறப்பட்ட அன்பு. ஒரே நேரத்தில், ஒரே மாதிரி யோசிச்சதை நினைச்சு சந்தோஷப்பட்டோம். இந்தப் பகிர்தல் நடந்த மறு நாளே ஒரு சோதனை வந்தது.

ரெண்டு மணி நேரம் லேட்டா நான் ஷூட்டிங் போனேன். தப்புதான். ஆனா, நான் எவ்ளோ லேட்டா வந்தாலும், என் ஸீனை முடிச்சுக் கொடுக்காமப் போக மாட்டேன்னு அவங்களுக்குத் தெரியும். ஆனாலும், ஹீரோ ரெண்டு மணி நேரம் காத்திருக்க வேண்டியதாப் போச்சேன்னு அவருடைய மேனேஜர் கொதிச்சிருக்கான். டைரக்டரும் ஏதேதோ வார்த்தைகளை விட்டுட்டார். இதை என் அசிஸ்டெண்ட்ஸ் கேட்டு, டென்ஷனாகிட்டாங்க. ஷூட்டிங் ஸ்பாட்டில் நான் போய் இறங்கும்போதே, இதை என்கிட்டே சொல் லிட்டாங்க. திடீர்னு ஒரு மௌனம் ஷூட்டிங் ஸ்பாட் முழுக்கப் பரவ ஆரம்பிச்சுது.

'பிரேக்'னு சொல்லி அரை நாள் ஷூட்டிங்கை நிறுத்திட்டார் ஹீரோ. 'மூட் இல்லே'னு சீக்கிரமே பேக்கப் சொல்லிட்டார் டைரக்டர்.

பல லட்ச ரூபா கண்ணெதிரே நஷ்டமாகுதேன்னு தயாரிப்பாளரும் கவலையாகிட்டார். யாரும் யாருடனும் பிரச்னையைப் பேசிக்கவே இல்லை.

ஒரு நாள், மறுநாள்னு ஸ்பாட்ல பரஸ்பரம் ஒரு ஹலோ கூட இல்லை. ஏதோ கடமைக்கு வேலை பார்க்கிற உணர்வு எல்லாருக்கும் வந்தாச்சு. கிரியேட்டிவ்வான ஒரு வேலையை அது இன்னும் இன்னும் முடக்கிப் போடும். தயாரிப்பாளருக்குக் கோபம் ஜாஸ்தியாகிட்டே இருக்கு. ஆனாலும், அதை வெளிக் காட்ட முடியாம, யூனிட்ல இருக்கிற வேற யாரோ ஒருத்தரிடம் ஏதோ ஒரு விஷயத்துக்கு வெளிப்படுத்த, அது எல்லோர் கண்ணுக்கும் முன்னால வேறொரு விவகாரமா உரு மாறிட்டே இருக்கு. என்னோட ரெண்டு மணி நேரத் தாமதத்துக்கு விலையா, எத்தனை பேரோட சந்தோஷம் காணாமப்போகுதுன்னு பார்க்க விசித்திரமாவும் இருக்கு; வேதனையாவும் இருக்கு. காட்டுத்தீ போல, ஒருத்தர்கிட்டே இருந்து இன்னொருத்தர்கிட்டே பரவ ஆரம்பிக்கிற கோபத்துக்குக் காரணமான நாங்க மூணு பேரும் அப்பவும் மௌனமாவே இருக்கோம்.

அல்ஜீரியா கதையில் வர்ற மாதிரியே, எனக்காக அவங்க பெரிய மனசு பண்ணிச் செய்த கால்ஷீட் அட்ஜஸ்ட்மென்ட்டை சம்பந்தமே இல்லாதவங்க கிட்டே எல்லாம் சொல்ற விஷயங்கள் என் காதுக்கு வருது. என்னை அறியாமலேயே என் நாக்கு, நான் அவங்களுக்குப் பண்ணின நன்மைகளைப் பற்றி யார் யாரிடமோ பேச ஆரம்பிக்குது. இப்படியே ஒவ்வொருத்தர்கிட்டேயும் இருக்கிற நல்ல பழக்கங்களுக்கெல்லாம் வரிசையா சமாதி கட்டிட்டு, சந்தோஷமா நின்னு சிரிக்குது ஈகோ.

இப்படி இறுகிக்கிட்டே போகிற மௌனத்தின் பாரத்தை ஒவ்வொருத்தனும் அவனுக்கு கீழே இருக்கிறவங்க மேல எரிச்சலா இறக்கி வைக்கிறான். அதில் நானும் அடக்கம்.

மௌனத்தை யார் முதலில் உடைப்பது?

மன்னிப்பது என்கிற நல்ல பழக்கத்தை நெருக்கடியான நேரத்தில் மனுஷன் ஏன் மறந்துடறான்? கோபம் என்பதே அகங்காரம்தானே? அவங்க என்னைக் கூப்பிட்டுப் பேசியிருக்கலாம். புரிய வெச்சிருக்கலாம். நானாவது ஸாரி சொல்லியிருக்கலாம். வார்த்தைகளை அதிகமா விட்டுட்டு மௌனமா இருக்கிற தவறை, வாழ்க்கையில் நாம ஒவ்வொருத்தரும் எத்தனை முறை செய்றோம்? இந்த மௌனம் இன்னும் எவ்ளோ காலம் நீடிக்கும்? இப்படி நிறையக் கேள்விகளை மனசு யோசிக்க ஆரம்பிச்சுது. உடனே ஹீரோ, டைரக்டர்னு ரெண்டு நண்பர்களையும் கூப்பிட்டுப் பேசினேன். தெரிஞ்சே எவ்ளோ பெரிய விலை தந்துட்டிருக்கோம்னு சொன்னேன். நான் யோசிச்சதையே அவங்களும் யோசிச்சிருக்காங்க. யார் முதலில் சொல்றதுங்கிற 'ஈகோ'தான் பிரச்னையைத் தீர்க்கவே விடாம ராட்சசன் மாதிரி நின்னுட்டிருந்தது.

பத்து நாள் நடந்த மௌன நாடகத்துக்கு, வெறும் இருபதே நிமிஷத்தில் முற்றுப்புள்ளி வெச்சாச்சு. அப்புறம் கலகலன்னு பழைய வாழ்க்கை திரும்பி வந்துடுச்சு!

கணவனுக்கும் மனைவிக்கும் இடையில் நடக்கிற ஈகோ யுத்தத்தில் அந்த மௌனத்தை உடைக்க முன் வராமல் விவாகரத்து வரைக்கும் போறவங்க எவ்வளவோ பேர் இருக்காங்களே! இப்படி அம்மா பிள்ளை; மாமியார் மருமகள்; அண்ணன் தம்பி; காதலன் காதலி;

முதலாளி தொழிலாளி; பக்கத்து வீடு, குழந்தைகள், நண்பர்கள்; உறவுகள்னு நம்மைச் சுற்றி இருக்கிற உலகத்தில் எவ்வளவு மௌனத்தை நாம் சுமந்துட்டு இருக்கோம்!

பிரச்னையைப் பேசாமல், தீர்வையே தேடாமல்... கோபத்தையும், அது பெத்தெடுத்த குழந்தையான மௌனத்தையும் தோளில் சுமந்துட்டு வாழ்க்கையைத் தொலைக்கலாமா?

'மன்னிப்பு கேட்கிறவன் மனுஷன். மன்னிக்கிறவன் பெரிய மனுஷன்'னு 'விருமாண்டி'யில் ஒரு வசனம் வருமே... அது சத்தியம்!

இரண்டு பெண்கள்... ஒரு சம்பவம் !

ரெட் லைட் ஏரியா...

மும்பையில் பெண்கள் பாலியல் தொழில் செய்ற காமாட்டிபுரத்தில் நானும் என் நண்பனும் நிக்கிறோம். இந்தியாவில் இருக்கிற எல்லா ஸ்டேட் பெண்களும் வாடகைக்குக் கிடைக்கிற இடம். இப்போ போலவே, அது எப்பவோ ஒரு மழைக் காலம். சும்மா சிலுசிலுன்னு இருக்குது ஊரு. சாயங்காலம் ஆறு ஆறரை மணி இருக்கும்.

விதவிதமான வயசு, நிறம், மொழி, அலங்காரங்களோடு பெண்கள். கண்ணால 'கமான்... கமான்...' சொல்றாங்க. செல்லமாச் சிரிக்கிறாங்க, கை தட்டிக் கூப்பிடுறாங்க. எல்லா வயசிலேயும் பெண்கள் கிடைப்பாங்கன்னு சொல்றான் ஒரு புரோக்கர். வயசு குறையக் குறைய துட்டு ஜாஸ்தி ஆவும்னு என் நண்பனிடம் பிஸினஸ் பேசுறான். யாரோ ஒருத்தி வயித்துப் பிழைப்புக்காக, பணம் வாங்கிட்டு, முன்னே பின்னே தெரியாதவனோட படுக்குறா. அதுலயும் பங்கு கேட்க, யாரோ ஒருத்தன் இருக்கானேன்னு யோசிக்கவே மிரட்சியா இருக்கு!

என் நண்பனைச் சுத்தி பத்துப் பதினஞ்சு பெண்கள் நிக்கிறாங்க. அதுல யாரையாவது ஒருத்தரை அவன் செலக்ட் செய்யலாம். அவனுக்கு பதினஞ்சு பேருமே பிடிக்கலை. வேற ஒரு பொண்ணோட பேரைச் சொல்லி அவ வேணும்னு கேட்கிறான். பேர் சொல்லிக் கேட்கிற அளவு இவன் இங்கே ரெகுலர் கஸ்டமரான்னு எனக்கே ஷாக்! நாங்க நாடக ரிகர்சலில் இருந்தபோதே, யாருக்கும் தெரியாம வந்துட்டுப் போயிருக்கான். அவன் பேர் சொல்லிக் கேட்ட பொண்ணைக் கூட்டிட்டு வர்றான் புரோக்கர். இந்தியில் அசிங்க அசிங்கமா திட்டிக்கிட்டே வர்றா அந்தப் பொண்ணு. இருபது வயசு இருக்கும். ‘இதுவரைக்கும் இருபது பேருக்கு மேல படுத்துட்டேன். இதுக்கு மேல என்னால முடியாது. வேறு யாரையாவது அனுப்பு!’ன்னு கத்துறா. என் நண்பன்கிட்டே ‘நூறு ரூபா எக்ஸ்ட்ரா குடுத்தா, அவ ஓ.கே. சொல்லிடுவா!’ன்னு காதைக் கடிக்கிறான் புரோக்கர்.

காமம் மிதக்கிற கண்களோட, தலையாட்டுறான் நண்பன். அந்தப் பதினஞ்சு பொண்ணுகளைக் காட்டி, என்னையும் ஒருத்தியைத் தேர்ந்தெடுக்கச் சொல்றான். ‘இல்லடா, என்னமோ பிடிக்கலைடா. நான் பக்கத்துத் தியேட்டர்ல படம் பார்க்கப் போறேன். நீ அங்கே வந்துடு!’ன்னு சொல்லிட்டுக் கிளம்பிட்டேன்.

படம் முடிஞ்சு திரும்பி வந்தா, வெளியில் நிக்கிறான் நண்பன். ‘பசிக்குதுடா, மொதல்ல சாப்பிட்டு, அப்புறம் டிரெயினுக்குப் போலாம்டா!’ன்னு கூப்பிட்டா, அவன் முழிக்கிறான்.

‘ஸாரி பிரகாஷ், நீ குடுத்த ஐயாயிரம் ரூபாயை பாக்கெட்ல வெச்சிருந்தேன். அவ திருடிட்டாடா. திருப்பிப் போய் கேட்டா குண்டாஸை வெச்சு அடிக்க வர்றானுங்க. என்ன பண்றதுன்னு தெரியலைடா!’ன்னு தலை குனிஞ்சு நிக்கிறான். என் நண்பன் அந்த

ஐயாயிரம் ரூபாய்க்கு அன்னிக்கு மட்டும்தான் தலை குனிஞ்சான். ஆனா, நான் இதோ இந்த நிமிஷம் வரைக்கும் என் அம்மா முன்னால் அந்தக் காசுக்காகத் தலை குனிஞ்சு நிக்கிறேன். ஏன்னா, அவசரம்னு அம்மாவிடம் நான் வாங்கிட்டு வந்து தந்த ஐயாயிரம் ரூபாயைத்தான் என் நண்பன் அவன் டேஸ்ட்டுக்கு விருப்பமான ஒரு பொண்ணுகிட்டே தொலைச்சுட்டு வந்து நிக்கிறான். அவ அவனை ஏமாத்திட்டா. இவன் என்னை ஏமாத்திட்டான். நான் என் அம்மாவை ஏமாத்தினேன். ஒரே விஷயத்துக்குப் பின்னால், எவ்ளோ ஏமாற்றங்கள் இருக்கு!

இருபத்தஞ்சு வயசு வரைக்கும் என்னைப் பார்த்த யாரும், 'நான் உருப்படுவேன்'னு நிச்சயம் நம்பியிருக்க மாட்டாங்க. என் அம்மாவுக்கே அந்த நம்பிக்கை இருந்துச்சான்னு தெரியலை. எங்களுக்காக, பல ஊர்களில் நர்ஸ் வேலை பார்த்திருக்கா என் அம்மா.

எப்பவாவது என் அம்மாவை அவ வேலை செய்ற இடத்துக்குத் தேடிப் போய்ப்பார்ப்பேன். 'நான் சம்பாதிச்சதும்மா'னு அவங்களுக்கு ஒரு பைசா நான் தந்தது இல்லை. ஏன்னா, அப்போ என் வாழ்க்கை அப்படி. நான் என் அம்மாவைப் பார்க்க போகிற ஒவ்வொரு தடவையும் அவதான் எனக்குக் காசு தருவா. இன்னும் பச்சையா, கொஞ்சம் கொச்சையா சொல்லணும்னா, எனக்கு காசு தேவைப்படும்போதெல்லாம் நான் அவளிடம் போய் நிப்பேன். பிள்ளைகளுக்குத் தர்றதுக்காகவே, அம்மாக்கள் காசு எங்கேயாவது ஒளிச்சு வெப்பாங்களோ? அப்போ மும்பையில் வேலை பார்த்துட்டு இருந்தாங்க அம்மா. ஜெட் ஏர்வேஸ் முதலாளி கோயலின் வீடு. கோடீஸ்வரர் வீட்டுப் பசங்களோட ரெண்டு பிள்ளைகளை வளர்க்கிற

பொறுப்பு அம்மாவோடது. மும்பையில் விக்டோரியா ரோட்ல செம பங்களா. அந்த ரோட்ல நானும் என் நண்பனும் நடந்து போனதுக்கே, சந்தேகப்பட்டு நிறுத்தி விசாரிச்சான் செக்யூரிட்டி. அப்படி இந்தியாவே திரும்பிப் பார்க்கிற பெரிய மனிதர்கள் வாழ்ற ஏரியா.

அந்த வீட்டு வாசல்ல நின்னு அம்மா பேர் சொன்னேன். விசாரிச்சுட்டு என்னை மட்டும் உள்ளே அனுமதிச்சாங்க. ஹாலில் யார் யாரோ பெரிய மனிதர்களோட பேசிட்டு இருக்கார் கோயல். ஜாவேத் அக்தர், ஷபனா ஆஸ்மி மாதிரி ஒருத்தர் ரெண்டு பேர் அடையாளம் தெரியுது.

நான் ஓரமா நடந்து போனேன். ஒரு அற்புதமான பார் கண்ணில் படுது. இப்படி யெல்லாம் வீட்டுக்குள்ளேயே வெச்சு விதவிதமாக் குடிக்க முடியுமான்னு பிரமிப்பா இருக்கு. அங்கே இருந்த டிரிங்க்ஸோட பேர் என்னன்னுகூடத் தெரியலை. அந்த பாட்டில்களைப் பார்வையால பார்க்கும்போதே, பாதி போதை ஏறுது. அந்த வீட்டின் சமையல் ரூமுக்குப் போறதுக்கே நாலஞ்சு வீட்டைக் கடந்து போற தூரம் நடக்க வேண்டியிருக்கு. கண்களாலேயே பாசத்தைக் காட்டி வரவேற்கிறா அம்மா. ‘ஏண்டா இளைச்சிருக்கே? சரியா சாப்பிடறதில்லையா?’ன்னு கேட்கிறா. கொஞ்ச நாள் கழிச்சு தன் பிள்ளையைப் பார்க்கிற எல்லா அம்மாக்களும் கேட்கிற கேள்வி. அதுக்கு நான் பதில் சொல்லாம, ‘எனக்கு அவசரமா பணம் வேணும்மா!’ங்கிறேன். ‘எவ்ளோடா?’ன்னு அம்மா கேட்கிறாங்க. எனக்கு அப்போ ஐயாயிரம் ரூபா வேணும். அதுவே என் அம்மாவுக்கு ரெண்டு மாசச் சம்பளம். ஆனா, அந்த வீட்டைப் பார்த்ததும் பத்தாயிரம் ரூபாய் கேட்கலாம்னு மனசுக்குள்ளே ஒரு அரிப்பு. ஆனா, எனக்கே அது அசிங்கமா இருந்ததால ஐயாயிரம் போதும்னு சொல்லிட்டேன்.

முதலாளிகிட்டே போய் சம்பள அட்வான்ஸ் கேட்டிருக்கா அம்மா. ‘அவ்ளோ பணம் எதுக்கு?’ன்னு கேட்டிருக்கார் முதலாளி. அம்மா சொன்னதும், ‘வளர்ந்த பையனுக்கு எதுக்கும்மா நீ இன்னும் காசு தர்றே?’ன்னு திட்டியிருக்கார். ‘நடிகனாக முயற்சி பண்றான். திறமையான பையன். பெரிய ஆளா வந்துருவான்’னு சொல்லியிருக்கா என் அம்மா. ‘உன் பையனை இன்னிக்கு சாயந்திரம் என்னை ஆபீஸ்ல வந்து பார்த்துட்டு, பணம் வாங்கிக்கச் சொல்லும்மா. புத்திமதி சொல்லிட்டு பணம் தர்றேன்’னு சொல்லியிருக்கார் கோயல்.

அவர் ஆபீஸுக்கு நானும் நண்பனும் போயிருந்தோம். என்னைப் பார்க்க, கோயல் அப்பாயின்மென்ட் தந்திருக்கார்னு சொன்னா, அந்த ஆபீஸ்ல யாருமே நம்பலை. அழுக்கான டிரெஸ் போட்டிருந்தேன். நான் பேசின இங்கிலீஷ்னால கொஞ்சம் நம்பிக்கை வந்து என் ஹிஸ்டரியே விசாரிச்சுத் தெரிஞ்ச பிறகு, ரிசப்ஷன்ல உட்கார வெச்சாங்க.

கொஞ்ச நேரத்துல உள்ளே கூப்பிட்டாங்க. கோயலும் அவர் பக்கத்தில் குண்டா அவருடைய மனைவியும் இருந்தாங்க. இவர் குள்ளமா சம்பந்தமே இல்லாத உருவத்தில் இருக்கார். என்னோட உயரம்கூட இல்லை. எப்படி இவ்ளோ பணம் இவரால் சம்பாதிக்க முடிஞ்சுதுன்னு ஐயாயிரம் ரூபா வாங்கப் போன நான் யோசிக்க ஆரம்பிச்சுட்டேன்.

‘நீ வாங்கிட்டுப் போறது உன் அம்மாவோட ரெண்டு மாசச் சம்பளம் தம்பி!’ன்னு நாலு நல்ல வார்த்தைகள் சொல்லி அனுப்பினார்.

எனக்குப் பணத்தைப் பத்திரமா வெச்சுக்கிறது கஷ்டம். நாடகம் நடிச்சதுக்கு சன்மானமா தந்த காசைத் தொலைச்சதால்தான்,

அம்மாவிடம் போய் நின்னு, அதனால் கோயலிடம் கை நிறைய காசையும் காது நிறைய அட்வைஸையும் கேட்டுட்டு வர்றேன். 'இதை வெச்சிருடா'ன்னு நண்பனிடம் தந்தேன். என் அம்மாங்கிற ஒரு பெண் தந்த பணத்தை என் நண்பன் இன்னொரு பெண்ணிடம் ஏமாந்துட்டு வந்தான். யோசிச்சுப் பார்த்தா, என் வாழ்க்கையில் மறக்க முடியாத இந்தச் சம்பவத்தில் இரண்டு பெண்கள் வர்றாங்க. ஒண்ணு, ஏமாந்த என் அம்மா. அப்புறம் ஏமாத்தின அந்தப் பொண்ணு.

என் அப்பன் என்கிற ஆண் ஏமாத்தினதால், தன் பிள்ளைகளை வேற வேற ஊர்ல ஹாஸ்டல்ல விட்டுட்டு, யாரோ ஒரு பணக்காரனோட ரெண்டு பிள்ளைகளுக்குவளர்ப்புத் தாயா வேலை பார்த்தா அம்மா. 'புருஷன் மாதிரியே மகனும் வளர்ந்து வர்றானே'ங்கிற வேதனையை வெளிக்காட்டிக்காம, அவளோட அந்தக் கஷ்டத்திலும் எனக்குப் பணம் தந்தா. அதை நான் என் நண்பன்கிட்டே தந்தேன். 'ஒரு நாளைக்குஎத்தனை பேர்கிட்டே படுக்கச் சொல்வேடா?'ன்னு வேதனையை ஒருத்தி வாய்விட்டுச் சொன்ன பிறகும் நூறு ரூபாய்க்கு அதிகமா பேரம் பேசினான் புரோக்கர் என்கிற ஆண். அவளோட வேதனையைத் தாண்டி, தன்னோட வெறிதான் முக்கியம்னு அவ பின்னால் போனான் என் நண்பன் என்கிற ஆண். திருடின அந்த அழகுப் பெண்ணைப் பார்த்துப் பேசி ஒரு கேள்வி கேட்கிற சந்தர்ப்பம் எனக்குக் கிடைக்கலை. 'ஏன் பொண்ணு... நீ இப்படி உடலை வித்தும் பத்தாம, திருடியா மாறினதுக்குப் பின்னால எத்தனை திருட்டு ஆண்கள் இருக்காங்கம்மா?'

அப்பன், அண்ணன், புருஷன்..... இப்படி அவகிட்டேயும் ஒரு பட்டியல் இருக்கும்தானே!

வாழும் போதே பண்ணிடனும்!

தெரிஞ்சோ தெரியாமலோ வில்லன் நடிகன் ஆகிட்டேன். கொலை, கொள்ளை, கற்பழிப்புன்னு உலகத்தில் இருக்கிற எல்லாத் தப்புகளையும் சினிமாவில் செய்தாகணும். இது போதாதுன்னு ஹீரோக்களை முதல் இரண்டு அடி, வாயில் ரத்தம் வர்ற மாதிரி அடிக்கணும். உதட்டுக்குக் கீழே வர்ற ரத்தத்தைப் பார்த்துட்டு ஹீரோ மூணாவது அடி அடிக்கும்போது நான் சுருண்டு விழணும். இப்படியே பெரும்பாலான சினிமா வாழ்க்கை போயிட்டிருக்கு.

சமீபத்துல ஒரு கிளைமாக்ஸ் சண்டைக் காட்சியை எடுத்தாங்க. கொஞ்சம் கவனக் குறைவா இருந்ததால, கையில் சின்னதா காயம். எல்லாரும் பதறிட்டாங்க. ஒரு சீனியர் சினிமாக்காரர் சின்ஸியரா ஒரு அட்வைஸ் தந்தார். ''தம்பி ஒரு நடிகனுக்கு உடம்புதான் மூலதனம். அதைக் கவனமா பார்த்துக்கங்க''னு சொன்னார். ரொம்பச் சரி! நடிகனுக்கு மட்டுமில்லை, மனுஷனாப் பொறந்த ஒவ்வொருத்தருக்குமே உடம்பு முக்கியமான மூலதனம். மெஷினோட ஒவ்வொரு பகுதியையும் சரியாப் பராமரிக்கிற மாதிரி உடம்பையும் பராமரிக்க வேண்டியிருக்கு. மனசு சொல்றதை உடம்பு கேட்கிற வரைக்கும் தான் வாழ்க்கை ரசனையா இருக்கும்.

அதனாலதான் 'விசையுறு பந்தினைப் போல் உள்ளம் வேண்டியபடி செல்லும் உடல் கேட்டேன்'னு பாரதி தன்னுடைய இஷ்ட தெய்வத்துக்கிட்ட வேண்டினான். எந்த வேகத்தில் சுவர்ல ஒரு பந்தை எறியுறோமோ, அதே வேகத்துல பந்து திரும்ப கைக்கு வரணும். அப்பதான் அது டேமேஜ் இல்லாம இருக்குன்னு அர்த்தம். உடம்பு ஒரு வேகத்துலேயும், மனசு வேறொரு வேகத்துலேயும் பயணம் செய்ய ஆரம்பிச்சுட்டா வாழ்க்கை நரகமாகிடும். அடுத்தவங்க நம்மளைத் தொந்தரவா பார்க்கிறது மாதிரியான கொடுமை வேறெதுவும் இருக்க முடியாது.

மரணம் நிகழ்ந்த வீடுகள்ல கிடத்தி வைத்திருக்கிற மனித உடல்களுக்குக் கடைசியாக கிடைக்கிற மரியாதையை நினைக்கிறப்ப மனசு லேசா மிதக்க ஆரம்பிச்சுடும். ஒருத்தன் எப்படிப்பட்ட வாழ்க்கை வாழ்ந்திருக்கான்னு அவனோட சவ ஊர்வலத்தை வெச்சு சொல்லிடலாம்னு சொல்லுவாங்க. எவ்ளோ பேர் வர்றாங்கன்றது முக்கியம் இல்லை. அதில் எத்தகைய மனிதர்கள் கலந்துக்கிறாங்க என்பதுதான் என்னுடைய அளவுகோல்.

ஒவ்வொரு மதத்துக்கும், சாதிக்கும் ஏத்த மாதிரி மனிதனோட உடல் அடக்கம் நடைபெறும். நெருப்புல எரிக்கிறதா, நிலத்துல புதைக்கிறதாங்கிறதுல தொடங்கி பிரச்னை ஆரம்பிக்கும். ஒரு வருஷமா உடம்பு சரியில்லைன்னு வீட்டோட ஒரு மூலையில் முடங்கிக் கிடந்த மனுஷன் செத்த பிறகு அவனோட உடலை அதே வீட்டு நடுவில் கிடத்தி மரியாதை பண்ணுவாங்க. தன்னோட அன்பைத் தெரிவிக்க ஒவ்வொரு நெருக்கமான உறவும் அழுகையை ஆயுதமாக்கி இருப்பாங்க. அவரவரோட மன உறுதிக்கு ஏற்ப கண்ணீர் விதவிதமா வெளிப்படும். திடீர்னு உடைஞ்ச அணை மாதிரி

கன்னங்கள்ல கோடு கிழிக்கிற கண்ணீர், சத்தமில்லாம விசும்பல்களிலேயே வெளிப்படுகிற கண்ணீர், என்னமோ ஏதோனு செத்தவனே பதறி எழுந்து வர்ற மாதிரி அலறலோடு கதறிட்டு வர்ற கண்ணீர்னு பல ஆங்கிள்ல துயரங்கள் வெளியில் வரும்.

வீட்டுல இருந்து பொணத்தைச் சுடுகாட்டுக்கு எடுத்துட்டுப் போகும்போது கேட்கிற அழுகைச்சத்தம் கல் இதயத்தையும் கரைச்சுடும். ரயில்ல, கோயில்ல, மார்க்கெட்ல குண்டு வெச்சுட்டு டெரரிஸ்ட்டுங்க ஓடுறாங்க இல்லே... குண்டு வெடிச்ச பிறகு ஒரு முறை அந்த இடத்தை அவன் போய்ப் பார்த்தான்னா, அப்புறம் அவன் தீபாவளிப் பட்டாசு கூட வெடிக்கமாட்டான்.

செத்தவனை அடக்கம் பண்ண பிறகு அவனை ஒரு போட்டோவாக்கி ஃப்ரேம் பண்ணி மாட்டுவாங்க. அப்புறம் தினம் தினம் சாமியா நினைச்சு கும்பிடுவாங்க. அவனோட சமாதிக்குப் போய் அவனுக்குப் பிடிச்ச சாப்பாடுலேர்ந்து சாராயம் வரைக்கும் வெச்சு படைச்சு, அவனுடைய ஞாபகங்கள்ல அழுதுட்டு வருவாங்க. இனிமே இந்தக் கலாசாரம் இருக்குமான்னு தெரியலை. செத்தவனை மெஷின்ல வெச்சா அஞ்சு நிமிஷத்துல சாம்பல்! அதுல கொஞ்சம் எடுத்துட்டுப் போய்க் கடல்ல கரைச்சுட்டு சூரியனைப் பார்த்து மூணு சுத்து சுத்திக் கும்பிடு போட்டுட்டு வர வேண்டியதுதான்.

நம்ம நாட்டுல மனுஷங்களை உயிரோடு இருக்கும்போது கொண்டாடறதைவிட செத்த பிறகு செலிபிரேட் பண்றதுதான் வழக்கமா இருக்கு.

'வீடு வரை உறவு, வீதி வரை மனைவி, காடு வரை பிள்ளை, கடைசி வரை யாரோ'ங்கிற கண்ணதாசன் பாட்டுல இருக்குற உண்மைக்குச்

சாட்சியா ஒரு உதாரணத்தைச் சமீபத்துல சந்திச்சேன். கன்னட சினிமாவுல லோகேஷ்னு ஒரு அற்புதமான நடிகர் இருந்தார். நாடகங்கள்ல நடிச்சிட்டிருந்தவர், அப்படியே சினிமாவுக்குப் போய் பெரிய நடிகரா ஆகிட்டார்.

எனக்கெல்லாம் ஒரு காலத்துல ரோல் மாடல். ரொம்ப முற்போக்கா பேசுவார். அவரோட பேசறதுக்கே நான் ஆசைப்பட்டுருக்கேன். அவர் காலத்திலேயே நானும் நடிகனானது மட்டும் இல்லாம, அவர் படங்களிலேயே நடிக்கிற வாய்ப்பும் கிடைச்சுது. அவர்கூட நெருக்கமா பழகினப்ப ரொம்ப வித்தியாசமா தெரிஞ்சார். நல்லா சமைப்பார். நல்லா சாப்பிடுவார். மட்டன் கோலா உருண்டைன்னா ரொம்பப் பிடிக்கும். ஷூட்டிங் ஸ்பாட்ல சாப்பிடறது மட்டுமில்லாம, பார்சல் வாங்கிட்டுப் போய் ஃப்ரிஜ்ல வெச்சு சாப்பிடுவார். அடுத்தவங்க தன்னைப் பத்தி என்ன நினைக்கிறாங்க என்கிற கவலையே இல்லாத மனுஷன். காஸ்ட்யூம் டிஸைனரோடு எப்பவும் சண்டை. படத்துல நடிக்கக் கொடுத்த டிரஸ்ஸைத் திருப்பிக் கொடுக்காமக் கொண்டு போய்டுவார். ஆனா, நடிப்புன்னு வந்துட்டா பிரமாதப்படுத்திடுவார். அதனால, ஒரு மாபெரும் கலைஞனை என்ன சொல்றதுன்னு புரியாம, அவரோட சின்னச் சின்னக் குறைகளை மத்தவங்க ஏத்துக்குவாங்க.

ரெண்டு வருஷத்துக்கு முன்னால அவர் திடீர்னு இறந்துட்டார். அவர் உடலை கலாக்ஷேத்ராவுல பொதுமக்கள் அஞ்சலிக்காக வெச்சாங்க. திரளான ரசிகர்கள் கூட்டம். நானும் போயிருந்தேன். உடலை எரிக்கிறதா பொதைக்கிறதாங்கிற சண்டையே வரலை. தெளிவா மனுஷன்... ‘என்னோட உடலை எரிக்கவும் கூடாது; பொதைக் கவும் கூடாது. மருத்துவ ஆராய்ச்சிக்குக்

கொடுத்துடணும்'னு சாகிறதுக்கு முன்னால உயில் எழுதி வெச்சிருக்கார். அதன்படி, கர்நாடகாவுல இருக்கிற ஒரு மருத்துவக் கல்லூரிக்கு அவருடைய உடலை மாணவர்களின் ஆராய்ச்சிக்காகத் தந்துட்டாங்க. பத்திரிகையில் அவரைப் பற்றின அஞ்சலிகள், சில நினைவுக் கூட்டங்கள்னு கொஞ்ச நாள்ல எல்லாமே மறந்துபோச்சு!

என் நண்பன் ஒருத்தன் கன்னட பத்திரிகையில் வேலை பார்க்கிறான். அவன் அந்த மெடிக்கல் காலேஜுக்கு ஏதோ ஆர்ட்டிகிள் சம்பந்தமா போயிருக்கான். அங்கே மனித அனாடமி பத்திச் சொல்லிக் கொடுக்கிற லேப்ல அவருடைய உடலைப் பத்திரமா பாதுகாத்து வெச்சிருக்காங்க. ''ஆனா, உருகி உருகி வந்த ரசிகர் கூட்டம் தொடங்கி, கூடவே வாழ்ந்த மனைவி, பிள்ளைகள் வரை இன்னொரு முறை போய் அந்த உடலை யாருமே பார்க்கலை''னு சொன்னான் நண்பன்.

லோகேஷுடைய மனைவியும் ஒரு நடிகை. அவங்களைப் பார்க்கிறதுக்கு ஒரு முறை போயிருக்கான். அந்த வீட்ல லோகேஷோட படம் பெரிசா மாட்டியிருக்கு. அந்தம்மாவுக்குத் தன் கணவரோட உடலை பத்திரமா பாதுகாக்கிற விஷயம் தெரியுமான்னு கேட்டிருக்கான் நண்பன். ''தெரியும். ஆனா, எப்படிப் போய்ப் பார்க்கிறது தம்பி?''னு ரொம்ப வருத்தமா கேட்டிருக்காங்க. ஒரு கண்ணாடிப் பெட்டியில் மனித உடலைப் பத்திரமா பாதுகாக்கிற ஃபார்முலாவை நாம கண்டுபிடிச்சுட்டோம். படத்தை வெச்சுக் கும்பிடறதுக்குப் பதிலா நிஜமான உடலை வெச்சே கும்பிட முடியும். ஆனா, யார் செய்ய முன் வருவாங்க? அம்மா, அப்பா, நாட்டுக்கு விடுதலை வாங்கித் தந்த தலைவர் யாரா இருந்தாலும் செத்துட்டா 'டெட்பாடி'தான்! 'உடல் மண்ணுக்கு, உயிர் நடிகனுக்கு'னு வசனம்

பேசுற ரசிகர் மன்றத் தலைவர்கிட்ட, அந்த நடிகன் இறந்தபிறகு, 'உன் வீட்ல இவரைக் கண்ணாடி பெட்டிக்குள்ள பத்திரமா வெச்சுக்குங்க. ஆகிற செலவைப் பத்திக் கவலைப்பட வேண்டாம்'னு சொன்னா வெச்சுக்குவாரா? செத்தவங்க பயன்படுத்தின சீப்புல இருந்து கீசெயின் வரைக்கும் 'அவரோட ஞாபகமா வெச்சிருக்கேன்'னு டயலாக் பேசுற யாரும், 'அவர் உடம்பையே ஞாபகார்த்தமா தர்றோம். வாங்கிக்குங்க'னு தந்தா வாங்கிப்பாங்களா?

வாழும்போதே நாலு நல்ல விஷயம் பண்ணிடணும்னு பெரிய மனுஷனுங்க சொல்றதுல எவ்ளோ உண்மை இருக்கு பார்த்தீங்களா?

லோகேஷ்ங்கிற நடிகன் உயிரோடு இருந்தபோது எனக்குச் சொல்லித் தந்ததைவிட, செத்த பிறகு நிறைய சொல்லித் தந்திருக்காரேன்னு ஆச்சர்யமா இருக்கு!

காமுகன்... கடவுள்... மனுஷன்!

காதல் பற்றி எல்லோரும் பேசுறோம், கொண்டாடுறோம், பகிர்ந்துக்கிறோம்.

ஆனா, காமம்?

ஒவ்வொரு மனிதனும் காமத்தோடு போடுற சண்டை இருக்கே, அது ரொம்ப ரகசியமானது. யாருக்கும் தெரியாம, ஒவ்வொருத்தரும் அதை ஒளிச்சு வெச்சுக்கிறோம்.

எல்லா உயிரினங்களுக்கும் காமம் இருக்கு. ஆனா, மனிதனைத் தவிர எந்த உயிரினமும் காமத்தைக் கண்டு ஒளிவதும் இல்லை, ஒளிச்சு வெச்சுக்கிறதும் இல்லை. 'செக்ஸ்' என்கிற வார்த்தையை நம் கலாசாரத்தில் ஏனோ கெட்டவார்த்தை போல ஆக்கிட்டாங்க. சிரிப்புதான் வருது. ஏன்னா, நாம எல்லோரும் அந்தக் கெட்டவார்த்தையினால் பொறந்தவங்கதான்.

தெலுங்கு இலக்கியத்தில் ஒரு முக்கியமான படைப்பாளி, சலம். தன்னோட வாழ்க்கையை ஒரு திறந்த புத்தகமா எப்பவும் வெச்சிருந்த கலைஞன். 'மைதானம்'னு ஒரு நாவல் எழுதினார்.

ஒரு கணவன் மனைவி. அழகான வீடு. அவனைப் பார்க்க நண்பன் ஒருத்தன் வருவான். புருஷன்கிட்டே ஏதோ சொல்றதுக்காக ஹாலுக்கு வந்த மனைவி, அவங்க ரெண்டு பேரும் பேசிட்டிருக்கிறதைப் பார்த்ததும், சட்டுனு திரும்பி கிச்சனுக்குப் போயிடுவா. உள்ளே போனவளுக்குத் திடீர்னு ஏதோ தோண, தன்னோட இடுப்பைத் தடவிப் பார்ப்பா. புருஷனோட நண்பனா வீட்டுக்கு வந்திருக்கானே ஒருத்தன், அவனோட கண்களில் வெளிப்பட்ட காமம், இவளோட இடுப்பில் வந்து ஒட்டிக்கிட்ட மாதிரி இருந்துச்சாம். தன்னோட இடுப்பை அவன் பார்த்ததை, இவ பார்க்காமலேயே கண்டுபிடிச்சுட்டா.

அடிக்கடி அந்த நண்பன் வீட்டுக்கு வந்துட்டுப் போவான். அவன் ஒவ்வொரு முறை வரும்போதும், தன்னை ஒவ்வொரு இடமாப் பார்க்கிறதா அவளுக்குத் தோணுது.

ஒரு முறை அவன் வந்துட்டுப் போயிருப்பான். அன்னிக்குக் கணவனும் மனைவியும் சந்தோஷமா இருப்பாங்க. களைச்சு எழும்போது மனைவி தன்னோட புடவையைச் சரி பண்ணுவா. 'ஆனா, அவன் பார்த்துட்டுப் போனதுக்கப்புறம் இவ தன்னோட உடம்பையே சரிபண்ணுவா!'னு எழுதுவான் சலம். அப்படி ஒரு காமப் பார்வையாம் அந்த நண்பனுக்கு.

திடீர்னு ஒரு நாள் அந்த நண்பன், 'நாம ரெண்டு பேரும் ஓடிப்போயிடலாமா?'ன்னு இவகிட்டே கேட்பான். மறுநாள் வீட்ல இருந்து மனைவி காணாமப் போயிடுவா.

'காமம் அவனோட பார்வையில் இருந்துச்சா? அவளோட தாகத்தில் இருந்துச்சா? புருஷனோட இயலாமையில் இருந்துச்சா?'

இப்படி எந்தக் கேள்விக்கும் பதில் தராமல், மூணு பேரைச் சிக்கலில் விட்டுட்டு காமம் ஜெயிச்சு, அந்த ரெண்டு பேரை கோதாவரி நதிக்கரையில் கொண்டு போய் விட்டுடும்.

ஓடிப்போன ரெண்டு பேரும் காமத்தில் சரணடைஞ்சு நதிக்கரையோரம் ஒரு குடிசை போட்டு வாழ ஆரம்பிப்பாங்க. அவனுக்கு அவளோட தினம் தாம்பத்யம் வெச்சாகணும். எந்தக் காரணத்துக்காகவும் விட்டுக் கொடுக்க மாட்டான். இவ ஒரு குழந்தைக்கு அம்மாவாகப் போறாள்னு தெரிஞ்சதும் பயங்கரமா சண்டை போடுவான். இவனை எப்படிக் கட்டுப்படுத்தறதுன்னு தெரியாம நதிக்கரையைத் தாண்டிப் போய் ஒரு தாசியைக் கூட்டிட்டு வருவா அவ. 'இவன் தாகத்தைத் தீர்க்க முடியாத நிலைமையில் நான் இருக்கேன். அதுவரைக்கும் நீ இவன்கூட இரு!'ன்னு அந்தத் தாசியை, அவனை ஏத்துக்கிட்டவளே கொண்டுவந்து சேர்க்கிறதா கதை போகும்.

சலம் இதை எழுதினதும் பயங்கர எதிர்ப்பு வந்ததாம். நளாயினி தன் புருஷனைத் தலையில் சுமந்துட்டு தாசி வீட்டுக்குப் போனதை, 'பத்தினி'ன்னு கொண்டாடுறவங்களுக்கு இந்தக் கதையை எதிர்க்கிற தகுதி இல்லைன்னு சொன்னாராம் சலம்.

காமம், அனுபவிக்க வேண்டிய விஷயம். காமம், சுவாசம் மாதிரி, வேர்வை மாதிரி... சீரான இடைவெளியில் வெளியேற்ற வேண்டிய விஷயம். அதை அடைகிற விஷயமா மாத்திட்டதால், காமத்தை வெச்சு நிறைய குற்றங்கள் நடக்குது. அது ஏதோ இருட்டுக்கு மட்டுமே சம்பந்தப்பட்ட விஷயமா நினைச்சு ஒளிச்சுவெக்க ஆரம்பிச்சுட்டோம். அசிங்கமா இருக்கிறதைப் பத்தி யாருக்குமே

இங்கே பிரச்னை இல்லை. அந்த அசிங்கம் வெளியில் தெரியாம இருக்கணும். அவ்ளோதான்.

அப்போ நான் ஒரு கன்னடப் படத்தில் அசிஸ்டென்ட் டைரக்டர். நடிக்கிறதுக்கு ஒரு புதுப் பொண்ணைக் கூட்டிட்டு வந்தாங்க.

இருபது வயசுகூட இருக்காது. அழகா இருந்தா. எதுவும் புரியாம இருந்தா. அவ என்ன டயலாக் பேசணும், எந்த பொஸிஷன்ல வந்து நிக்கணும்னு எல்லாமும் நான்தான் சொல்லித் தர்றேன். திருதிருன்னு முழிச்சுட்டு நிப்பா. இப்படி இன்னொசன்ஸோட ஒருத்தியான்னு மனசு தவிக்கும்.

அப்படிப்பட்ட ஒரு பொண்ணு கொஞ்சம் கொஞ்சமா தன்னோட நளினத்தை இழக்க ஆரம்பிச்சா. பத்துப் பதினஞ்சு நாளுக்குள்ளே மொத்த யூனிட்டையும் எப்படி கட்டி மேய்க்கிறதுங்கிற வித்தையைத் தெரிஞ்சுக்கிட்டா. அவ பேச்சு, பார்வைன்னு படிப்படியா அந்த இன்னொசன்ஸ் அவளிடம் இருந்து காணாமப்போச்சு.

ஒரு நாள் நைட் டிஸ்கஷனில், டைரக்டர், கேமராமேன், தயாரிப்பாளர், புரொடக்ஷன் மேனேஜர்னு எல்லோரோடும் நானும் இருந்தேன். திடீர் திடீர்னு ஒவ்வொருத்தரா காணாமப் போயிட்டு அரை மணி நேரம் கழிச்சு வந்து சேர்ந்துக்கிட்டாங்க. எங்கே போறாங்கன்னு அப்போ எனக்குப் புரியலை. ராத்திரி ஒரு மணிக்கு மேலே ஒரு தம் அடிக்கலாம்னு வெளியே வந்தா, எதிர் ரூம்ல இருக்கா அந்தப் பொண்ணு.

எல்லாரும் அவங்கவங்க ரூமுக்குத் தூங்கப் போயிட்டாங்க. அந்தப் பொண்ணை அழைச்சுட்டு வந்த பொண்ணு, இப்போ தயாரிப்பாளரோட ரூமுக்குள் போயாகணும். வேலை முடிஞ்ச இந்தப்

பொண்ணை என்ன பண்றதுன்னு யோசிச்சவ, 'பிரகாஷ், இவளை உன் ரூம்ல வெச்சுக்கோ. அரை மணி நேரத்தில் வந்துடுறேன்'னு சொல்லிட்டுப் போயிட்டா.

என் ரூம்ல நானும் அந்தப் பொண்ணும் மட்டும் இருக்கோம். 'அக்கா அரை மணி நேரத்தில் வந்துடுவாங்க'ன்னு அவ நேரா விஷயத்துக்கு வர்றா. அவ கண்களில் எந்தத் தயக்கமும் இல்லை. பத்து நாளைக்கு முன்னால அப்பாவியா இருந்த பொண்ணா இவ?

'ஹீட்டர்'ல சுடுதண்ணி போட்டுக் குளிச்சுட்டு வந்து நிம்மதியா தூங்குடி செல்லம்னு நான் சொன்னதும், ஆச்சர்யமா என்னைப் பார்த்தா. என்னை யோக்கியன்னு நினைச்சுட்டாளோ என்னவோ?

அடுத்த தம்மைப் பத்த வெச்சுட்டு வராந்தாவில் உலாத்திட்டு இருக்கப்போதான் தோணுச்சு... அனுபவிக்க வேண்டிய விஷயத்தை, இவனுங்க ஏதோ வாடகை சைக்கிள் எடுக்கிற மாதிரி அரை மணி நேரச் சமாச்சாரமா ஆக்கிட்டானுங்கன்னு. ஒருத்தனுக்குத் தெரியாம ஒருத்தன் வெவ்வேற பொய்களைச் சொல்லிட்டு, ஒருத்திகிட்டேயே போயிட்டு வந்திருக்கானுங்க. கேமராமேன் 'ஒரு தம் அடிச் சுட்டு வந்துடறேன்'னு போனான். டைரக்டர் 'போன் பண்ணிட்டு வர்றேன்'னு போனார். சிகரெட், டாய்லெட் மாதிரி காமத்தை அணுகினா அது சாக்கடையாத்தானே இருக்கும்.

ஆஸ்திரேலியா போயிருந்தேன். அங்க 'ஸ்டெம்ப் பார்'னு இருக்கு. என் முன்னால் ஒரு பொண்ணு உடம்பில் ஒட்டுத் துணியில்லாமல் வந்து ஆடுறா. ஒரேயொரு கண்டிஷன், எந்தக் காரணத்துக்காகவும், எவ்ளோ பெரிய மனுஷனா இருந்தாலும் அவளைத் தொடக்கூடாது. ஆனா, ஒவ்வொரு டேபிளிலும் ஓட்டல்

மெனு கார்டு மாதிரி 'இரவுப் பெண்கள்' படங்களும், போன் நம்பர்களும் இருக்கு. டோர் டெலிவரி மாதிரி 'அரை மணி நேரத்தில் உங்கள் அறையின் கதவைத் தட்டுவார்கள்'னு ஸ்டைலா எழுதி விளம்பரம் பண்றாங்க.

காமம் அங்கே வாழ்க்கைப் பிரச்னையா இல்லைங்கிற ஆறுதலைவிட, அவங்களுக்கு காமத்தை அனுபவிக்கத் தெரியலையேங்கிற வருத்தம்தான் வருது. இல்லைன்னா காமத்தை மெனு கார்டாக்கி டேபிளில் மாட்டி வெச்சிருப்பானுங்களா?

பாரை விட்டு வெளியில் வரும் போது, 'காமத்தை ஜெயிக்கவே முடியாதா?'ன்னு மூளை ஒரு கேள்வி கேக்குது. 'காமத்தை ஏன் ஜெயிக்கணும்?'னு மனசு ஒரு எதிர்க் கேள்வி கேட்குது.

காமத்தை ருசிக்கணும்னு நினைக்கிறவன் காமுகன் ஆகிடறான். காமத்தைக் கடந்து போறவன் கடவுளாகிடறான். காமத்தை அனுபவமாப் பார்க்கிறவன் மனுஷனாகிறான்.

நான் காமத்தைப் பார்த்து ஒளியறதும் இல்லை, அதை ஒளிச்சு வெச்சுக்கிறதும் இல்லை. ஏன்னா, காமுகனா இருக்கிறது தப்பு. கடவுளாக விருப்பம் இல்லை. மனுஷனா இருக்கிறது சந்தோஷமா இருக்கு எனக்கு.

உங்களுக்கு?

காசோட அருமையும்...
இல்லாத வேதனையும்...

கொஞ்சம் பணக் கஷ்டத்துல இருந்தேன். 'பொய்', 'மொழி'னு ரெண்டு படங்களை ரிலீஸ் பண்ண கொஞ்சம் பணம் தேவை. கொஞ்சம்னா சினிமா பாஷையில் குறைஞ்சது கோடி ரூபா. வட்டிக்குப் பணம் வாங்க வேண்டிய நிலை. மனுஷங்களோட விதவிதமான முகங்களைக் கஷ்டத்துல இருக்கும்போதுதான் தரிசிக்க முடியும். கடன் வாங்குற முயற்சியில் இருந்த நேரத்துல, ஒரு நண்பன் என்கிட்ட ஒரு லட்ச ரூபா கடன் கேட்டான். அவன் தங்கைக்குக் கல்யாணம். என் மேனேஜர்கிட்ட சொல்லி, பணம் தரச் சொன்னேன். 'பணத்தோட அருமை உனக்கு எப்பதான் தெரியப் போகுது? இப்படி எல்லாருக்கும் கொடுத்துக் கொடுத்துதான் இப்ப கடன் வாங்குற நிலைமையில் நீ இருக்கே! இனிமேலும் திருந்தாம இருந்தா அதுக்குப் பேர் திமிர்'னு ஆளாளுக்கு அட்வைஸ் மழை பொழிய ஆரம்பிச்சுட்டாங்க. எல்லாருமே என் மேல் அன்பும் அக்கறையும் உள்ளவங்க! அவங்க சொன்னது நிஜமாக்கூட இருக்கலாம். எனக்குன்னு சொந்தமா இப்பவும் ஒரு பர்ஸ் கிடையாதுன்னு சொன்னா நம்புவீங்களா? சிகரெட் வேணும்னாலும் என் டிரைவர்தான் எனக்கு வாங்கித் தருவார்.

போன வாரம் என் பொண்ணோட பர்த்டே! ஒரு நாள் நான் நைட் ஷூட்டிங் பண்ணா, அஞ்சு லட்ச ரூபாய் வரைக்கும் சம்பளம். ஆனா, என் மகளோட க்ளாஸ்மேட் எல்லாரையும் வீட்டுக்கு வரவழைச்சு, ராத்திரி பூரா அவங்களுக்கு விளையாட்டுப் போட்டிகள் நடத்திப் பரிசு கொடுத்தேன். அவங்களோடு கேரம் போர்டு விளையாடித் தோத்தேன். ‘பைத்தியமா பிரகாஷ்?’னு கேட்டான் ஒரு நண்பன். அவன் வாழ்க்கையோட மதிப்பைப் பணத்துல தேடுறான். நான் விநாடிகளில் தேடுறேன். அவ்வளவுதான் வித்தியாசம்!

என் அப்பனோட மரணம், என் தங்கச்சியோட கல்யாணம்... என் வாழ்க்கையில் ரொம்ப முக்கியமான ஒரு துக்கம்; ஒரு சந்தோஷம். ரெண்டுக்குமே என்கிட்ட பைசா பணம் இல்லை. சினிமாவுல சின்னச் சின்ன ரோல்கள் பண்ணிட்டிருந்த நேரம். அப்பன் சாவைத் தூக்கிப்போட ஒருத்தன்கிட்ட காசு இல்லேன்னா பரவாயில்லை. சாவுக்குப் போறதுக்கே காசு இல்லேன்னா என்ன பண்றது?

வாழ்நாள் முழுக்கத் தப்புப் பண்ணிட்டு கடைசி அஞ்சு நிமிஷம் நல்லவனா இருந்து செத்துப் போனவன் என் அப்பன். எப்ப வீட்டுக்கு வருவான், எப்ப காணாமப் போவான்னு யாருக்கும் தெரியாது. ராத்திரி பத்து மணிக்கு மேல, ஏதோ ஒரு சாராயக்கடை வாசல்ல சரிஞ்சு கிடக்கிறதா அம்மாவுக்குத் தகவல் வரும். தம்பியும், தங்கச்சியும் சின்னப் பசங்க. அசிங்கத்தைப் புரிஞ்சுக்குற வயசு அவங்களுக்கு இல்லைன்னு என்னைத்தான் துணைக்குக் கூப்பிடுவா அம்மா. ராத்திரி ஆட்டோவுல என் அப்பனை ஏத்தி வீட்டுக்குக் கூட்டிட்டு வருவோம். அழகா இருக்கிற என் அம்மா மேல ஆட்டோக்காரனோட தப்பான பார்வை படிஞ்சது இப்போ எனக்குப் புரியுது. ஆனா, எதுவுமே தெரியாம மயங்கிக் கிடந்து, மறுநாள்

ஒண்ணுமே தெரியாத மாதிரி உட்கார்ந்திருப்பான் அப்பன். 'உனக்கு தினம் ஒரு குவாட்டர், ஒரு கட்டு பீடி வாங்கித் தர்றேன்... நீ எங்கேயும் வேலைக்குப் போக வேண்டாம். எனக்குப் புருஷனாக்கூட இருக்க வேண்டாம். என் புள்ளைங்களுக்கு அப்பனா வீட்லேயே இரு'னு கெஞ்சுவா அம்மா.

அவன் பிரமாதமான நடிகன். அன்பாப் பேசியே யோக்கியன்னு நம்ப வெச்சுடுவான். திடீர்னு ஒரு நாள் காணாம போயிடுவான். ரெண்டு நாள் கழிச்சு, 'உன் புருஷன் 2,000 கடன் வாங்கிட்டு ஓடிட்டான்'னு எவனாவது வீட்டு வாசல்ல வந்து நிப்பான். திட்டிக்கிட்டே அவனுக்குக் காசு கொடுத்து அனுப்பிட்டு, ஆத்திரத்துல என் அப்பனோட பனியனைக் கிழிப்பா அம்மா. மூணு மாசம் கழிச்சு திடுதிப்னு வந்து நிப்பான் அப்பன். அப்ப, புது பனியனோட அவனை வரவேற்பா அம்மா. அவளோட காதலை அவன் வாழ்க்கையில ஒரு முறைகூட புரிஞ்சுக்கவே இல்லைங்கிறதாலதான் எனக்கு அவன் மேல மரியாதை இல்லாம போச்சு.

அவன் செத்த பிறகும் அவன் மேல அவளுக்குக் காதல் குறையவே இல்லை. 'ஒரு 10,000 ரூபா வேணும்டா பிரகாஷ். அப்பாவோட சமாதி உடைஞ்சிருக்கு. சரி பண்ணணும்'னு போனவாரம் சொந்தக் கிராமத்துக்குப் போய் அவன் சமாதி பக்கத்துல உட்கார்ந்து போன் பண்றா.

கடைசிக்காலத்துல, அம்மாவைக் கூப்பிட்டுப் 'பாவ மன்னிப்பு' கேட்டானாம். 'நீ ரொம்ப நல்லவ. நான் உன்னை ரொம்பக் கஷ்டப்படுத்திட்டேன். என்னை மன்னிச்சுடு'னு உருக்கமா சொல்லி அழுதானாம். அம்மா சொன்னா. எனக்குத் தெரிஞ்சே அவன் இந்த மாதிரி நூறு முறை மன்னிப்புக் கேட்டுத் 'திருந்தி'யிருக் கான். என்ன...

இந்த முறை அவன் மறுபடி தப்பு செய்கிற வாய்ப்பை மரணம் அவனுக்குத் தரலை.

அப்படிப்பட்ட அப்பன் சாவுக்குப் போகக் காசு இல்லாம தலையில கைவெச்சுட்டு உட்கார்ந்திருந்தேன். கன்னட நடிகர் ரவிச்சந்திரன் 5,000 ரூபா தந்து உதவினார். அந்த விநாடியில் அப்படி ஒருத்தர் காசு கொடுக்கலைன்னா என் அப்பனோட சாவு இன்னிக்கும் என் குடும்பதோட அவமானமா இருந்திருக்கும்.

என் தங்கைக்குக் கல்யாணம். என் நண்பனே காதலிச்சான். என் குடும்ப நிலவரம் தெரியும். சர்ச்ல ரொம்பச் சாதாரண முறையில் கல்யாணம். எல்லாம் என் அம்மாவோட காசு. என் வீட்ல அப்ப நான்தான் வளர்ந்த ஆம்பிளை. கையில் ஒரு பைசா இல்லை. இருந்தாலும் வீம்புக்கு நான் தாலி எடுத்துத் தர்றேன்னு வீட்ல சொல்லிட்டேன். சாயந்திரம் அஞ்சு மணிக்குக் கல்யாணம். பகல் ஒரு மணி வரைக்கும் நான் கடன் கேட்ட எல்லா இடத்திலேயும் கைவிரிச்சுட்டாங்க. இன்னிக்கு என்னை நம்பி நாலு கோடி ரூபாய் கடன் தர ஆள் ரெடி! என் தங்கச்சி கல்யாணத்துக்குத் தாலி வாங்க 4,000 ரூபாய் தர அன்னிக்கு ஆள் இல்லை. என்.டி.வி.எஸ்.50யை வந்த விலைக்கு வித்து, நகைக்கடைக்குப் போய் ஒரு ரெடிமேட் தாலி வாங்கிட்டுக் கிளம்புறப்போ மணி மூணு. கல்யாணம் நடக்கிற சர்ச்சுக்குப்போக ஆட்டோவுக்குக் காசு இல்லை. தாலி இன்னும் வந்து சேரலையேன்னு அங்கே எல்லாரும் பதற்றமாகி இருப்பாங்களேன்னு பதறி, மூச்சு வாங்க ஓடி, நாலரை மணிக்குத் தாலியைக் கொண்டுபோய்ச் சேர்த்தேன். இருநூறு பேர் சாப்பிட்ட என் தங்கச்சியோட கல்யாணச் சாப்பாட்டுல ஒரு பருக்கைக்கான காசுகூட என்னோடது இல்லை.

யார் யாரோ புது டிரெஸ் போட்டுட்டு வந்து போட்டோவுக்கு போஸ் கொடுக்க, நான் ஒரு பழைய ஜிப்பாவைப் போட்டுட்டு என் தங்கச்சியை ஆசிர்வதிக்கிறேன். ரொம்ப வருத்தப்பட்ட நாள் அது. அப்பனோட சாவுக்குக் கடன் கொடுக்கவாவது ஒருத்தர் இருந்தார். தங்கச்சி கல்யாணத்துக்குக் கடன் தரக்கூட எவனும் இல்லை. ஒரு துக்கத்துக்கு பணம் கிடைச்ச சந்தோஷம்; ஒரு சந்தோஷத்துக்குப் பணம் கிடைக்கலைங்கிற துக்கம். வாழ்க்கை ரொம்ப விசித்திரமா இல்லே?! அந்த விநாடிகளை என்னால மறக்க முடியாது! அதனாலதான் என்னைச் சுத்தி இருக்கிறவங்களுக்குக் கஷ்டம், சந்தோஷம் இந்த ரெண்டுல எது நடந்தாலும், நான் என்ன கஷ்டத்துல இருந்தாலும் என்னால முடிஞ்ச உதவியைச் செய்வேன்.

எனக்குக் காசோட அருமை தெரியாம இருக்கலாம். ஆனா, அது இல்லாம இருக்கிற விநாடியோட வேதனை புரியும்.

வார்த்தைகளில் வாழ்க்கையைத் தொலைத்தவர்கள்!

'யாகாவாராயினும் நா காக்க!'

வள்ளுவர் சொன்னது வாழ்க்கைக்கு மருந்து! சில வார்த்தைகள் வெல்லும்; சில வார்த்தைகள் கொல்லும். சில வார்த்தைகள் விருந்து; சில வார்த்தைகள் விபத்து!

'ஃபாதர்'னு ஒரு ஸ்வீடிஷ் நாடகம். அகஸ்டின் பர்க் என்கிற ஆசிரியரின் படைப்பு.

பல வருஷம் பாசமா, பிரியமா வாழ்ந்த ஒரு புருஷன். அவனுக்குன்னே அவதரிச்ச மாதிரி அழகுப் பெண்டாட்டி. அவங்களுக்கு அஞ்சு பசங்க. பிள்ளைகளுக்காக உயிரையே விடக்கூடிய மனுஷன். 'எல்லாருக்கும் ரெண்டு கண்ணுதான். எனக்கு கூடுதலா ஐந்து கண்கள்'னு தன் பிள்ளைகளை ரொம்ப நேசிக்கிறவன்.

அவனுக்கும் அவனுடைய மனைவிக்கும் திடீர்னு ஒரு நாள் பெரிய சண்டை. அவளுடைய நடத்தை மேல் அவனுக்குச் சந்தேகம் வந்துடுது. ஒரு நல்லவனுக்குள் இருக்கிற கெட்டவன் எப்பவுமே ரொம்ப ஆபத்தானவன். தான் நல்லவன் என்கிற நினைப்பிலேயே நிறையத் தப்பு பண்ணுவான். அதுவே நிரந்தரமா அவனைக்

கெட்டவனாக்கூட மாத்திடும். நல்லவனா இருந்த புருஷனோட சந்தேகத்தைப் பொறுத்துக்க முடியாத மனைவி, அவனுக்குப் பாடம் கத்துக் கொடுக்க முடிவெடுக்கிறா. 'ஆமா, நான் தப்பானவதான். உன் அஞ்சு குழந்தையில் ஒரு குழந்தை உனக்குப் பிறந்தது இல்லை. போய்யா!'னு சொல்லிட்டுப் போயிடுவா. அங்கே திறக்கும், அவனுக்கு நரகம்!

பெண்டாட்டி சொன்ன ஏழெட்டு வார்த்தைகளில் அவன் வாழ்க்கையே நாசமாகிடும். தூக்கம் தொலையும். கம்பீரம் காணாமப் போகும். நிம்மதி நாசமாகும். எந்தக் குழந்தை தனக்குப் பிறக்காத குழந்தைன்னு அவனையறியாமல் அவனுடைய கண்கள் சந்தேகத்தோடு தேட ஆரம்பிக்கும்.

தன்னை மாதிரி இல்லாத குழந்தை எதுன்னு தேட ஆரம்பிச்சா, எல்லாக் குழந்தையும் அந்த லிஸ்ட்டில் வருது. இன்னொரு சமயம், அஞ்சு குழந்தைகளுமே அவனை ஞாபகப்படுத்துற மாதிரி இருக்குது. குழந்தைகளின் விளையாட்டில்கூட தப்பு கண்டுபிடிக்க ஆரம்பிச்சுடுவான்.

மன உளைச்சலில் மரணத்தின் வாசலுக்கே போயிடுவான். அதுவரைக்கும் வாழ்ந்த வாழ்க்கை மேல் கோபம் கோபமா வரும். கடைசியில் உண்மையைக் கேட்டு, மனைவிகிட்டேயே சரணடைவான். 'சும்மா அப்படிச் சொன்னேன்'னு ரொம்ப கூலா சொல்வா பெண்டாட்டி. கடைசியில் அந்த உண்மையைக்கூட அவனால் அப்படியே நம்ப முடியாது.

முதல் முறை மனைவி சொன்ன பொய்யை, பைபிள்ல வர்ற வசனம் மாதிரி நம்பினவன், பின்னாடி அவளே சொன்ன உண்மையை நம்ப முடியாமல் தவிப்பான் கலங்கடிச்ச கதை!

என்னோட ஒரு காதலி. ரசனையானவள். காதல், காமம் ரெண்டிலேயும் அவகிட்டே சரணடைவதைத் தவிர, வேற வழியில்லை. ஆனா, சண்டைன்னு வந்தா, ராட்சஸி! குழந்தை சண்டை போடுற மாதிரி அர்த்தமில்லாம காயம் ஏற்படுத்துற சண்டைகள். வயசானவங்க மேல வேகமாத் தாவி வந்து மோதுற குழந்தைகளுக்கு, தன்னோட பாரத்தைத் தாங்குற சக்தி அவங்களுக்கு இருக்கா, இல்லையான்னு யோசிக்கத் தெரியாது. அன்பா இருந்தாலும், கோபமா இருந்தாலும் அப்படி மோதுற ஒரு காதலி.

திடீர்னு ஒரு ராத்திரி, 'உன்னை இப்பவே பார்க்கணும்'னு கூப்பிடுறா. நான் ஷூட்டிங்ல இருக்கேன்னு சொன்னா, நம்ப மறுக்கிறா. 'இல்லே, பொய் சொல்றே. நீ யாரோ ஒருத்தியோட படுத்துட்டிருக்கே. உனக்கு நான் முக்கியமில்லை!'ன்னு கத்துறா. கேட்கவே முடியாத கெட்ட வார்த்தைகளால திட்டுறா. அவளே சமாதானம் ஆகிடுவாள்னு அப்போதைக்கு விட்டுட்டேன். ஆனா, அது ஜாஸ்தியாச்சு. ரெண்டு நாள் கழிச்சு, மறுபடி போன். 'நீ வேறொருத்தியோட இருந்ததால்தானே என்னைக் கண்டுக்கலை. இப்ப நான் இன்னொருத்தனோட இருக்கேன், தெரிஞ்சுக்கோ!'ன்னு சொல்லி, சட்டுனு போனை வெச்சுட்டா. எனக்கு மனசு பாரமாகிடுச்சு.

'புரிஞ்சுக்க மாட்டேங்கறாளே'ன்னு கோபம் 'நிஜமாவே வேறொருத்தனோட இருக்காளோ?'ன்னு எரிச்சல்... ரெண்டுமா இருக்கு. என் இரவுகளும் பெண்களும் கண்ணுக்கு முன்னால் நிக்கிறதால், அவளை எதுவும் கேட்க முடியாது. 'என்னைக் கேட்கிற தகுதி உனக்கு என்ன இருக்கு?'ன்னு அவள் கேட்டா, பதில் சொல்ல முடியாது. அவ இன்னொருத்தனோட படுக்கிறாள் என்கிற பொறாமையைவிட, அதை என்னைப் பழிவாங்குறதுக்காகச்

செய்யறாளேனு ஆத்திரம் வருது. அவ பேசின சில வார்த்தைகள் என்னோட நிம்மதியான இரவு பகல்களை நரகமாக்கியது. ஒரு வாரம் கழிச்சு வந்தவ, என் அமைதியைப் பார்த்து பயந்து, 'ச்சீ, சும்மா சொன்னேன்டா! அதை நீ எப்படி நம்பலாம்?'னு மறுபடியும் சண்டைக்கு வர்றா.

ஆனா, அதுவரைக்கும் அவளுடைய காதலும், காமமும் தந்த ஆயிரமாயிரம் சந்தோஷங்களை அவளோட ஒரு சில வார்த்தைகள் முழுங்கிட்டு ஆகாயத்துக்கும் பூமிக்குமா விஸ்வரூபம் எடுத்து நிக்குது. அவ சொல்ற எந்த சமாதானமும் என் மண்டைக்குள் ஏறலை. 'இப்போ வரைக்கும் அப்படி இல்லை. இனிமே அப்படி ஏதாச்சும் நடந்தா, நம்மால் இவளைத் தாங்க முடி யுமா?'ன்னு என்னென்னவோ மனசு தறிகெட்டு யோசிக்குது. அவளை அப்போதைக்கு மன்னிச்சுட்டேன். ஆனா, சுலபத்தில் அதை மறக்க முடியலை. அவகிட்டே இருந்த காதலையும் காமத்தையும் முன்னே மாதிரி ரசிக்க முடியலை. இதயத்தின் ஒரு ஓரத்தில் அந்த வார்த்தைகள் இருக்குதே!

கொஞ்ச நாளைக்கு முன்பு, அதே மாதிரி ஒரு வலியில் மீண்டும் மாட்டினேன். இந்த முறை அந்த வார்த்தையைச் சொன்னவனும் நான் இல்லை. கேட்டவனும் நான் இல்லை. சொன்னது என் அம்மா; கேட்டவ என் மனைவி.

நான் நேசிக்கிற இரண்டு பெண்களுக்கு இடையில் நான் எந்தப் பக்கம்னு தெளிவுபடுத்த வேண்டிய கட்டாயம். மாமியாருக்கும் மருமகளுக்கும் வார்த்தைப் போர். தன் எதிர்பார்ப்புக்கு ஏற்ற மாதிரி ஒரு பெண்ணை நான் கல்யாணம் பண்ணலைங்கிற வருத்தம், நான் பிள்ளை பெத்த பிறகும் அம்மாவுக்கு இன்னும் இருக்கு. விஷயம் என்னன்னா, எல்லா மாமியார்களுக்குமே தன்னோட மருமகளுக்குக்

குழந்தைகளைச் சரியா வளர்க்கத் தெரியலைங்கிற அறியாமை மாறவே இல்லை. எல்லா மருமகள்களும் 'நமக்குத் தெரியாததா?'ங்கிற அகங்காரத்திலேயே இருக்காங்க. அறியாமைக்கும் அகங்காரத்துக்கும் நடக்கிற சண்டையில் எந்தப் பக்கம் நிற்பது?

என் சின்னப் பொண்ணு மேகனா, ஐஸ்கிரீம் கேட்டா. எடுத்துத் தந்திருக்கா என் மனைவி. 'குழந்தைக்கு ஜுரம் வந்துடும், தராதே'ன்னு சொல்லியிருக்கா என் அம்மா. 'என் குழந்தைக்கு ஒண்ணும் ஆகாது'ன்னு என் மனைவி சொல்ல, 'உன் பிடிவாதத்தாலதான் ஏற்கெனவே ஒருத்தனை வாரிக் கொடுத்திட்டியே'ன்னு இறந்த என் மகனை ஞாபகப்படுத்திட்டா என் அம்மா. 'என் மகனை நானே கொன்னுட்டேன்னு சொல்றாங்களே'ன்னு மனைவியோட கதறல். எங்கேயோ மனசுக்குள்ள, 'இவ நம்மளை எப்பவுமே மதிக்க மாட்டேங்கறாளே' என்கிற ஆத்திரத்துல வந்த சில வார்த்தைகளா அம்மாவோட குமுறல். இப்போ, இந்த இரண்டு தப்புல, எது பெரிய தப்புன்னு சொல்ற இடத்தில் நான். மௌனம் தான் என் பதிலா இருக்கு.

வார்த்தையில் வாழ்க்கையைத் தொலைத்த மனிதர்களின் எண்ணிக்கை இருக்கே... அது வானத்து நட்சத்திரங்கள் மாதிரி எண்ணி முடிக்க முடியாதோ!

கடவுள் நம்பிக்கையில் கள்ள ஓட்டு!

"அம்மா பிள்ளையார் சாமி கும்பிடறாங்க. பாட்டி ஜீசஸ் கும்பிடறாங்க. நீங்க சாமியே கும்பிடறது இல்லை. நான் என்ன பண்ணட்டும் அப்பா?"

"உனக்கு எந்த சாமி பிடிச்சிருக்கோ அந்த சாமியைக் கும்பிடு. என்னை மாதிரி சாமியே கும்பிடாம இருக்கிறது பிடிச்சிருந்தா அப்படியே செய். யாராவது செய்யறதைப் பார்த்து, அதை அப்படியே காப்பி அடிக்காம நீயே யோசிச்சு முடிவு பண்ணு மகளே!"

எனக்கும் என் 12 வயசுப் பொண்ணுக்கும் நடந்த உரையாடல் இது. சின்னப் பசங்க திடீர்னு பதில் சொல்ல முடியாத கேள்வியைக் கேட்டுடுவாங்க. அப்படியொரு கேள்வியைக் கேட்டாள் என் மகள்.

"அப்பா நான் இந்துவா... கிறிஸ்டியனா?"

"இந்த வயசுல உனக்குப் புரியாது"னு அவளுக்கு பதில் சொல்ல எனக்கு விருப்பம் இல்லை. குழந்தைகளுடைய கேள்வி குழப்பத்து லேர்ந்து வர்ற விஷயம். 'உனக்குப் புரியாது'ங்கிற பதில் அவங்களுடைய குழப்பத்தைத் தீர்த்துடாது. இன்னும் அதிகமா குழப்பிடும்.

என் வீட்டுக்குத் தினம் ஒரு ஐயர் வந்து பிள்ளையாருக்குப் பூஜை பண்ணிட்டுப் போவார். துளசி இலை, கற்பூரம், சந்தனம், குங்குமம்னு

த.செ. ஞானவேல்

இந்து மதத்தின் அடையாளங்களை என் பெண்டாட்டிகிட்ட பார்க்கிறாங்க குழந்தைங்க. என் அம்மா ரூமுக்குள்ள நுழைஞ்சா, ஒரு சர்ச்சுக்குள்ள போற மாதிரியே இருக்கும். மக்களுக்காக சிலுவையில் அறையப்பட்டு ரத்தம் வடிய தலையைச் சாய்ச்சுக்கிட்டு இயேசு இருப்பார். கருணை பொழியும் முகத்தோடு ஒரு குழந்தையை வெச்சுட்டு மேரி இருப்பாங்க. அவங்களுக்கு முன்னால காலையில் ஒரு மெழுகுவர்த்தி, மாலையில் ஒரு மெழுகுவர்த்தி எரிஞ்சுக்கிட்டே இருக்கும். என் பொண்ணு பரீட்சைக்குப் போறதுக்கு முன்னால, பாட்டி கூப்பிட்டு சின்ஸியரா ஜெபம் பண்ணுவாங்க. என் பெண்டாட்டி சாமி தட்டுலேர்ந்து விபூதி எடுத்து நெத்தியில் வெச்சு விடுவா. காலையில், ஹால்ல சுப்ரபாரதம் பாடும். என் அம்மா ரூமுக்குப் போனா, ஏதோ ஒரு வெள்ளைக்காரர் சுந்தரத் தமிழ்ல இயேசுவோட மகிமைகளை டி.வியில் சொல்லிட்டு இருப்பார்.

அம்மாவும் பாட்டியும் இரண்டு ஆங்கிள்ல இருந்தா, அப்பன் நான் வேறொரு ஆங்கிள்ல இருக்கேன். 'படிக்காம கடவுளை மட்டும் கும்பிட்டுட்டு எக்ஸாம் போனா பெரிய தப்பு. சின்ஸியரா படிச்சுட்டு கடவுளைக் கும்பிடாமக்கூட போகலாம். கடவுள் புரிஞ்சுக்குவார். கோபப்பட மாட்டார்'னு சொல்றவன் நான். குழந்தைகளுக்குக் குழப்பம் வருமா... வராதா? என் குடும்பத்தோட மொத்தக் கதையையும் கூப்பிட்டு வெச்சு என் பொண்ணுக்குச் சொன்னேன்.

"உன் அம்மா இந்து குடும்பத்துல பொறந்ததால அவங்க கற்பூரம் ஏத்துறாங்க. உன் பாட்டி கிறிஸ்டியனா பொறந்ததால கேண்டில் ஏத்துறாங்க. 'கற்பூரம், கேண்டில் ஏத்துறதைவிட, வேலையை சின்ஸியரா பார்த்தாலே போதும்... இருக்கிற கொஞ்ச வாழ்க்கையைத் தன்னம்பிக்கையோட சந்தோஷமா வாழ்ந்துடலாம்'னு உன் அப்பா சாமியே கும்பிடறதில்லை. நீ வளர்ந்து, உன் அனுபவத்துக்கு எது சரியா இருக்கோ, அதையே செய்''னு சொன்னேன்.

சொல்லாததும் உண்மை

என் மகளை ஸ்கூல்ல சேர்க்கும்போது 'என்ன மதம்?'னு கேட்டாங்க. 'நான் எந்த மதமும் இல்லை. என் பொண்ணுக்கு மதம் கிடையாது'னு சொன்னேன். 'மதம் இல்லைன்னு ஒரு மதம் கிடையாது. ஏதாவது ஒரு மதத்தோட பேரைப் போடணும். அப்பதான் ஸ்கூல்ல சேர்க்க முடியும்'னு சொன்னாங்க. 'எல்லாருக்கும் கல்வி'ங்கிறது அரசியல் சாசனம் தர்ற உறுதி மொழி. மத நம்பிக்கை இல்லைங்கிறதுக்காக ஸ்கூல்ல சேர்க்க மாட்டேன்னு சொன்னா நான் கோர்ட்டுக்குப் போவேன்'னு வாதாடித்தான் அட்மிஷன் வாங்கினேன். உயிருக்கு உயிரா நேசிக்கிறதா இருந்தாலும் ஒருத்தரோட பசிக்கு இன்னொருத்தர் சாப்பிட முடியாது. குழந்தையா இருக்கிற ஒரு ஜீவனோட மதத்தையும், கடவுளையும் முடிவு பண்ற அதிகாரம் எனக்கு இல்லை. ரூல்ஸுக்காக மதத்தின் பேரைச் சும்மா போடுன்னு ஸ்கூல்ல கேட்டதும், எனக்கு ஆச்சர்யமா போச்சு. கடவுள் நம்பிக்கை நம்ம சமூகத்துல கள்ள ஓட்டு மாதிரிதான் இருக்கு. பல பேரோட நம்பிக்கையை யார் யாரோ தீர்மானிக்கிறாங்க.

சின்ன வயசுல ஒரு கிறிஸ்டியன் கான்வென்ட்ல படிச்சேன். பிரேயருக்குப் போகலேன்னா அடிப்பாங்களேன்னு பயந்து பிரேயர் போயிருக்கேன். நான் உண்மையா கடவுளுக்கு கீழ்ப்படியறேனா, இல்லையாங்கிறதைப் பத்தி பெரியவங்களுக்கு எந்தக் கவலையும் கிடையாது. நான் நல்லா ஜெபம் பண்ற மாதிரி நடிப்பேன். அதுக்கே என்னை ஸ்கூல்ல லீடராக்கிட்டாங்க. அடுத்தவங்களுக்குப் பயந்து நான் சாமி முன்னால நின்னிருக்கேனே தவிர, எனக்காக நான் இன்னும் ஒருமுறைகூட நின்னதில்லை. நான் கடவுள் முன்னால மண்டியிட மாட்டேன்னு தெரிஞ்சதும், என்னை வற்புறுத்தாம என் உணர்வுகளுக்கு மரியாதை தந்தாங்க என் அம்மா. நான் சுயமா யோசிக்க கத்துக்கிட்டது அங்கதான். அதான், அம்மா மேல எனக்கு

எப்பவும் தனி மரியாதை! என் குழந்தையிடம் அந்த மாதிரி நானும் நடந்துக்கணும்னு நினைக்கிறேன்.

கடல், மலை, ஆகாயம், காடு, திமிங்கிலம், சூரியன், நட்சத்திரம்... இப்படி இயற்கையைப் பார்க்கும்போதெல்லாம் பிரமிப்பா இருக்கும். நான் எவ்ளோ சின்னவன்னு ஒவ்வொரு முறையும் தோணுது. இதையெல்லாம் யாரு படைச்சிருப்பாங்கிற கேள்விக்குள்ள போக எனக்கு இஷ்டம் இல்லை. தெளிவான பதில் கிடைக்காதுன்னும் தெரியும். கடவுள்தான் படைச்சிருப்பாருன்னு யூகத்துல வந்து நிக்க வேண்டியிருக்கும். எனக்குக் கிடைச்சிருக்கிற சின்ன வாழ்க்கையில் இதையெல்லாம் யோசிச்சு விடை கண்டுபிடிக்க முடியாது. தேவையும் இல்லை. மனசாட்சிக்கு விரோதம் இல்லாம வாழ்ந்துட்டா போதும்.

இதுவரைக்கும் மூணு முறை மரணத்தை நேர்ல சந்திச்சுட்டுப் பொழைச்சிருக்கேன். 'லீ'னு ஒரு படம். ஹீரோ என்னை சுட்டுக் கொல்ற மாதிரி ஸீன். நெஞ்சுக்கு ரெண்டு புல்லட், நெத்திக்கு ஒரு புல்லட்னு குறிவெச்சு என்னை ஹீரோ சுடணும். ரத்தம் தெறிக்கிற அந்த பையைக் கொஞ்சமான கரன்ட் மூலமா வெடிக்க வெப்பாங்க. ஏற்கெனவே முழுக்க நனைஞ்சிருக்கேன். பிளாஸ்டிக் பையில் பாய வேண்டிய கரன்ட் உடம்புல பாய்ஞ்சுடுச்சு. ரத்தம் சுண்டிப்போகிற வலி. 'ஷாக்'னு கத்த நினைக்கிறேன். மூளை சொல்றதை உடம்பு கேட்க மாட்டேங்குது. நான் பிரமாதமா நடிக்கிறேன்னு மொத்த யூனிட்டும் நின்னு கை தட்டி வேடிக்கை பாக்குது. 'வாழ்க்கை முடிஞ்சுடுச்சு'னு சரிஞ்சு விழுந்த நேரத்துலேயும் 'கடவுளே! என்னைக் காப்பாத்து'னு வேண்டிக்கத் தோணலை. மரணம்தான் கடவுளைச் சரணடையும் கடைசித் தருணம். அந்தச் சம்பவம் நடந்ததும், எனக்காக என் டிரைவர் சபரிமலைக்கு மாலை போட்டுட்டு வந்து நிக்கிறான். என் வீட்ல சிறப்பு

பூஜைக்கு ஏற்பாடு பண்ணிட்டாங்க. எனக்கு கரன்ட் ஷாக் அடிக்கிறதைக் கண்டுபிடிச்சு நிறுத்தின மனுஷனை எல்லாருமே மறந்துட்டாங்க. 'கடவுள் காப்பாத்திட்டார்'னு சொன்னதும் சிரிப்பு வந்துடுச்சு. அகங்காரமா பேசுறதா அர்த்தமில்லை. மனசுக்குள்ள இருக்கிற உண்மைகளைப் பேசுறதுன்னு முடிவு பண்ணிட்டதுக்கப்புறம் ஒப்பனைகள் தேவை இல்லையே?

கே.எஸ்.நரசிங்கசாமினு ஒரு கன்னடக் கவிஞன் கடவுள்கிட்ட கவிதை மூலமா பேசுவான்... ''ஆகாயம் உன்னுடையது, பூமி உன்னுடையது என்கிறார்கள். நீ மிகப் பெரியவன் என்கிறார்கள். அப்படியே இருந்தாலும், நீ என்னுடைய மதிப்புக்குரிய எதிரி. உன் சிம்மாசனத்தில் என்னை உட்கார வைக்காதே! உன் கிரீடம் எனக்கு வேண்டவே வேண்டாம். என் அப்பாவும் அம்மாவும் தோளோடு தோள் உரசிக்கொண்ட தருணத்தில் வெளியான காம வெப்பத்துக்குப் பிறந்த குழந்தை நான். ஒரு பெண் வயிற்றிலிருந்து இந்த உலகத்துக்குப் பிறந்து வந்தேன். இறக்கும்போது பூமி என்கிற இன்னொரு பெண்ணின் வயிற்றுக்குள் போகிறேன். இடையில், நீ நட்சத்திர மாகவே இருக்கலாம். நட்சத்திரங்களால் ஆன மாலை என்றாலும், அந்தப் பாரத்தை என்னால் தூக்கிச் சுமக்க முடியாது..!''

கடவுளின் மகிமையைப் பற்றி என் பிள்ளைகளுக்குப் போதிப்பதை விட, சக மனிதனை எப்படி நேசிப்பதுனு அவங்களுக்குக் கத்துக் கொடுத்தா போதும்கிறது என் கட்சி.

நம்பிக்கை இல்லாத ஒரு விஷயத்துல வேஷம் போடுறதைவிட, உண்மையா இருக்கிறதைத்தான்

கடவுளும் விரும்புவார்... ஒருவேளை அப்படின்னு ஒருத்தர் இருந்தா!

பெத்தவங்களக் கொண்டாடனும்!

என் நண்பன் புதுசா வீடு கட்டினான்!

ஆசை ஆசையா கட்டின வீட்டைப் பார்க்க என்னைக் கூப்பிட்டான். பிரமாதமான வீடு. ரகளையான ரசனையோட கட்டப்பட்ட வீடு. ஸ்கூல் படிக்கிற தன்னோட ரெண்டு பசங்களுக்கும் நெட் வசதியோடு கிரவுண்ட் ஃப்ளோரில் தனித்தனியே அழகழகான அறைகள். மனைவிக்கு அவங்க டேஸ்ட்டுக்கு ஏத்த மாதிரி அழகான கிச்சன். நண்பர்கள் வந்தா, சீட்டு விளையாடிட்டே தண்ணியடிக்க வசதியா டெரஸ்ல ஒரு ரூஃப் கார்டன்! அப்படியே ஒவ்வொரு ரூமா சுத்திப் பார்த்துட்டே வரும்போது, முதல் மாடியில் ஒரு ரூம்ல இருந்து பக்திப் பாட்டு கசிஞ்சு வருது. ரேடியோவில் கேட்கிற பழைய பாட்டு. ஜன்னல் வழியே சாலையை முறைச்சுப் பார்த்தபடி ஒரு பெரியம்மா அந்த ரூம்ல உட்கார்ந்திருந்தாங்க. அது அவனோட அம்மா!

சட்டுனு மனசு கனமாகிடுச்சு. என்னை அறியாமல் என் அம்மா ஞாபகத்துக்குள் வந்துட்டா. எனக்குள்ளே ஒரு கேள்வி குடைய ஆரம்பிச்சுது. என் அம்மாவோட முதுமையையும் இப்படித்தான் நானும் தனிமையில் தவிக்க விடுறேனோ என்ற கேள்வி.

மனசாட்சியோட மானசீகமா பேச ஆரம்பிச்சேன். 'இல்லடா, நீ நல்லா பார்த்துக்கிறேடா!'ன்னு பதில் வர்ற வரைக்கும் தவிச்சிருச்சு மனசு.

நண்பன் மேல் வெச்சிருந்த மரியாதை சரசரன்னு சரிஞ்சுபோச்சு! ஓடியாடி விளையாடுற தன்னோட பசங்களுக்கு வசதியான இடம் எதுன்னு அப்பனா யோசிச்சவன், அதில் கொஞ்சமே கொஞ்சமாவது மாடியில் தனியே கிடக்கிற தாய்க்கிழவியைப் பத்தி மகனா யோசிக்கலையே! வயசானவளுக்கு மாடியில் ரூம் ஒதுக்கின அவனோட சிந்தனையே என்னை பயமுறுத்திருச்சு. அவனே இப்படி இருந்தா, அவனோட பிள்ளைகள் அந்தப் பாட்டிக்கு என்ன மரியாதை தருவாங்க?

குழந்தைகளுக்கு நீச்சல் கத்துத் தர்றோம்; பாட்டு கத்துத் தர்றோம்; பரதம் கத்துத் தர்றோம்... பெரியவங்களை மதிக்கக் கத்துத் தர்றோமா?

லண்டன், ரோம் மாதிரியான ஊர்களில் பெரிய பெரிய மியூஸியம் வெச்சிருப்பாங்க. பார்க்கவே பிரமிப்பா இருக்கும். உயிரில்லாத விஷயங்களைப் பொக்கிஷமாக்கி பாதுகாப்பா வெச்சிருப்பாங்க.

ஆனா, நாம உயிரோடு இருக்கிற வயசானவங்களையே பாரமா யோசிக்க ஆரம்பிச்சுட்டோம். நிறைய பசங்க இப்போ வெளியூரிலோ, வெளிநாட்டிலோ இருக்காங்க. பெத்தவங்களுக்குத் தேவையான அளவு பணத்தை அனுப்பி வைக்கிறாங்கதான். அவங்க வருஷத்துக்கு ஒரு முறை வந்து தங்குறதுக்காக கட்டின பெரிய வீட்டுக்குப் பெத்தவங்களையே வாட்ச்மேன் போல வெச்சிருப்பாங்க.

இப்போ சென்னை மாதிரி நகரத்தில் அட்டைப் பெட்டிகள் போல அடுக்க ஆரம்பிச்சுட்டாங்க வீடுகளை. ஒரே அப்பார்ட்மென்ட்ல

நூற்றுக்கணக்கான வீடுகள். திருட்டுப் பயத்தினால், ஜன்னல்கள் வைக்காத வீடுகள். ஒரேயொரு ஜன்னல்தான் இருக்கும். அந்த ஜன்னல் வழியே, வயசானவங்களோட கண்கள் பரிதாபமா எட்டிப் பார்க்கும். நூற்றுக்கும் குறைவான வீடுகள் இருக்கிற கிராமங்களைப் பார்த்திருக்கேன். சுத்தமான காத்து, நிழல் தர்ற மரங்கள், பசுமையான வயல்களுக்கு நடுவில் விசாலமான திண்ணைகளுடன் வீடுகள் இருக்கும். ஒரு டீக்கடை, பெட்டிக் கடை, முடி வெட்டுறவர், துணி துவைக்கிறவர், டெய்லர், குடிதண்ணீர் எடுக்க ஒரு கிணறு, குளிக்கிறதுக்கு ஒரு குளம், மரத்தடியில் பஸ் ஸ்டாப்னு அந்தச் சின்ன ஊருக்குள்ளேயே ஒரு குட்டி உலகம் இருக்கும். நகரத்தில் எல்லாமே ஒரே காம்பௌண்டுக்குள் வந்தாச்சு. அப்பார்மென்ட் வாழ்க்கை இருக்கே, மனிதர்களைப் பார்க்காம, சுவர்களைப் பார்க்கிற வாழ்க்கை. அப்படித்தான் முதியவர்கள் தங்களோட தனிமையைக் கழிக்க வேண்டியிருக்கு.

எங்கேயோ பிறந்து, வளர்ந்து, வாழ்ந்து, கடைசியில் பிள்ளைகளோடு இருக்கணும்னு கிளம்பி வந்து, அறிமுகமான மனிதர்களே இல்லாத ஊர்களில்தான் பெரியவங்களின் மரணம் நிகழுது. தான் செத்துட்டா தன்னுடைய குணநலன்களைச் சொல்லி அழ எத்தனை பேர் இருப்பாங்கன்னு அவங்களுக்குத் தோணும்தானே!

பையனோட வேலை காரணமா தங்களுக்குச் சம்பந்தம் இல்லாத ஏதோ ஒரு ஊருக்கு வந்து, சிரிச்சுப் பேச மனிதர்கள் இல்லாம திண்டாடுவாங்க. அதைப் பற்றி எந்தக் கவலையும் இல்லாம நாம நம்மோட வேலைகளில் பரபரப்பா இருப்போம். முதுமையைக் கொண்டாடத் தெரியாம இருக்கிறதுதான் மன்னிக்க முடியாத

அறியாமை. அந்த அறியாமையில் ஒரு நாடே இருப்பதன் அடையாளம்தான் நாளுக்கு நாள் வளர்ந்துட்டே வர்ற முதியோர் இல்லங்கள்.

அடுத்தவங்களுக்குப் பாரமாகிட்டோமேங்கிற மன உளைச்சலுடன் வாழ்கிற வயசானவங்க பக்கத்தில் உட்கார்ந்து, 'உனக்கு இதெல்லாம் செய்கிற வாய்ப்பு கிடைச்சது என்னோட வாழ்நாள் புண்ணியம்'னு சொல்லிச் சந்தோஷப்படுற, சந்தோஷப்படுத்துற வாய்ப்பு நம்மில் எத்தனை பேருக்குக் கிடைச்சிருக்கு?

பெண்டாட்டி, பிள்ளைகளை பீச், சினிமான்னு கூட்டிட்டுப் போறவங்க, வீட்டோட படியைத் தாண்டாம வயசான சில ஜீவன்கள் இருக்கேன்னு யோசிச்சதுண்டா?

பெத்த பிள்ளைக்குக் காரமா சமைச்சா பிடிக்காதுன்னு தெரிஞ்சு வெச்சிருப்போம். பிள்ளை ருசி, பெண்டாட்டி ருசியைத் தெரிஞ்சு வெச்சிருக்கிற நம்மில் எத்தனை பேருக்குப் பெத்தவளோட ருசி தெரியும்?

குழந்தைங்க தூங்கிட்டாங்களானு பூனை மாதிரி அடி எடுத்து வெச்சுப் போய்ப் பார்க்கிற எத்தனை பேர், தன்னோட அம்மா தூங்கியிருப்பாளா, அப்பன் முழிச்சுட்டே இருக்கானான்னு பார்த்திருப்பாங்க? இப்படி நிறைய நிறைய கேள்விகள் நெஞ்சில் முளைச்சுட்டே இருக்கு!

என் அம்மா திடீர்னு ஒரு நாள், தான் பிறந்த ஊரைப் போய்ப் பார்க்கணும்னு ஆசைப்பட்டா. கர்நாடகாவோட ஒரு மூலையில் இருக்குது 'தாரவாடு'ங்கிற சின்ன ஊர். என் தாயோட தாய்க் கிராமம். உடம்பு சரியில்லாம இருக்கிற நேரத்தில் இப்படி ஒரு பயணம்

அவசியமான்னு எல்லாரும் அவளைக் கேட்டாங்க. ஆனா, நான் 'நிச்சயமா நாம போறோம். நீ கிளம்பும்மா!'ன்னு சொன்னதும், அவ முகத்துல முளைச்ச சந்தோஷம் இருக்கே, ப்ச்... அதான் வரம்!

எதுக்காக தான் பிறந்த ஊரைப் பார்க்கணும்னு கேட்கிறா? தான் விதைச்ச வேப்ப மரம் செழிப்பா வளர்ந்ததை அடிக்கடி சொல்வாளே, அதைப் பார்க்கவா? தன்னோட சின்ன வயசுத் தோழிகள் இப்ப உசுரோட இருப்பாங்களானு அடிக்கடி கேட்பாளே, அவங்களைப் பார்த்து தன்கிட்டே மிச்சமிருக்கிற ரகசியங்களைச் சொல்லிடணும்னு நினைக்கிறாளா? தன்னை ஏளனமா பார்த்த மனுஷங்களுக்கு முன்னால போய் நின்னு, 'பாருங்க, என் பசங்களை நல்லபடியா வளர்த்து வாழ்க்கையில் ஜெயிச்சுட்டேன்!'னு சொல்ல விரும்புறாளா? என்ன காரணம்?

'இல்லடா பிரகாஷ், எனக்குத் தெரிஞ்ச எல்லா முகத்தையும் கடைசியா ஒரு முறை பார்க்கணும்னு தோணுதுடா!'னு எனக்குள்ள இருந்த எல்லாக் கேள்விக்கும் ஒரே பதிலா சொல்றா. ரொம்பப் பத்திரமா அவளை அந்த ஊருக்குக் கூட்டிட்டுப் போனேன். அவளுடைய உடம்புக்கு அவ்ளோ தூர பயணம் சரிப்படலை. உடம்பு சரியில்லாம அட்மிட் ஆக வேண்டிய நிலைமை. அந்த ஊரில் இருக்கிற சின்ன ஆஸ்பத்திரியில் சேர்த்து, கூடவே இருந்தேன். அந்த சுகவீனத்திலும், 'என் பையன் என்னை எப்படிப் பார்த்துக்கிறான் பார்!'னு தன்னோட உறவுக்காரங்ககிட்டே பெருமையாப் பேசுறா. எல்லோரிடமும் என்னை அறிமுகப்படுத்துறா. ஏதேதோ பேசிட்டே இருக்கா.

கோவா கூட்டிட்டுப் போய், இன்னும் பெரிய ஆஸ்பிடலில் ட்ரீட்மென்ட் தந்து, ஒரு நர்ஸைக் கூடவே கூட்டிட்டு சென்னை வந்தேன். 'இவ்ளோ ரிஸ்க் எடுக்கணுமா?'னு எல்லாரும் கேட்டாங்க. அவங்களுக்கு நான் சொன்ன பதில் இதுதான்...

''பெத்தவங்களை எப்படிக் கொண்டாடணும்னு நான் என் குழந்தைகளுக்கு வார்த்தைகள்ல சொல்றதே இல்லை. வாழ்ந்து காட்டணும்னு ஆசைப்படறேன். அவ்ளோதான்!''

குழந்தைகள் காணாமல் போகும் வீடுகள்!

இந்தியாவில் வருஷத்துக்கு 45,000 குழந்தைகள் காணாமல் போகிறார்கள்னு ஒரு புள்ளி விவரம் படிச்சேன். காணாமல் போகிற ஐந்து லட்சத்துக்கும் அதிகமான குழந்தைகள் கணக்கில் வருவதில்லைனு இன்னொரு புள்ளிவிவரம் சொல்லுது.

வீட்டுக்கு வெளியே காணாமல் போகிற குழந்தைகள் பற்றிய இந்த பகீர் தகவல் ஒரு பக்கம் இருக்கட்டும்; வீட்டுக்குள்ளேயே காணாமல் போகிற குழந்தைகள் பற்றியும் நாம யோசிக்கிறது இல்லையே! ரெண்டு பெண் குழந்தைகளுக்குத் தகப்பனா இப்ப நான் யோசிச்சுப் பார்க்கிறேன்... டீன் ஏஜ் வயசுக்குள்ள போகப் போறா என் பெரிய பொண்ணு. 12 வயசு வரைக்கும் அவகூட ஒரு ஃப்ரெண்டா இருந்திருக்கேன். வெளியூர் ஷூட்டிங் போயிட்டு வந்தா, 'அப்பா'ன்னு ஓடி வந்து கட்டிப்பிடிச்சுக்குவா. அவங்க அம்மா சாப்பாடு ஊட்டும்போது, உப்பு மூட்டை தூக்கிட்டு நான் நடக்கணும். காலைல கண் விழிச்சுப் பார்க்கும்போது, என்மேல காலைப் போட்டபடி, என் கழுத்தைக் கட்டிக்கிட்டுத் தூங்கிட்டிருப்பா. எந்தக் கட்டுப்பாடுகளும் இல்லாத அப்பனுக்கும் மகளுக்குமான இந்த நெருக்கம் இன்னும் எத்தனை நாள் நீடிக்கும்னு ஒரு பயம் மனசுல வர

ஆரம்பிச்சுடுச்சு. அதற்கான அறிகுறிகள் வீட்டுக்குள் தெரியுது. சர்வ சுதந்திரமா வாழ்ந்திட்டிருக்கிற என் மகள் என் கண்ணுக்கு முன்னால, என் வீட்டுக்குள்ளேயே காணாமப் போயிட்டிருக்கா.

'எப்பவும் அம்மா அட்வைஸ் பண்ணிட்டே இருக்காங்கப்பா'னு என் பெண்டாட்டி மேல கம்ப்ளைன்ட் பண்றா. இதுவரைக்கும் அவ கேட்கிற டிரெஸ்ஸை வாங்கித் தந்த என் மனைவி, திடீர்னு 'இந்த மாதிரி டிரெஸ்ஸெல்லாம் போடக் கூடாது'னு சில கட்டுப்பாடுகளைப் போடுறா. 'இப்பவே ஏன் வித்தியாசத்தைக் காட்டுறே?'னு கேட்டா, 'உங்களுக்கு ஒண்ணும் தெரியாது. இது பொம்பளைங்க விஷயம். நீங்க தலையிடாதீங்க'னு மேலும்.. எனக்கும் கட்டுப்பாடு விதிக்கிறா. நானும் என் பொண்ணும் என்ன பண்றதுன்னு தெரியாம இந்தக் கலாசாரத்துக்கு முன்னால மௌனமா கை கட்டி நிக்கிறோம்.

இந்த நேரத்துல, என் நண்பன் ஒருத்தன் திடீர்னு 'மஞ்சள் நீராட்டு விழா'னு ஒரு பத்திரிகையை நீட்டுறான். அவன் பொண்ணும், என் மகளும் நெருங்கின தோழிகள். ஒரே ஸ்கூல், ஒரே க்ளாஸ், சின்ன வயசுலேர்ந்து ஒண்ணா வளர்றவங்க. திடீர்னு நண்பனின் மகளோட நடை, உடை, பேச்சு, பாவனை எல்லாமே மாறுது. 'இனிமே ஆம்பளப் பசங்களோட சேர்ந்து கிரிக்கெட் விளையாடக் கூடாதுன்னு அம்மா சொல்றாங்க'னு பரிதாபமா சொல்லுது அந்தக் குழந்தை. இயல்பா உடலுக்குள்ளே நடக்கிற ஒரு மாற்றத்தை ஏன் இவ்வளவு பப்ளிக்கா மேடை போட்டு, ஸ்பீக்கர் கட்டிச் சொல்லணும்னு குழப்பமா இருக்கு. ஆணின் பார்வையில் இருக்கிற அசிங்கம்தான் பெண்ணுடைய உடல் மாற்றத்தை ஊரைக் கூட்டிச் சொல்லத் தூண்டுதோ? 'வீட்டுல ஒரு பொண்ணு கல்யாணத்துக்கு ரெடி'னு சொல்றதுக்காக அப்படி ஒரு விழா எடுக்கிறாங்களா? 13, 14 வயசுல பெண் பெரியவளானதும் கல்யாணம் பண்ற ஒரு காலகட்டத்துல இப்படி ஒரு விழா

வெச்சிருக்கலாம். குழந்தைத் திருமணம் காட்டுமிராண்டித்தனம்னு உலகமே ஒப்புக்கிட்டு சட்டப்படி தடை செஞ்ச பிறகும், இப்படி ஒரு விழா எதுக்காக?

ஒரு தகப்பனா எனக்கும் என் மகளுக்குமான இடைவெளியை யாரோ போட்டு வெச்ச சட்ட திட்டங்கள் தீர்மானிக்கிறதை என்னால ஜீரணிக்கவே முடியலை. வீட்டுக்குள்ளே இருக்கிற அம்மா, அக்கா, தங்கை, மனைவி, மகள் போன்ற பெண்களின் மாதவிலக்குப் பிரச்னைகளின் வலியை அதே வீட்டில் இருக்கிற ஆண்கள் தெரிஞ்சுக்கிட்டாலே, உலகத்தில் முக்கால் பங்கு ஆணாதிக்கம் இல்லாமப் போயிடும். வயசுப் பெண்களுக்காவது வீட்டில் அம்மாக்கள் இருக்காங்க. உடல் சம்பந்தமான சந்தேகங்களை மகளுக்கு எடுத்துச் சொல்லிப் புரியவைக்க வேண்டியது தன்னுடைய கடமைனு நினைக்கிற பக்குவம் அவங்களுக்கு இருக்கு. அப்பனுங்களுக்கு அந்தப் பொறுப்பு உணர்ச்சியும் இல்லை. அதனால, நம்ம நாட்டில் வயசுப் பெண்களைவிட வயசுப் பையன்கள்தான் ரொம்பப் பாவம்! தன் உடல்ல நடக்கிற மாற்றங்களை நினைச்சுக் குழம்பி, அநாவசியமான மன உளைச்சலுக்கு ஆளாகிறாங்க. சந்தேகங்களை யார்கிட்டே கேட்டுத் தெரிஞ்சுக்கிறதுன்னு புரியாம பசங்க தவிக்கும்போது, யார் யாரோ தப்புத் தப்பா நம்ம வீட்டு பிள்ளைகளை வழி நடத்தி, நாம் மீட்க முடியாத தூரத்துக்குக் கூட்டிட்டுப் போயிடறாங்க. நம்ம வீட்லேயே வளர்ந்தாலும், நிறைய டீன் ஏஜ் குழந்தைகள் காணாமல் போனவர்கள் லிஸ்ட்லதான் சேர்வாங்க.

ரொம்ப நாளைக்கு முன்னால படிச்ச ஒரு கதை. எழுதினவர் பேர் மறந்துபோச்சு. அப்பா டிரக் டிரைவர். அவனுக்கு டீன் ஏஜ் வயசுல ஒரு

மகன். ரொம்ப ஒழுக்கமான பையன். அப்பன்கூட வேலை செய்யறவங்க எல்லாம் கூடிப் பேசும்போது, தன் பசங்களைப் பத்திக் கம்ப்ளைன்ட்டா சொல்லுவாங்க. 'இங்கே சண்டை இழுத்துட்டான். அந்தப் பெண்ணோட பழகி கொஞ்சம் பிரச்னை ஆயிடுச்சு. சொன்ன பேச்சைக் கேட்க மாட்டேங்கிறான். தண்ணி அடிக்கிறான். தம் அடிக்கிறான்'னு மத்தவங்க விதம்விதமா சொல்லும்போது, தன் பையனைப் பத்திச் சொல்றதுக்கு எதுவுமே இல்லையேனு ஒரு மாதிரி வருத்தமாயிடுது இவனுக்கு. ஏன்னா, 'வீட்டுக்குள்ள சிகரெட் பிடிக்காதே'னு அப்பனைக் கண்டிக்கிற அளவுக்கு ஒழுக்கமான பையனா இருக்கான் இவன் மகன்.

ஒரே வீட்ல இருந்தாலும், பெருசா ஒருத்தருக்கு ஒருத்தர் அதிகம் பேசிக்கிறதில்லை. கொஞ்ச நாளா திடீர் திடீர்னு பையன் காணாமப் போக ஆரம்பிச்சான். அப்ப ஊர்ல மதக்கலவரங்கள் நடந்து, அங்கங்கே 'பாம்'கள் வெடிக்கும். பையன் எங்கே போனான்னு தேடி அலுத்துப் போவாங்க. திடீர்னு ஒரு நாள் அந்த வீட்டுக்குப் போலீஸ் வருது. பையனைப் பற்றி துருவித் துருவி விசாரிக்குது. மனித வெடிகுண்டா மாறி, பெரிய உயிர்ச் சேதம் ஏற்படுத்தியிருக்கான் தன் மகன்னு தெரிஞ்சதும், ஆடிப்போயிடுவான் அப்பன். மதத்தின் மேல் தீவிர பற்று வந்து, தீவிரவாதிகள் கூட்டத்தில் மகன் சேர்ந்தது தெரியாம, தினம் அவனைக் கடந்து போயிருக்கான். அதே வீட்ல இருந்தாலும், அவனை அப்பன் வளர்க்கலை; கண்ணுக்குத் தெரியாத இடத்திலேர்ந்து தீவிரவாதிகள் அவனை பிரெயின் வாஷ் பண்ணி வளர்த்திருக்காங்க.

சந்தேகங்களை, பிரச்னைகளைக் கலந்து பேசிக்காத ஒவ்வொரு வீட்டிலும் வளர்கிற குழந்தைகளும் காணாமல் போனவங்கதான். பசங்களுக்கு சாப்பாடு நாம போடலாம்; ஆனா, வளர்க்கிறது வேற

யாரோ! தப்பானவங்க ஃப்ரெண்ட்ஷிப் கிடைச்சு, தப்பான வழியில் நம்ம குழந்தைகள் போறதுக்குப் பதிலா நாமே அவங்களுக்கு ஃப்ரெண்ட் ஆகிட்டா, என்ன கௌரவம் குறைஞ்சுடும்?

அந்த மஞ்சள் நீராட்டு விழா பத்திரிகையைப் பார்த்ததும், என் பொண்ணு என் வீட்டிலேயே தொலைஞ்சுடக்கூடாதுங்கிறதுல உறுதியாகிட்டேன் நான்.

நீங்க?

"ஆமா... நான் திமிரானவன்தான்!"

'நீங்க ஒரு நடிகர். ஈஸியா நாலு காசு சம்பாதிக்கிறீங்க. சம்பளத்தைவிட அதிகமா பேரும் புகழும் கிடைக்கிற இடத்தில் இருக்கீங்க. நீங்க எப்படி வேணும்னாலும் இருக்கலாம். உங்களை மாதிரி எல்லாரும் திமிரோட இருக்க முடியுமா?'ன்னு என்கிட்டே ஒரு பொண்ணு கேட்டாங்க.

ஆமா, நான் திமிரோடதான் இருக்கேன். ஆனா, ஒரே ஒரு வித்தியாசம் என்னன்னா, திமிர் என்னோட ஆயுதம் இல்லை... அது என் கேடயம்!

ஏன்னா, வெற்றியின்போது எனக்குத் திமிர் வராது. ஆனா, தோல்வியின்போது ஆறேழு மடங்கு திமிருடன்தான் அலைவேன். பேசவே மாட்டேன்; அமைதியா இருப்பேன். அந்த அமைதியிலும் ஒரு திமிர் அழுத்தமா உட்கார்ந்திருக்கும். 'திரும்பவும் வருவேன்!'னு சொல்ற திமிர் அது!

எல்லாருக்குள்ளேயும் திமிர் வேணும். 'அச்சம் தவிர்'னு ஆரம்பிக்கிற பாரதியாரின் ஆத்திசூடியே, அநீதிக்கு எதிரான திமிர்தான்!

த.செ. ஞானவேல்

ஆத்ரேயான்னு அற்புதமான ஒரு கவிஞன். தன் படைப்புகளால் சிலிர்க்க வைப்பான், நல்லா தண்ணி அடிப்பான். பொண்ணுங்க சகவாசம் எப்பவும் உண்டு. 'உங்ககிட்ட இருக்கிற கெட்ட பழக்கங்களால், நீங்க ரொம்ப அசிங்கமானவரா இருக்கிறதா எல்லாரும் சொல்றாங்களே?'ன்னு கேட்டதுக்கு, அவன் சொன்ன பதில் என்ன தெரியுமா?

''நான் ஒரு கவிஞன். என்னோட படைப்புகளை எல்லாருக்கு முன்னாலேயும் எடுத்து வெச்சிருக்கேன். அற்புதமான படைப்புகள்னு நீங்களே சொல்றீங்க. ஆனா, அதை விட்டுட்டு ஏன் அவனவனுக்குள்ளே இருக்கிற அசிங்கங்களை எனக்குள்ளே தேடுறீங்க?''... இதுதான் அழகான திமிர்!

ஒரு படத்தில் நடிக்கக் கூப்பிட்டாங்க. 50 லட்ச ரூபா வரை சம்பளம் தர்றேன்னு சொன்னாங்க. 20 நாள் கால்ஷீட்தான். அது டாப் ஹீரோ ஒருவரின் படம். சும்மா பொம்மை மாதிரி டம்மியான கேரக்டர். அதுக்கு எவ்வளவு பணம் தந்தாலும், அதில் நடிக்க எனக்கு விருப்பம் இல்லை. முடியாதுன்னு சொன்னேன். அதே நாள், 'தண்ணீர் பிரச்னை பற்றி டாக்குமென்ட்டரி படம் எடுக்கிறோம். விழிப்பு உணர்வுப் படம். காலேஜ் ப்ராஜெக்ட். நடிக்க முடியுமா?'ன்னு நாலஞ்சு ஸ்டூடன்ட்ஸ் வந்து கேட்டாங்க. உடனே கிளம்பிப் போனேன். 'பிரகாஷ்ராஜுக்கு செம திமிர்'னு என் காதுபடவே சிலர் சொன்னாங்க. நான் சிரிச்சேன். இந்தத் திமிர் திடீர்னு நேத்து வந்தது இல்லை. சொல்லப்போனா, இந்தத் திமிர்தான் இன்னிக்கு நீங்க பார்க்கிற பிரகாஷ்ராஜ் என்கிற நடிகனை உருவாக்கியது!

பெரிய பணக்கார வீட்டில் நான் பிறக்கலை. லோயர் மிடில் க்ளாஸ் குடும்பம். அம்மா வருமானம்தான் குடும்பத்துக்கே ஆதாரம். அப்படி

ஒரு குடும்பத்தில் மூத்த பையனாப் பிறந்தா, அவனுடைய பொறுப்புகள் பற்றி எல்லோருக்கும் தெரியும். ஏழாம் வகுப்பு படிக்கிற வரைக்கும் நடிப்புக்கும் எனக்கும் எந்தச் சம்பந்தமும் இல்லை. எப்பவும் புத்தகமும் கையுமா இருக்கிற நல்ல பையனா இருந்தேன். நல்லா மனப்பாடம் பண்ணுவேன். மெமரி பவர் அப்பவே ஜாஸ்தி. என் தம்பியும் தங்கச்சியும் பேச்சுப் போட்டி, கட்டுரைப் போட்டி, கல்ச்சுரல்ஸ்னு கலக்கி சோப்பு டப்பா, எவர்சில்வர் டிபன் பாக்ஸ், சர்ட்டிஃபி கேட், ஷீல்டுன்னு அடிக்கடி வாங்கிட்டு வருவாங்க. நான் ஆச்சர்யமா பார்ப்பேன்.

'பிரகாஷ்! நீயும் கலந்துக்கோ, படிப்பு மட்டும் வாழ்க்கைக்குப் போதாது. நிறைய விஷயம் கத்துக்கணும்'னு அம்மாவைப் புலம்ப விட்டிருக்கேன். நாலாம் க்ளாஸ் படிக்கும்போது ஒரு ஸ்கூல் நாடகத்தில் நடிச்சேன். அப்புறம், ஏழாம் வகுப்பில் குடியரசு தின விழாவுக்கான பேச்சுப் போட்டி. 'சுபாஷ் சந்திரபோஸ் பற்றிப் பேசணும். யாரெல்லாம் பேசுறீங்க?'ன்னு டீச்சர் கேட்டபோது, திடீர் உற்சாகத்தில் கையைத் தூக்கிட்டேன். போஸ் பற்றி நிறைய விஷயங்கள் கேட்டுத் தெரிஞ்சு, எழுதி, தெளிவா மனப்பாடம் பண்ணினேன். முதன் முறையா ஸ்டேஜ் ஏறிப் பேசுறேன்... எனக்கு மேடை பயம் இல்லைங்கிற உண்மை எனக்கே அப்போதான் தெரிஞ்சுது. மனப்பாடம் பண்ணினதை அப்படியே ஒப்பிக்காம, 'பாடி லாங்க்வேஜ்'ல போஸ் மாதிரியே மிடுக்கா பேசினேன். வாழ்க்கையில் முதன்முறையா கைத்தட்டல் கேட்டேன். 'கொஞ்சம்கூட பயமே இல்லாம பேசுறானே, இந்தச் சின்னப் பையன்!'னு பாராட்டினாங்க. 'நல்லாப் பேசுற, அதைவிட அழகா நடிக்கிறே!'ன்னு சொன்னாங்க. எனக்குத்தான் முதல் பரிசு. பிரேயரில் பிரின்ஸிபால் என்னைப் பாராட்டினார். மறுபடியும் கைத்தட்டல்.

அந்த ருசி பிடிச்சுப்போச்சு. அவ்ளோதான், படிப்பில் என் அட்ரஸைத் தொலைச்சேன். எப்பவும் பேச்சுப் போட்டி, விவாத மேடைன்னு ஊர் ஊராப் போய் விதவிதமான கைத்தட்டல்கள் கேட்க ஆரம்பிச்சேன். ஒழுங்கா படிச்சுட்டிருந்த பையன் இப்படி ஆகிட்டானேன்னு அம்மா மறுபடியும் கவலைப்பட ஆரம்பிச்சுட்டாங்க. 'வாழ்க்கைக்குப் படிப்பும் ரொம்ப முக்கியம் பிரகாஷ்!'னு உல்டாவா அட்வைஸ் பண்ணினாங்க.

பார்டரில் பாஸாகி காலேஜ் போனேன். அந்த மார்க்குக்கு எந்தக் காலேஜிலும் ஸீட் தர மாட்டாங்க. கிறிஸ்துவனாப் பிறந்ததால், ரொம்ப மரியாதையான காலேஜுக்குள் என் பேச்சுப் போட்டி ஷீல்டுகளுக்காக ஸீட் தந்தாங்க. எனக்கு கணக்கே பிடிக்காது. ஆனா, அதைப் படிச்சாதான் வேலை கிடைக்கும்னு காமர்ஸ் குரூப்பில் சேர்த்தாங்க. அந்தப் படிப்பும் வேண்டாம், அந்தக் காலேஜும் வேண்டாம்னு டி.சி. வாங்கிட்டு அம்மா முன்னால வந்து நின்னதும் அதிர்ந்துட்டாங்க.

வேறொரு காலேஜில், நாடகம் நல்லா போடுவாங்கன்னு போய்ச் சேர்ந்தேன். நான் எடுத்த முடிவுகளிலேயே என் மேல் எனக்கே பெரிய நம்பிக்கை தந்த ஒரு முக்கியமான முடிவு அது. கவிதை, நாடகம்னு புகுந்து விளையாடுற பேராசிரியர்கள் இருந்த கல்லூரி. நாடகங்களில் தீவிரமா இருந்தேன். நல்லா நடிச்சதால், எல்லா நாடகங்களிலும் எனக்கு முக்கியப் பாத்திரங்கள் கிடைச்சுது. மேக்பத் நாடகம் போட்டா, நான்தான் மேக்பத். துக்ளக் நாடகம் போட்டா, நானே துக்ளக்.

இந்தியாவே திரும்பிப் பார்க்கிற மாதிரி நாடகங்கள் கர்நாடகாவில் அரங்கேறிட்டு இருந்த காலம் அது. கிரீஷ் கர்னாட் மாதிரி தியேட்டர் மேதைகள் தலைமையில் நிறைய நாடகப் பள்ளிகள் உருவான காலம்.

சனி, ஞாயிறு ஆகிய விடுமுறை நாட்களில் மட்டும் அந்த ஸ்கூல் நடக்கும். ஆட்டோ ஓட்டுறவங்க, பால் ஊத்துறவங்க, காய்கறி விக்கிறவங்கன்னு அந்தப் பள்ளிகளில் வயசு வித்தியாசமே இல்லாம எல்லாரும் பயிற்சிக்கு வருவாங்க. பெரிய பெரிய நாடக ஜாம்பவான்கள் வருவாங்க. சிகரெட் பிடிப்பாங்க, தண்ணியடிப்பாங்க. உலக விஷயங்கள் எல்லாத்தையும் பேசுவாங்க. நாங்கஎெல்லாம் அப்போ பச்சா! அவங்களுக்கு டீ, சிகரெட், தண்ணி வாங்கிட்டு வந்து தந்து, அவங்க பேசுறதைக் கேட்பதே பாக்கியம்னு வாழ்ந்திருக்கோம். அது நிஜமாவே பாக்கியம்தான்! அவங்க ராத்திரி கலைஞ்சு போன பிறகு, அவங்களைப் போலவே எங்க கேங் உட்கார்ந்து தண்ணியடிச்சுக்கிட்டு... நாடகம், கனவு பற்றி பேசிட்டுக் கிடப்போம். அங்கேயே படுத்துத் தூங்கிட்டு, விடிஞ்சதும் அவசரமா எழுந்து வீட்டுக்குப் போய்க் குளிச்சுட்டு, காலேஜ் போவேன்.

வீதி நாடகங்கள் போட ஆரம்பிச்சோம். கையில் சுத்தமா காசு இருக்காது. நடிகர்கள் இருப்போம். கையில் ஒரு டோலக் இருக்கும். மக்கள் கூடுகிற இடமாகப் பார்த்து, திடீர்னு தெருவில் நாடகம் போடுவோம். சாப்பாடு, சிகரெட், தண்ணிக்கான காசு சேர்ந்துடும். ரேஷன், குடிதண்ணீர், அரசியல்னு சமகாலப் பிரச்னைகளை நாடகமாப் போட்டதால மக்களிடம் நல்ல வரவேற்பு. நகரத்தில் போட்டது போதும், கிராமங்களில் நாடகம் போடுவோம்னு கிளம்பினோம். ஆறு நடிகர்கள், நான்கு நடிகைகள். பஸ் ஏறுவோம். வழியில் ஏதாவது கிராமத்தில் இறங்குவோம். வாடகை சைக்கிள் எடுத்துக்கிட்டு, அக்கம்பக்கக் கிராமங்களுக்குப் போய் டிராமா போடுவோம். அம்பது பேர் பார்த்தாங்கன்னா, அது பெரிய வெற்றி. அப்படித்தான் நடிப்பு பழகினேன்.

நண்பர்கள் ஒவ்வொருத்தரும் வேலை, கல்யாணம்னு பிரிஞ்சாங்க. நான் மட்டும் தனியா நின்னேன். ஆல் இண்டியா ரேடியோவில் நாடகத்துக்குப் போனேன். வாய்ஸ் சரியில்லைன்னு அனுப்பிட்டாங்க. ஒவ்வொரு முயற்சியா தோற்க ஆரம்பிச்சது. ஆனா, 'கலங்கி நின்னேன், காசு இல்லாம அழுதேன், செருப்பு தேய அலைஞ்சேன்'னு புலம்பினதே இல்லை. நான் திருடலை; யாரையும் ஏமாத்தலை. சாப்பாடு இல்லைன்னாலும் கர்வமா திரிஞ்சேன். திமிர்னு சொன்னாங்க. என்னோட அந்தத் திமிரை நானே ரசிச்சிருக்கேன்.

பசி, வலி இரண்டை யும் ஜெயிக்கிற சக்தியை எனக்குத் திமிர்தான் தந்தது. என்னோட இருந்த சிறந்த நடிகர்கள் ஒரு கிளார்க் வேலை கிடைச்சு செட்டிலானபோதும் நான் தனி ஆளா...

நடிகனாவேன்னு திமிரோட உறுதியா நின்னேன்.

தூர்தர்ஷன் நாடகங்கள் பிரபலமா இருந்த நேரம். அங்கீகாரம் கிடைச்சாலும், பெருசா பணம் கிடைக்காது. டவுன் பஸ்ல போனா, எல்லாரும் என்னையே உத்து உத்துப் பார்ப்பாங்க, கை குலுக்குவாங்க. ''என்ன சார், டி.வில நடிக்கிறீங்க... பஸ்ல வரீங்களே?'னு கேட்டிருக் காங்க.

சினிமாவில் நுழைவது ஈஸியான விஷயமா இல்லை. பெரிய நடிகரோட பிள்ளைகள், தயாரிப்பாளர்களோட பிள்ளைகள்தான் நுழைய முடியும். நாலு ரவுடிகளோட ஒரு ரவுடியா நடிக்க வாய்ப்பு கிடைச்சாலே பெரிய விஷயம். அப்போ நடிகை கீதா மூலமா, பாலசந்தர் சாரைச் சந்திக்கிற வாய்ப்பு கிடைச்சுது. 'டூயட்' படத்தில் நடிக்கிற வாய்ப்பு கிடைச்சதன் பின்னணியில் பத்து வருஷத் தீராத தேடல் இருக்கு. இன்னிக்கு நாலு மொழிகளில் நடிக்கிறேன்.

சம்பாதிக்கிறேன். கல்யாண மண்டபம், ஷாப்பிங் காம்ப்ளெக்ஸ்கள் கட்டச் சொல்லி நிறைய நண்பர்கள் ஐடியா தந்தாங்க. ஆனா, நான் நடிகனா என்னை அடையாளம் கண்ட 'டூயட்' படத்தின் பேரிலேயே ஒரு தயாரிப்பு நிறுவனம் ஆரம்பிச்சேன். அதையும் 'திமிர்'னு சொன்னாங்க. பத்துப் படங்கள் தயாரிச்சுட் டேன். திறமை இருக்கிற புதுப் புதுக் கலைஞர்களைத் தேடித் தேடி வாய்ப்பு தந்தேன். நல்ல கதைகளைக் கண்ணியமா சொல்லத் தெரிஞ்ச கலைஞர்கள்தான் படங்கள் எடுத்தாங்க. நிறைய நஷ்டம் வந்தது. ஆனாலும் என் திமிரைத் தொலைக்கலை.

ஏன்னா, என் அப்பா சம்பாரிச்சு வெச்ச எதையும் கொண்டுவந்து கொட்டி, நான் சினிமாவில் தொலைக்கலை. என்கிட்டே இருக்கிற எல்லாமே சினிமா தந்தது. ஒரு நல்ல சினிமா எடுக்கிற முயற்சியில், நஷ்டம் வந்தா எனக்கு அது பற்றிய வருத்தம் இல்லை.

இதுவும் திமிர்தான்னு நிறைய பேர் இப்பவும் சொல்வாங்க. என் திமிர், என் மனசாட்சி!

காதலைக் காதலிக்கிறேன்!

‘பூப்பதற்கான விநாடியை
எதிர்நோக்குகிறது ஒரு மொட்டு.
காத்திருக்கத் தெரியாத வண்டு
மொட்டறுத்து உள்புக முயற்சிக்கிறது.
மொட்டவிழ்க்கவே தெரியாத வண்டுக்கு
தேன் உண்ணவா தெரியப்போகிறது?’

‘கதா சப்த சதி’ங்கிற தெலுங்குக் காதல் கவிதைத் தொகுப்பில், காதலையும் காமத்தையும் அவசரமா அடைஞ்சுடணும்னு நினைக்கிற தன் காதலனுக்கு அவனைக் காதலிக்கிற பொண்ணு சொல்றது இது.

கரெக்ட்..! ஏன்னா, காதல் என்பது பெறுவதும் இல்லை; தருவதும் இல்லை; அடைவதும் இல்லை. அது... நிகழ்வது!

‘வாழ்க்கை ரொம்ப போரடிக்குதுங்க!’ன்னு சொல்ற யாருமே, காதலிக்கத் தெரியாதவங்கதான். ஏன்னா, காதலிக்கத் தெரிஞ்சவங்களுக்கு வாழ்க்கை போரடிக்கிறதில்லை. அதுக்கு நானும் ஒரு சாட்சி!

காதல் புனிதமானதுன்னு சொல்றவனுக்கு அது புனிதம். காதல் அற்பமானதுன்னு சொல்றவனுக்கு அது அற்பம். புன்னகையோ, கண்ணீரோ... நீங்க காதலைச் சந்திச்சே ஆகணும். நீங்க உங்க சொல்லாலும் செயலாலும் அழகாகணுமா? காதலைத் தேடுங்க. ஏன்னா, தேடல்தான் காதல்!

என்னோட கல்யாணமும் காதல் கல்யாணம்தான். மதம், மொழி, மாநிலம்னு எல்லா மண்ணாங்கட்டியையும் கடந்தது காதல். சினிமாவில் பெருசா சாதிக்கணும்னு சென்னைக்கு வந்தேன். வந்ததுமே எனக்கு பொக்கே தந்து வரவேற்றது காதல்தான்!

'வாழ்க்கையில் சாதிக்கணும்னு நினைக்கிறவங்க காதலிக்கக் கூடாது'ன்னு சில பேர் அட்வைஸ் பண்ணாங்க. 'காதலிச்சாலும் பரவாயில்லை. கல்யாணம் பண்ணிக்காதே!'ன்னும் சொன்னாங்க. அவனவன் அவனவனோட பயத்தையெல்லாம் என் மேல் திணிக்கப் பார்த்திருக்கானுங்க. நல்லவேளை நான் அதைக் கேட்கலை!

என் காதலிக்கு சமைக்கத் தெரியாது. நான் நல்லா சமைப்பேன். அவளுக்கு நான்தான் சமைக்கவே சொல்லிக் கொடுத்தேன். எவ்ளோ அழகான நாட்கள்!

கையில் கொஞ்சம் காசுதான் இருந்தது. ஆஸ்பெஸ்டாஸ் கூரை போட்ட வீடு. வசதியா இல்லைதான், ஆனாலும் சந்தோஷத்துக்குக் குறைச்சலே கிடையாது.

நான் கிறிஸ்துவக் குடும்பத்தில் பிறந்தவன். என் கல்யாணம் நடந்தது வடபழனி முருகன் கோயிலில். தாலி வாங்குற அளவுதான் காசு இருந்தது. ரிஜிஸ்டர் ஆபீஸ் போனா, இன்னும் செலவு குறைச்சல். என்னைக் கட்டிக்கப் போறவளுக்குக் கடவுள் நம்பிக்கை இருந்தது.

த.செ. ஞானவேல்

அவ கோயில்ல கட்டிக்கலாம்னு சொன்னா. ரெண்டு பேரும் நெருக்கமான நண்பர்களுக்கு முன்னால மாலையை மாத்திட்டு வந்தோம்.

ஆனா, நிறைய காதல்கள், கல்யாணத்தன்னிக்கே செத்துப்போகுது. காரணம், காதலன் புருஷனாகிடுறான். காதலி பொண்டாட்டி ஆகிடுறா. கல்யாணம் பண்ணிக்கிட்டா காதலிக்கக்கூடாதுன்னு அவங்களாவே முடிவு பண்ணிடுறாங்க. அதான் வாழ்க்கை சீக்கிரம் போரடிக்க ஆரம்பிச்சுடுது.

என்னோட நெருங்கின நண்பன். ஆந்திராவில் அசிஸ்டென்ட் டைரக்டரா இருக்கான். அவனுக்கும் காதல் வந்துச்சு. 'மேட்ஃபார் ஈச் அதர்'னு சொல்ற மாதிரி காதலர்கள். காதலனுக்கு நிலையான வேலை இல்லைன்னு தெரிஞ்சும் காதலிச்சா. அப்போ அவ நல்ல வேலையில் இருந்தாள். 'வேலை இல்லாதவனையா கல்யாணம் பண்ணிக்கப்போறே?'னு அவ வீட்ல கேட்டதுக்கு, 'எனக்கு அவன்தான் வேணும். அவனோட வேலையெல்லாம் வேண்டாம்'னு சொன்னா.

கல்யாணம் பண்ண முதல் வருஷமே அழகான பெண் குழந்தை. திடீர்னு ஒரு நாள் என் முன்னால் சோகமா வந்து நிக்கிறான் நண்பன். என்னடான்னு விசாரிச்சா, 'விவாகரத்து நோட்டீஸ் அனுப்பிட்டா. மனசுக்குக் கஷ்டமா இருக்கு. அதான், உன்னைப் பார்த்துட்டுப் போகலாம்னு வந்தேன்'னு சொல்றான்.

'அவன் காதலனா இருப்பான்னு நம்பி கல்யாணம் பண்ணேன். கல்யாணம் பண்ணதும் புருஷனாகிட்டான். நான் நல்லா டிரஸ் பண்ணாலும் அவன் கண்ணு தப்பா இருக்கு. அவன்கூட வாழறதுக்கு நான் தனியாவே இருந்துக்கிறேன்'னு சொல்றா அவ.

நண்பன் காதலை மட்டும் தொலைக்கலை, வாழ்க்கையையே தொலைச்சுட்டு வந்து நிக்கிறான். 'அவனுக்குக் காதலிக்கத் தெரிஞ்சதால்தான், அப்படி ஒரு அழகான வாழ்க்கை அமைஞ்சது. ஆனா, அவன் அந்தக் காதலைத் தொலைச்சதால்தான் வாழ்க்கையும் தொலைஞ்சு போச்சு!

நாட்டுப்புறக் கதை ஒண்ணு ஞாபகத்துக்கு வருது. ஒரு கிழவனும் கிழவியும் தள்ளாடுற வயசுல இருக்காங்க. சாகப்போற நேரத்துக்கு முன்னால, கிழவன் தன்னோட கிழவியிடம் ஒரு வேண்டுகோள் வைப்பான்.

அந்த இருட்டுக் குடிசையில் ஒரேயொரு விளக்கை மட்டும் ஏத்தச் சொல்றான். எரிகிற தீபத்துக்குப் பக்கத்தில் அவளோட முகத்தை வைக்கச் சொல்றான். 'கிழவனுக்குக் கிறுக்குப் புடிச்சிடுச்சு'ன்னு பிள்ளைக சொன்னாலும், கிழவன் சொன்னபடி செய்றா கிழவி.

வெளிச்சத்தில் அவளோட முகத்தைப் பார்த்ததும் கிழவன் முகத்தில் ஒரு வெளிச்சம் வருது. 'இவளும் நானும் காதலிச்சுக் கல்யாணம் பண்ணோம். வீடு, உறவு, ஊரு ன்னு எல்லோரோட எதிர்ப்பையும் மீறி கல்யாணம் பண்ணினோம். நாப்பது வருஷ வாழ்க்கை. இதோ இப்போ நான் சாகப் போறேன்.

இத்தனை வருஷ வாழ்க்கையில் என்னைக் காதலிச்ச காரணத்தால, தன்னோட வருத்தங்களைக்கூட இவ என்கிட்டே சொல்லாம இருந்திருக்கலாம். நான் இவகூட எவ்வளவு சந்தோஷமா வாழ்ந்தேன்னு என் மனசாட்சிக்கு நல்லா தெரியும். அவ என்னோட எப்படி வாழ்ந்தாள்னு தெரிஞ்சுக்க ஆசைப்பட்டேன்.

இருட்டுக்கு நடுவில் எரியுற விளக்கு பிரகாசமா இருக்கு. விளக்கு பக்கத்தில் என் காதலியின் முகம் அதைவிடப் பிரகாசமா இருக்கு.

த.செ. ஞானவேல்

என்னோட அவளும் சந்தோஷமாதான் வாழ்ந்திருக்கா. இந்தச் சந்தோஷத்தோட நான் இனிமேல் செத்துப்போவேன்'னு கிழவன் சொல்றதா கதை முடியும். அப்படி ஒரு கிழவனா வாழக் கிடைக்கிறதுதான் ஆசீர்வாதம்!

'நீங்க எத்தனையோ பேரைக் காதலிச்சதா சொல்றீங்க. அதெல்லாம் உண்மையான காதலா? புனிதமான காதல்னா அது நிறைய பெண்கள் மேலே எப்படி வரும்?'னு என்கிட்ட கேட்டிருக்காங்க.

அவங்க, நான் பெண்களைக் காதலிக்கிறதா நினைச்சுட்டு இருக்காங்க. நான் அவங்களுக்குச் சொல்ல விரும்பறது இதுதான். நான் காதலைக் காதலிக்கிறேன்!

"அது மூட நம்பிக்கை அல்ல!"

"நம்பிக்கைதானே வாழ்க்கை!" கஷ்ட காலம் வரும்போது இந்த டயலாக்கைப் பேசாதவங்க யாருமே இருக்க முடியாது.

மாய மந்திரங்கள் மூலமா நிறைய சாமியார்கள் அற்புதங்கள் செய்யறதா அடிக்கடி நியூஸ் பேப்பர்ல படிக்கிறேன். நம்பிக்கைக்கும் மூட நம்பிக்கைக்கும் என்ன வித்தியாசம்னு மனசுக்குள்ளே ஒரு சின்ன அலசல். கடவுள்கிட்டே நாம செய்யற பிரார்த்தனை நம்பிக்கையா, மூட நம்பிக்கையானு நண்பர்களோடு அனல் பறக்கிற விவாதம் நடந்தது.

என் உறவுக்காரரோட குழந்தை ஒண்ணு இறந்துபோச்சு. எல்லாரும் அழுகையால அந்தக் குழந்தைக்கு அஞ்சலி செலுத்திட்டிருக்காங்க. ஆனா, அந்தக் குழந்தையைத் தன் உயிரா, வாழ்க்கையா நினைச்சுட்டிருந்த அப்பன் மட்டும் கல்லு மாதிரி உட்கார்ந்திருக்கான். நான் போனதும், என்னைத் தனியா கூட்டிட்டுப் போய், இதயமே வெடிச்சுச் சிதறுகிற மாதிரி அழுது தீர்த்தான். 'வீட்டுல இருக்கிற எல்லாருமே ஆறுதல் சொல்ல ஆள் இல்லாம தவிக்கும்போது, நானும் அழுதா யார்கிட்டேயும் நம்பிக்கை மிச்சம் இருக்காதே பிரகாஷ்'னு கதறுறான்.

த.செ. ஞானவேல்

கிறிஸ்துவ முறைப்படி அடக்கம் நடந்துச்சு. இறந்த குழந்தைக்காகப் பிரார்த்தனை பண்றார் பாதிரியார். விசும்பலைத் தவிர, அங்கே வேற எந்தச் சத்தமும் இல்லை. 'உம்முடைய பிள்ளையை நீரே அழைத்துக்கொண்டீரே ஆண்டவரே! அந்தப் பிள்ளையின் ஆத்மா சாந்தியடையப் பிரார்த்திக்கிறோம் ஆண்டவரே!'னு உருக்கமான பிரார்த்தனை நடக்கும்போது, என் மனசு என்கிட்டே இல்லை. எல்லாரும் அந்தக் குழந்தையின் ஆத்மா சாந்தி அடையணும்னு பிரார்த்திக்கிறாங்களா... இல்லே, தங்களைத் தேத்திக்கிறதுக்காகக் கடவுள்கிட்டே கைகூப்பி நிக்கிறாங்களானு தோணுது.

எனக்குக் கடவுள் நம்பிக்கை கிடையாது. நான் எனக்காகவோ, மத்தவங்களுக்காகவோ கைகூப்பிப் பிரார்த்தனை செஞ்சது இல்லை. ஆனா, மரணம் சம்பவித்த வீட்டில் பிரார்த்தனை மட்டும்தான் அந்த மனிதர்களுக்கான ஆறுதல். என் பார்வையில், பிரார்த்தனைக்குப் பெரிய அர்த்தம் இல்லை. வெயிலை, மழையை, பனியை எப்படி ஏத்துக்கறோமோ அப்படியே என் வாழ்க்கையில் நடக்கிற நல்லது, கெட்டதுகளையும் நான் ஏத்துக்கறேன். அதனால், எனக்குப் பிரார்த்தனையோ, கடவுளோ, மந்திரம் செய்கிற சாமியார்களோ தேவைப்படலை. அதே சமயம், எனக்கு ஒரு விஷயம் தேவைப்படலைங்கிறதுக்காக மத்தவங்களுக்கும் அது தேவைப்படாது என்றோ, அதைத் தப்புன்னு விமர்சிக்கிற உரிமையோ, மறுக்கிற உரிமையோ எனக்கு இல்லை.

பூனை குறுக்கே போனா, போகிற காரியம் நடக்காதுன்னு நம்புறது கண்மூடித்தனமான நம்பிக்கைதான். அது ஒருத்தனோட தனிப்பட்ட நம்பிக்கை. அதுவே, பெத்த தாயை விதவைங்கிறதுக்காக

விசேஷங்கள்ல ஒதுக்கிவெச்சா, 'அது அவனோட தனிப்பட்ட நம்பிக்கை'னு என்னால விட்டுட முடியாது. அதை எதிர்ப்பேன்.

ஆனா, மத்த சடங்குகள் மாதிரி பிரார்த்தனையை வெறுமே மூட நம்பிக்கையா என்னால பார்க்க முடியலை. வயசானவங்களைப் பார்த்ததும் ஒரு மரியாதைக்காக எழுந்து நின்னு வணக்கம் சொல்றோமே, அது மாதிரியான ஒரு சடங்குதான் பிரார்த்தனை. தனக்கு இனிமே எந்தப் பிடிமானமும் வாழ்க்கையில் இல்லையோனு கலங்கி நிக்கிற ஒருத்தனுக்குப் பிரார்த்தனைதான் பிடிமானமா இருக்கு. சாண் ஏறினா முழம் சறுக்குகிற பாசி பிடிச்ச பாறை மாதிரி இருக்கு நம்ம வாழ்க்கை. அதுல ஒருத்தன் வழுக்காம இருக்கிறதுக்குப் பிரார்த்தனை உதவும்னா, அது மூடநம்பிக்கையாகவே இருந்தாலும் இருந்துட்டுப் போகட்டுமே!

என் அம்மா அடிப்படையில் ரொம்ப சாது. அதிர்ந்து பேச மாட்டாங்க. அவங்க பிரார்த்தனை பண்றப்பதான், அவங்க கோபம் ஆக்ரோஷமா வெளி வரும். 'நம்ம அம்மாவா இது'னு நான் மிரண்டு போயிருக்கேன். புருஷனோட உதவி இல்லாம தன் மூணு பிள்ளைங்களையும் நல்லாப் படிக்கவெச்சு, சாப்பாடு போட்டு ஆளாக்க வேண்டிய பெரிய பொறுப்புல இருந்தா என் அம்மா. தன்னோட வாழ்க்கைத் துயரத்தைச் சொல்லி அழறதுக்குக்கூட அவளுக்கு யாரும் துணையில்லை. சாப்பிட்டா சிரிக்கவும், சாப்பாடு இல்லேன்னா அழவும் மட்டுமே தெரிஞ்ச சின்னப் பிள்ளைங்க நாங்க. அவளுக்குத் தெரிஞ்ச ஒரே கடவுள் ஏசுபிரான். 'என்னை ஏன் இப்படிச் சோதிக்கிறே? மெழுகுவர்த்தி ஏத்துறதுல கூட உனக்கு நான் எந்தக் குறையும் வைக்கலையே? என் பசங்களுக்கு இந்த வாரம் ஸ்கூல் ஃபீஸ் கட்டலைன்னா, வெளியே அனுப்பிடுவாங்க. அப்படி ஒரு

சூழ்நிலை மட்டும் வந்துதுன்னா, அப்புறம் உன்னைக் கும்பிடவே மாட்டேன், போ!'னு ஏசுநாதர்கிட்ட சவால் விடுவா. அப்புறம், எப்படியோ கஷ்டப்பட்டு அந்தப் பணத்தைத் திரட்டிடுவா.

நர்ஸ் வேலையில் அவளுடைய சின்ஸியரான உழைப்பைப் பார்த்து யாரோ நன்றியும் இரக்க மனசும் உள்ள ஒரு பணக்காரன், 'அன்பா, அக்கறையா கவனிச்சுக்கிட்டதுக்கு நன்றி. இதை வெச்சுக்கோம்மா!'னு பணம் தந்துட்டுப் போயிருப்பான். அல்லது, திடீர்னு போனஸ் கிடைக்கும். ஓவர் டைம் வேலை செஞ்சு காசு சேர்த்திருப்பா. ஆனா, எனக்குத் தெரிஞ்சு அம்மா இதையெல்லாம் தன் உழைப்பால, தன் நேர்மையால, தன் திறமையால நடந்ததா நம்பினதே இல்லை. கடவுள்கிட்டே பிரார்த்திக்கும்போது கோபமா சண்டை போட்டவ, தானே போராடி ஜெயிச்ச வெற்றியையும் கடவுள் தந்ததா சொல்லிக் கூடுதலா இன்னொரு மெழுகுவர்த்தி ஏத்துவா.

நேஷனல் அவார்ட் வாங்கிட்டுப் போய், அவ முன்னால் நின்னேன். 'நான் கர்த்தர்கிட்டே ப்ரே பண்ணேன் பிரகாஷ்! கர்த்தர் உடனே அதை நிறைவேத்தி வெச்சுட்டார்'னு சொல்றா. நான் நன்றி சொல்ல மாட்டேன்னு எனக்குப் பதிலா என் அம்மா ஒரு வாரத்துக்கு மேல ஜீசஸுக்குத் தேங்க்ஸ் சொல்லிட்டு இருந்தா.

பெத்த அப்பன், கட்டின புருஷன்னு தன் வாழ்க்கையில் முக்கியமான உறவுகள் கைவிட்ட நிலையில், பிரார்த்தனைதான் அவளை இவ்வளவு தூரம் கூட்டிட்டு வந்திருக்கு. தன் பிரார்த்தனையால இந்த உலகத்துல எதையும் சாதிக்க முடியும்னு இன்னும் நம்பிட்டிருக்கா. அது சாத்தியமில்லைன்னு அவளுக்குப் புரியவைக்கிற முயற்சியில் நான் இறங்கினதே இல்லை. அவளோட நம்பிக்கையை என் வாதத் திறமையால், என் பக்கம் இருக்கிற

சொல்லாததும் உண்மை

உண்மையால் உடைச்சுப் போட்டுட்டா, பதிலுக்கு அவளுக்கு வேற ஒரு நம்பிக்கையை நான் ஏற்படுத்தித் தரணும். அதுதானே நியாயம்?

அவளோட புருஷன் நினைச்சிருந்தா, ஒழுங்கானவனா இருந்தா, ஒருவேளை அவள் கடவுள் துணையில்லாமலே வாழ்ந்திருக்க முடியும். வேதனையிலேயே தன் இளமையைத் தொலைச்சவகிட்டே போய் என் புத்திசாலித்தனத்தைக் காட்டி என்ன ஆகப் போகுது? மிச்சமிருக்கிற காலத்தை அதே நம்பிக்கையோடு அவ கழிக்கிறதுதான் அவளுக்கு நல்லது.

'நான் கொன்ற பெண்' என்று ஒரு கதை. ஆனந்தா என்கிற கன்னட எழுத்தாளர் எழுதினது. என் நம்பிக்கைகளை மாத்தின கதை அது.

கோயில்களைத் தேடித் தேடிப் போய் ஆராய்ச்சி செய்யற ஒருத்தன் ஊர் ஊரா போயிட்டிருக்கும்போது, வரலாற்றுச் சிறப்பு மிக்க ஒரு கோயிலைப் பத்திக் கேள்விப்பட்டு, அதைப் பார்க்க அழகான ஒரு கிராமத்துக்குப் போறான். நல்ல அழகன். திறமைசாலி. அவனை அந்த ஊர்ப் பெரியவர் ரொம்ப மரியாதையோடு வரவேற்கிறார். கூடவே, இருந்து சுத்திக் காட்டி, ஆதாரங்கள் சொல்லி உதவி செய்யறார். ராத்திரி அந்த ஊரிலேயே தங்க வேண்டிய நிலைமை. ஊர்ப் பெரியவர் அவனைத் தன் வீட்ல தங்கிக்கச் சொல்றார்.

அங்கே ஒரு பேரழகியை, துளசிமாடத்துல அவ விளக்கு ஏத்தும் போது பார்த்துடறான் அவன். ஒரு புது ஆம்பளையை வீட்டுக்குள்ள பார்த்ததும், பதறி உள்ளே ஓடிடுறா அவ. அப்ப 'ஜல் ஜல்'னு ஒலிச்ச கொலுசுச் சத்தம் அவன் காதுக்குள்ளேயே நிக்குது. தன்னை மறந்து ரசிக்கிறான். 'அந்தப் பொண்ணு யாரு... கல்யாணம் ஆகிடுச்சா?'னு அந்த வீட்டு வேலைக்காரன்கிட்ட விசாரிக்கிறான். அதை அவளோட

த.செ. ஞானவேல்

அப்பா பார்த்துடறார். இது தெரிஞ்சு ரொம்ப தர்மசங்கடத்தோட படுக்கப் போயிடறான் அவன்.

ராத்திரி கதவு தட்டுற சத்தம் கேட்டுத் திறக்கிறான். புதுப் புடவையில் தேவதை மாதிரி வந்து நிக்கிறா அந்தப் பொண்ணு. கையில் பால் சொம்பு. முதலிரவுக்கு வர்றவ மாதிரி உள்ளே வந்து, கதவைத் தாழ் போட்டுட்டுக் கட்டில்ல உட்கார்றா. ஸ்தம்பிச்சு நிக்கிறான் அவன்.

'நீங்க என்னைப் பார்த்து ஆசைப்பட்டீங்களாமே? அதான், அப்பா அனுப்பி வெச்சார்'னு சொல்றா. அதிர்ந்து போறான் அவன். பெத்த பொண்ணையே யாரோ ஒருத்தனோட படுக்க அனுப்பியிருக்கானே அப்பன்... இவளும் பொண்டாட்டி மாதிரி வந்து கட்டில்ல உட்கார்றாளேனு கோபத்துல கத்தறான்.

அதுக்கு அவ, 'நான் தேவதாசி. வரிசையா பெண் குழந்தைகளே பிறந்ததால, அப்பா கடவுள்கிட்ட பிரார்த்தனை பண்ணினாரு. அடுத்து தனக்கு ஆண் குழந்தை பிறந்தா, என்னைக் கோயிலுக்கு நேர்ந்து விட்டு தேவதாசி ஆக்குறதா வேண்டிக் கிட்டாரு. பிரார்த்தனை பலிச்சு ஆண் வாரிசு வந்ததால, நான் தேவதாசி ஆகிட்டேன். யாராவது என் மேல ஆசைப்பட்டா, அதைத் தீர்த்துவைக்கிறது என்னோட கடமை'னு நிதானமா பேசுறா. அவளோட மூடநம்பிக்கையைத் தன் வார்த்தைகளால தகர்த்து எறியறான் ஆராய்ச்சியாளன். இப்படி ஒரு பிழைப்பு தேவையானு அவன் சொன்ன நியாயங்கள், அவ மனசுல ஆழமாப் பதியுது.

மறுநாள் காலையில் பார்த்தா, குற்ற உணர்ச்சியால அந்தப் பொண்ணு தூக்கு மாட்டிச் செத்திருப்பா. அவளோட

மூடநம்பிக்கையை உடைக்கத் தெரிஞ்சவனுக்கு, அதுக்குப் பதிலா அவளுக்கு வாழ்க்கை மீது வேற நம்பிக்கை தர முடியலை. அல்லது, தரத் தெரியலை. தன்னோட தவறை நினைச்சு வருந்தி, அவளைத்தானே கொன்னுட்டதா புலம்ப ஆரம்பிக்கிறான் அவன்.

என் நம்பிக்கைகளை நான் எப்பவும் பிரசாரம் பண்ண விரும்பாததுக்கு இந்தக் கதைதான் காரணம். இன்னொரு வலுவான நம்பிக்கையைத் தர முடியும்கிற உறுதி இருந்தால்தான், மத்தவங்க நம்பிக்கை மேல் கைவெக்கணும். இல்லேன்னா அவங்கவங்களும் தங்களோட நம்பிக்கையோட வாழ்ந்துட்டுப் போகட்டும். அதனால லாபம் இல்லாம இருக்கலாம். நிச்சயமா நஷ்டம் இருக்காது!

வாழ்க்கை ஒரு பயணம்!

விசுவநாதன்னு ஒரு டாக்ஸி டிரைவர்! விசுன்னு கூப்பிடுவாங்க.எப்போ, எங்கே சவாரின்னாலும் சந்தோஷமா வருவான். போறது புது இடமா இருந்தா, காசைப் பத்திக் கவலைப்படாதவன். பயணம் செய்றதே தனக்குத் தொழிலா அமைஞ்சதுக்காகச் சந்தோஷப்படுற மனுஷன்!

நடுராத்திரி... ஹைவேயில் வண்டி ஓட்டிட்டுப் போயிட்டிருப்பான். வழியில் ஒரு ஜோடி கை அசைச்சு லிஃப்ட் கேட்க,டாக்ஸியை நிறுத்துவான். போக வேண்டிய இடத்தைச் சொல்வாங்க. எதுவும் பேசாம அவங்களை டாக்ஸியில் ஏத்திட்டுக் கிளம்புவான்.

காருக்குள் அந்தப் பொண்ணும் பையனும் சரசமா விளையாடிட்டே இருப்பாங்க. பார்வையிலும் ஸ்பரிசத்திலும் காதலும் காமமும் மிதக்கும். அவங்களோட விளையாட்டைக் கண்ணாடியில் பார்த்தாலும், எந்தச் சலனமும் இல்லாம அமைதியா வண்டியை ஓட்டிப் போவான் விசு.

எதையுமே கண்டுக்காம அமைதியா வண்டி ஓட்டிட்டு வர்ற டிரைவர் அவங்களுக்கு ஆச்சர்யம். இறங்கும்போது அவன் ரொம்ப நியாயமான கட்டணம் மட்டுமே கேட்பான். அவனை அவங்க

அதிசயமா பார்ப்பாங்க. அதிகமா கொடுத்தாலும் மறுத்து, தனக்கு நியாயமா கிடைக்க வேண்டிய பணத்தை மட்டுமே வாங்கிட்டு வண்டியை எடுப்பான்.

டாக்ஸி, விசுவோட வீடு இருக்கிற தெருவுக்குள் நுழையும்போதே ஒப்பாரி ஓலம் கேட்கும். கலங்கின கண்களோடு, தன் டாக்ஸியின் டிக்கியைத் திறப்பான். உள்ளே அவனோட காதல் மனைவியின் சடலம். அதைத் தன் கைகள்ல தூக்கிட்டு வருவான் விசு. அவனுடைய வாழ்க்கையின் ஆதாரசுருதியா இருந்த காதல் மனைவி, தலைப்பிரசவத்தில் இறந்துட்டா. தன் டாக்ஸியிலேயே தன் மனைவியின் இறுதிப் பயணம் அமையணும்னு கொண்டு வந்திருப்பான்.

'இவ்வளவு துயரத்திலும் அந்த ஜோடியோட சரசங்களை எப்படிப் பொறுத்துக்கிட்டு வர முடிஞ்சுது?'ன்னு வந்த கேள்விக்கு, 'பயணம் தந்த பக்குவம்!'னு வரும் பதில்.

'பிரயாணம்' என்கிற தலைப்பில் கன்னடத்தில் வெளிவந்த ஒரு கதை இது. அந்தக் கதையில் வருகிற விசு எனக்கு ஹீரோவாகிட்டான். அவங்களை வேடிக்கை பார்த்துட்டே விசு கார் ஓட்டின மாதிரி, வாழ்க்கையை வேடிக்கை பார்க்கிற மனோபாவம், பக்குவம் நம்ம ஒவ்வொருத்தருக்கும் வந்துட்டா போதுமே! ஆனா, அதுக்கு மிக முக்கியம்... நமக்குப் பயணிக்கத் தெரியணும்!

பயணமே, அற்புதம்!

ஏன்னா, தேங்கி நிற்கிற குளம்... எவ்ளோ பெருசா இருந்தாலும், அதுல நிறைய அழுக்குதான் இருக்கும். ஓடுவது சின்ன ஓடையா இருந்தாலும், அந்தத் தண்ணீர் கண்ணாடியாகிடும். வாழ்க்கையில்

எந்த இடத்திலும் 'இதுதான் என் இடம்'னு நின்னுடக்கூடாதுங்கிறது என்னோட ஒரே தீர்மானம். ரொம்ப நேரம் பயணம் செய்யும்போது கொஞ்சம் அலுப்பு வரலாம். ஆனா, அப்போ எடுக்கிற ஓய்வும்கூட, ஒரு பஸ் ஸ்டாப்ல அடுத்த பஸ்ஸுக்காகக் காத்திருக்கிற மாதிரிதான் இருக்கணும். ஏன்னா, எந்த ஓய்வும் நம்மோட அடுத்த பயணத்துக்கான ஆயத்தம்தான். நடிப்பு, பணம், புகழ், காதல், கல்யாணம், குழந்தைகள், நண்பர்கள்னு எனக்கு எல்லாமே என் பயணத்தின் மூலம்தானே கிடைச்சுது!

சின்ன வயசில் தினம் 15 கி.மீ. பயணம் செய்து என் வீட்டுக்குப் போகணும். புத்தூரில் இருந்து சாலத்தூர் போகிற அந்தப் பயணத்தில் தினம் தினம் விதவிதமான மனிதர்கள் வருவாங்க, போவாங்க, கூடவே பயணிப்பாங்க. ஒவ்வொருத்தரும் ஒரு உலகம்.

வேன் மாதிரி இருக்கிற ஒரு சின்ன வண்டியில் பத்து பேர்கூட வசதியா உட்கார முடியாது. ஆனா, அதில் குறைஞ்சது 20, 25 பேரை ஏத்துவாங்க. டிரைவர் ஸீட்டில் அவர் ஒரு ஓரமா உட்கார்ந்திருப்பார். அவர் ஸீட்ல வசதியா இன்னொருத்தன் உட்கார்ந்திருப்பான். கையில் கிடைச்ச எல்லா சாக்லெட்டையும் ஒண்ணா வாயில் போட்டுக்கிட்ட குழந்தை மாதிரி ஊர்ந்துபோகும் வண்டி. அவ்ளோ கூட்டத்துக்கு இடையிலேயும் ஒரு கையால் ஸ்டீயரிங்கை வளைச்சு வண்டி ஓட்டிட்டே, இன்னொரு கையால் அழகா பீடி பிடிப்பார் அந்த டிரைவர். எனக்கு அவர் அப்போ சினிமாவில் வர்ற கதாநாயகன் மாதிரி தெரிஞ்சிருக்கார். அந்த மாதிரி நானும் வண்டி ஓட்டணும்னு ஆசைப்பட்டு இருக்கேன்.

ஸ்கூல் ஸ்கவுட்ல நான் லீடர். டெல்லிக்குப் போய் ஜனாதிபதியைப் பார்த்து கை குலுக்கி மெடல் வாங்குற வாய்ப்பு எனக்குக் கிடைச்சுது.

நம்ம தேசத்தின் முதல் குடிமகனைச் சந்திக்க, டெல்லிக்குப் பயணம் செய்த நாட்கள் இன்னும் என் ஞாபகத்தில் இருக்கு. ரெண்டு நாள் பயணம் அது. தூக்கமே இல்லை. ஜனாதிபதி முன்னால் எப்படி நடந்துக்கணும்னு ஏற்கெனவே எனக்கு க்ளாஸ் எடுத்து அனுப்பினதால், அவரைப் பற்றி நிறைய கனவுகள். மேடையில் கம்பீரமா நடக்கணும், மெடல் வாங்கினதும் தலைவணங்கி நன்றி சொல்லணும், அப்படியே நிமிர்ந்து ஆடியன்ஸைப் பார்த்து பெருமிதத்தோட இன்னொரு வணக்கம் சொல்லணும்னு நிறைய ப்ளான் பண்ணிட்டு டெல்லிக்குப் போனேன்.

அங்கே, என்னை மாதிரி நிறைய பேர் வந்திருந்தாங்க. என் பரவசத்தை உடைக்கிற முதல் காரியமா, கூட்டத்தோடு கூட்டமா என்னைத் தங்கவெச்சாங்க. ஒவ்வொரு பிம்பமா உடைய ஆரம்பிச்சுது. என் பயணத்தின்போது இருந்த பிரமிப்பில் பாதிகூட நான் மேடையேறும்போது இல்லை. ரொம்ப குறைச்சலான ஆடியன்ஸ். மெலிதான கைத்தட்டல். நீலம் சஞ்சீவ ரெட்டி அப்போ ஜனாதிபதி. அவரோடு கை குலுக்கும்போது, 'இந்தியாவோட ஜனாதிபதியின் கை இவ்ளோ மென்மையா, இவ்ளோ சின்னதா இருக்கே!'ன்னு தோணுச்சு.

இப்போ ஒரு தடவை மீண்டும் இந்திய ஜனாதிபதிகிட்டே மெடல் வாங்க டெல்லி போனேன். இந்த முறை ரெண்டு நாள் இல்லை, ரெண்டே மணி நேர விமானப் பயணம். என் நடிப்புக்காக தேசிய விருது வாங்கப் போனேன். ஜனாதிபதியின் கை சின்னதா, மென்மையா இருக்கும்னு ஏற்கெனவே தெரிஞ்சதால், அந்தப் பெரிய த்ரில் எதுவும் இல்லை. அதே குறைச்சலான கூட்டம். மெல் லிய கைத்தட்டல். ஜனாதிபதி மட்டும் மாறியிருந்தார்.

விருது வாங்கினதும் அதைக் கொண்டுபோய் ரூமில் வெச்சுட்டு டெல்லி பிரஸ் கிளப் போனேன். பனி கொட்டுற இரவில் சில சீனியர் பத்திரிகையாளர்களோடு பேசிட்டு இருந்தேன். 'பிரயாணம்' கதையை அப்போ பேசிட்டு இருந்தோம். பேச்சு அப்படியே இலக்கியம், அரசியல், சமூகம்னு போச்சு. 'எனக்குப் பொதுவா நடிகர்கள் மீது மரியாதை கிடையாது. ஆனா, உன்னை எனக்குப் பிடிச்சிருக்கு. அடுத்து நீ டெல்லிக்கு வந்தா, என்னைப் பார்க்காம போகக்கூடாது'ன்னு ஓர் அன்புக் கட்டளையிட்டார் ஒரு சீனியர் பத்திரிகையாளர்.

''என் பயணங்களை நான் தீர்மானிக்கிறதில்லை சார். பயணங்கள்தான் என்னைத் தீர்மானிக்கும். இன்னும் நிறைய முறை டெல்லிக்கு நான் வரலாம். ஆனா, வரும்போது உங்களைப் பார்ப்பேனான்னு தெரியாது. ஏன்னா, இந்தப் பயணத்தில் உங்களைச் சந்திப்பேன்னு எனக்குத் தெரியாதே! இது தற்செயலாக அமைஞ்ச ஒரு சந்திப்பு. விருது வாங்கின எல்லா நடிகர்களும் பார்ட்டிக்குப் போயிட்டாங்க. நான் மட்டும்தான் ஒரு நண்பனைப் பார்க்க வந்தேன். வந்த இடத்தில் நாம சந்திச்சோம். அடுத்த வருஷம் இன்னொரு விருது வாங்க டெல்லி வரலாம். ஆனா, பிரஸ் கிளப் வருவேனா, நாம் சந்திப்போமானு தெரியாது!'ன்னு சிரிச்சேன். 'இந்த மனசை மட்டும் தொலைச்சுடாதே!'ன்னு வாழ்த்தி அனுப்பினார் அந்தப் பெரிய மனுஷன்!

வெற்றியில் இரண்டு வகை!

"பிரகாஷ்ராஜ்கிட்டே உங்களுக்குப் பிடிக்காத விஷயம் என்ன?" 'காஃபி வித் அனு' நிகழ்ச்சிக்காக 'மொழி' படத்தின் இயக்குநர் ராதாமோகனிடம் இந்தக் கேள்வி வந்தது.

"பிரகாஷ் தன் ஹெல்த் மேல அக்கறை எடுத்துக்கிறதில்லை. ராத்திரி ரெண்டு, மூணு மணி வரைக்கும் எங்களோடு கதை டிஸ்கஷனில் இருப்பார். அதுக்கு மேல முடியாம, டயர்டாகி அங்கேயே படுத்திருப்போம். ஆனா, பிரகாஷ் மட்டும் எழுந்து அதிகாலை ஆறு மணி ஃப்ளைட்ல ஹைதராபாத் ஷூட்டிங் போயிருப்பார்!"னு என்மேல் இருக்கிற அக்கறையை வெளிப்படுத்தினான் நண்பன்.

'மொழி' பட ஆடியோ கேசட் வெளியீட்டு விழா. பிரமிட் சாய்மீரா நிறுவனத்தின் சுவாமிநாதன் தன் பேச்சில் ஒரு கவலையைச் சொன்னார்... "சமீபத்தில் வேற ஒரு விஷயத்துக்காக ஒரு படம் (சதுரங்கம்) பார்த்தேன். அதில் ஒரு டயலாக் வரும்... 'நம்ம சொசைட்டியில் என்ன பிரச்னைன்னா, கெட்டவங்க நாங்க, ஜெயிப்போம்கிற நம்பிக்கையோட இருக்கோம். ஆனா, நல்லவங்க நீங்க தோத்துருவோமோங்கிற பயத்தோட இருக்கீங்க!'ன்னு. பளிச்சுனு இருந்தது அந்த வசனம்.

த.செ. ஞானவேல்

நல்ல சினிமா எடுக்கிறவங்க வயித்துல நெருப்பைக் கட்டிக்கிட்டு வெற்றியின் மீது நம்பிக்கை இல்லாம இருக்காங்க. இன்னொரு பக்கம் ஆபாசமான, வன்முறையான, அசிங்கமான படத்தை எடுத்துட்டு வெற்றி கிடைச்சுடும்னு சிலர் ரொம்ப நம்பிக்கையோட இருக்காங்க. இந்த ரெண்டுமே ரொம்ப ஆபத்தானது!''ன்னு சொன்னார் சுவாமிநாதன்.

நான் சரியா தூங்காம இருக்கிறதுக்கும் ராதா மோகன், சுவாமிநாதன் வெளியிட்ட கருத்துகளுக்கும் நேரடியான சம்பந்தம் இருக்கு.

தமிழ், தெலுங்கு, கன்னடம்னு மூணு மொழிகளில் பரபரப்பா நான் நடிக்க ஆரம்பிச்சிருந்த நேரம்... ஆயிரங்களில் இருந்து லட்சங்களுக்கு மாறிச்சு என் வாழ்க்கை. கோடம்பாக்கத்தில் நான் குடியிருந்த வாடகை வீட்டுக்குப் பக்கத்தில் இன்னொரு வீடு காலியா இருந்துச்சு. உடனே அதையும் வாடகைக்குப் பேசி, சுண்ணாம்பு அடிச்சேன். 'என்ன பண்றே?'னு நண்பர்கள் ஆச்சர்யமா கேட்டாங்க. 'சினிமா தயாரிக்கப் போறேன். அதுக்கான ஆபீஸ் இது!'ன்னு சொன்னதும் சிரிச்சுட்டாங்க.

நான் தயாரிச்ச முதல் படம் 'அந்தப்புரம்'. அப்புறம் 'தயா', 'நாம்', 'அழகிய தீயே', 'கண்ட நாள் முதல்', 'பொய்', 'மொழி'ன்னு வரிசையா படங்கள் எடுக்க ஆரம்பிச்சேன். நடிகர் பிரகாஷ்ராஜ் சம்பாரிச்ச அவ்ளோ பணத்தையும் தயாரிப்பாளர் பிரகாஷ்ராஜ் தொலைச்சுட்டே இருந்தான். இதில் பல படங்கள் எனக்கு மோசமான நஷ்டத்தைத் தந்திருக்கு. கமர்ஷியல் வெற்றின்னு சொல்வாங்களே, அதுமட்டும் கிடைக்கவே இல்லை.

'ஒரேயொரு குத்துப்பாட்டு சேர்த்தா போதும், அதை வெச்சே

படத்தை ஓட்டிடலாம்'னு நிறைய பேர் அறிவுரை சொல்லியிருக்காங்க. 'நீங்க இன்னிக்கு ஜெயிக்கிறதைப் பத்தி யோசிக்கிறீங்க. நான் இன்னும் பத்து வருஷம் கழிச்சு ஜெயிக்கிறதை யோசிக்கிறேன். என் நேரத்துக்கும், நான் செலவு செய்கிற பணத்துக்கும் அர்த்தம் இருக்கணும்னு நினைக்கிறேன். என்ன, அதுக்குப் பத்து வருஷம் ஆகலாம். ஆனாலும் பரவாயில்லை!'னு சொல்வேன்.

'டூயட் மூவீஸ்' ஆரம்பிச்சு அஞ்சு வருஷம்தான் முடிஞ்சிருக்கு. இப்போ 'மொழி' படத்தைப் பார்த்த அத்தனை பேரும் 'நல்ல படம் எடுத்திருக்கீங்க சார்!'னு வந்து கை குலுக்கிட்டுப் போறாங்க. ஒரு காலேஜுக்குப் பேசப் போயிருந்தேன். ஒரு பொண்ணு ஓடி வந்து, 'இப்ப இருக்கிற போஸ்டர்ல எல்லா ஹீரோக்களும் அரிவாள்ல ரத்தம் சொட்ட கோபமா முறைக்கிறாங்க. ஹீரோயின்கள் ரொம்ப எக்ஸ்போஸ் பண்ணி போஸ் தர்றாங்க. திரும்புற பக்கமெல்லாம் இந்த மாதிரிதான் போஸ்டர்ஸ், ஹோர்டிங்ஸ் இருக்கு. ஆனா 'மொழி' பட போஸ்டர்ல எல்லோருமே மனசு விட்டுச் சிரிக்கிறாங்க. பார்க்கவே சந்தோஷமா இருக்கு சார். ஆல் தி பெஸ்ட்!'னு சொல்லிட்டுப் போனா. இருபது வயசு இளைஞர் கூட்டத்தில் ஒருத்தி. எனக்கு அவளோட சந்தோஷம் பார்க்கப் பிடிச்சிருந்தது.

ஏன்னா, அசிங்கமான வெற்றி மேல எனக்கு எப்பவுமே மரியாதை இருந்ததில்லை. ஆணும் பெண்ணும் உரசிக்கிறதைக் காசாக்கினால், இன்னிக்கே நான் பணக்காரனாகலாம். ஆனா, எனக்கு ரெண்டு பெண் குழந்தைகள் இருக்காங்க. நாளைக்கு அவங்க வளர்ந்து, 'இவ்ளோ அசிங்கமானவராப்பா நீங்க? இப்படி அசிங்கமான படங்களை எடுத்துச் சம்பாதிச்ச பணத்துலதான் எனக்கு டிரெஸ் வாங்கினீங்களா?'னு கேள்வி கேட்டுடக்கூடாதுன்னு நினைக்கிறேன்.

வெற்றி ஒரு மனிதனை அழகாக்கணும். அசிங்கமாக்கிடக் கூடாது.

நூறு பேரை நம்பி டீக்கடை நடத்துறவர், தன் கடைக்கு வர்ற ஒவ்வொரு கஸ்டமருக்கும் நல்ல டீ போட்டுத் தரணும்னு நினைக்கிறார். லட்சக்கணக்கான மக்களைச் சென்று சேரக்கூடிய சினிமாக் கலைஞனுக்கும் அதே பொறுப்பு உணர்வு வேணும்தானே? வக்கிரமான விஷயங்களை கமர்ஷியலுக்காகத் தன்னோட படத்தில் சேர்க்கிற ஒவ்வொருத்தருமே, படம் ஜெயிச்சதும் 'அப்பாடா, எஸ்கேப்!'னு பெரு மூச்சுவிடறதைப் பார்த்திருக்கேன். ஆக்ஸிடென்ட்ல இருந்து தப்பிக்கிற மாதிரி, அந்த வெற்றி! அப்படி ஒரு மோசமான படத்தில் வந்த காசை இன்னொரு மோசமான படத்தில் தொலைச்சுடலாம். அது சூதாட்டம்!

நஷ்டம் தந்தாலும் நல்ல படங்களை எடுத்தவன் என்பதுதான் என் அடையாளம். இதுவரைக்கும் நான் எடுத்த நல்ல படங்களோட வெற்றி 'மொழி' படத்தில் கிடைச்சிருக்கு. நிலையான வெற்றிகள் படிப்படியாதான் வரும்.

'என் சினிமாவைப் பார்த்து ஒருத்தன் கெட்டுப் போனா, அதுக்கு நான் எப்படிப் பொறுப்பாக முடியும்?'னு ஒரு கலைஞன் பொறுப்பில்லாம பேசக் கூடாது. ஒரு நாள் முழுக்க உழைச்சு சம்பாதிச்ச காசைப் போட்டு டிக்கெட் எடுத்து, நான் எடுக்கிற சினிமாவைப் பார்க்க வர்ற ரசிகனை ஏமாத்தறது மனச்சாட்சிக்கு விரோதம் இல்லையா? அப்புறம் எனக்கும் கிட்னி திருடனுக்கும் என்ன வித்தியாசம்?

'டூயட் மூவீஸ்' தயாரிக்கிற படங்களுக்கு என் குழந்தைகளைக் கூட்டிட்டுப் போவேன்'னு சொல்றார் ஒரு அப்பா. அந்த நம்பிக்கை மட்டும்தான் தலைமுறை தாண்டி நிலைக்கிற அற்புதம். அதைக் கேவலம் காசுக்கு விக்கிறதுக்கு எனக்கு மனசு இல்லை. அதான், ராத்திரி

பகலா வேலை பார்க்கிறேன். உடம்புக்குக் கெடுதல்னு தெரிஞ்சும் நான் வேகமா உழைக்கிறதுக்கு என் கனவுகள்தான் காரணம். லாபம் சம்பாதிக்கணும், சொத்து சேர்க்கணும்னு நான் சினிமா தயாரிச்சா எனக்குப் பணம் சேர்க்கிறது நிர்ப்பந்தமாகிடும்.

எல்லோரையும் ஏமாற்றிப் பிழைக்கிற அமெரிக்கா மாதிரி வல்லரசு நாடா இருக்கிறதுக்குப் பதில், சுயமரியாதையோட வாழுற சின்ன கியூபா போல இருந்துடணும். அதான் அழகு!

நல்ல சினிமா பற்றி நிறைய கனவுகள் எனக்கு இருக்கு. ஒவ்வொரு சினிமா தியேட்டரிலும் காபி ஷாப் போல ஒரு இடம் இருக்கணும். அதில், எப்பவும் கண்ணதாசன், பட்டுக்கோட்டை கல்யாணசுந்தரம், வாலி, வைரமுத்துன்னு அற்புதமான கவிஞர்களோட காலத்தால் அழியாத பாடல்கள் பாடிட்டே இருக்கணும். நல்ல திரைப்படங்களோட டி.வி.டிக்கள், நல்ல பாடல்கள் அடங்கின பாட்டுப் புத்தகங்கள், திரைப்படம் தொடர்பான புத்தகங்கள்னு எல்லாம் அங்கே கிடைக்கணும். 'டூயட் மூவீஸ்' ஆரம்பிக்கும்போது இந்த மாதிரியான நிறைய கனவுகளோடதான் ஆரம் பிச்சேன்.

கலைஞனுடைய கனவில் அவனுடைய பங்களிப்பு பாதிதான். ரசிகனுடைய ஒத்துழைப்பில்தான் நல்ல கனவுகள் நிறைவடையும். பெரிய ஸ்டார், சின்ன ஸ்டார்னு எந்த வித்தியாசமும் இல்லாமல் நல்ல படங்களைப் பார்க்க தமிழ்நாட்டில் ஒரு சதவிகிதம் பேர் தியேட்டருக்குள் வந்தால் போதும், எல்லாமே மாறிடும். ஆட்டோகிராஃப், காதல், வெயில், மொழின்னு அழகான வெற்றிகளின் பட்டியல் தொடரும். உண்மை எப்பவுமே எளிமையாகத்தான் இருக்கும். ஆனா, எளிமைதான் எல்லாவற்றையும்விட அழகு!

பெண்களைப் பற்றி அதிகம் பேசுவது ஏன்?

‘‘நீங்க ஏன் பெண்களைப் பற்றியே அதிகம் பேசறீங்க?’’ன்னு ஒரு பெண் கேட்டாங்க. ஆமா, ஏன்?

ஏன்னா, அம்மா, மனைவி, குழந்தைகள், உறவுகள், தோழிகள்னு எப்பவுமே என்னைச் சுற்றி பெண்கள்தான் அதிகம் இருக்காங்க. ஒரு ஆணாப் பிறந்துட்டதால என்னால் கர்ப்பம் தரிக்க முடியாது. ஆனா, எனக்குள் இருக்கிற தாய்மையை நான் பல முறை உணர்ந்திருக்கேன். ஒரு நடிகனா, படைப்பாளியா, தயாரிப்பாளரா எனக்குக் கிடைக்கிற பெருமைகளால் நான் லேசா கர்வம் அடைஞ்சதுண்டு. ஆனா, ‘தாய்மை’ உணர்வு சுரப்பதை உணரும் தருணங்களில் எனக்குக் கர்வம் வந்ததே இல்லை. மாறா கௌரவம் வந்திருக்கு. என் மேல் எனக்கே மதிப்பு வந்திருக்கு. இன்னொருத்தனோட பசியும் வலியும் புரிஞ்சுக்கணும்னா நமக்குள் அந்தத் தாய்மை உணர்வு இருக்கணும்.

வாழ்வதற்கான காரணம் எல்லாருக்குமே நிறைய இருக்கு. ஆனா, வாழ்ந்ததுக்கான அர்த்தம் இருக்கான்னு யோசிச்சா, மனசுக்கு பல நேரங்களில் பதில் தெரியாது.

சென்னை சத்யம் தியேட்டரில் ‘லைட்ஸ் ஆன்’ நிகழ்ச்சி. தமிழ் சினிமாவில் தங்களுக்குத் தனி அடையாளம் வேண்டும்னு போராடின

சுஹாசினி, ரேவதி, ரோகிணின்னு நான் மதிக்கிற மூன்று பெண்களுடன் உரையாடுற வாய்ப்பு.

பெண்ணியம், பெண் விடுதலை பற்றியெல்லாம் அதிகம் பேசப்படாத ஒரு காலகட்டத்தில் தன்னுடைய குரலை மட்டுமே வெச்சு ஒரு லட்ச ரூபாய் சம்பளம் வாங்கி கே.பி.சுந்தராம்பாள் கம்பீரமா வாழ்ந்த தமிழ் சினிமா இது. நம்பியார்கிட்டே இருந்து பானுமதி அம்மாவைக் காப்பாற்ற எம்.ஜி.ஆர். ஒரு கத்திச்சண்டை போடுற ஸீன். பானுமதியம்மா பயந்து நடுங்கிக்கிட்டே இருக்கணும். சண்டை ஸீன் சரியா வராம நாலஞ்சு டேக் போயிட்டே இருந்ததாம். உடனே 'மிஸ்டர் எம்.ஜி.ஆர். எவ்ளோ நேரம் நான் இப்படியே நடுங்கிட்டே இருக்கிறது? அந்தக் கத்தியை என்கிட்டே குடுங்க. நானே சண்டை போட்டு என்னைக் காப்பாத்திக்கிறேன்'னு கேட்டாங்களாம் பானுமதியம்மா. அப்படி பத்மினி, சாவித்திரி, மனோரமான்னு 40 வருஷத்துக்கு முன்னாலேயே நிறையநம்பிக்கையான பெண்கள் தமிழ் சினிமாவில் தொடர்ந்து இருந்திருக்காங்க. ஆனா, இப்போ?

ஓர் ஆண் பார்வையில் பெண்களை உயர்வாகவும், கீழ்த்தரமாகவும் பதிவு செய்திருக்கிற சினிமா நிறைய வந்திருக்கு. ஆனால், ஒரு பெண் பார்வையில் ஆண்களைப் பற்றி இதுவரைக்கும் போதுமான பதிவுகள் இல்லை. நான் பேட்டி எடுத்த மூன்று பெண்களுமே ஆண்கள் பற்றிய பதிவுகளைத் தரக்கூடிய தகுதி படைத்தவர்கள்.

பதினேழு, பதினெட்டு வயசிலேயே தங்களைவிட இரண்டு, மூன்று மடங்கு வயசுடைய ஹீரோக்களுடன் நடிக்க வேண்டியிருக்கு. அதனாலேயே பல நடிகைகள் தங்களுடைய இளமையையே தொலைச்சிருக்காங்க. வயசுக்கு மீறின சூழலில் வாழ்வதால், வயசுக்கு

த.செ. ஞானவேல்

மீறிய பக்குவத்தோட இருக்கிற நடிகைகளை நான் பார்த்திருக்கேன். இது ஆணோட பார்வை. ஒரு பெண்ணோட பார்வை எப்படி இருக்கும்?

"வயதான நடிகர்களோட நடிக்கிறப்ப, கிசுகிசுக்கள் குறைவா வரும்"னு சுஹாசினி சொன்னாங்க.

ரேவதி பேசியபோது, "என்னோட முதல் பிரஸ் மீட்ல, 'நீங்க நீச்சல் உடை போட்டு நடிப்பீங்களா?'ன்னு கேட்டாங்க. 'ஸ்விம்மிங் ஃபூல் ஸீனில் புடவையிலா நடிக்க முடியும்?'னு வெகுளித்தனமா நான் திரும்பிக் கேட்டதைத் தப்பாப் புரிஞ்சுட்டு, தப்பாவே எழுதியிருக்காங்க. 'மண் வாசனை' படம் தொடங்கி நடிகர் பாண்டியனோட தொடர்ந்து மூணு படம் நடிச்சேன். ஷூட்டிங் ஸ்பாட்ல ரெண்டு தடவை அவருடன் கலகலப்பா பேசிட்டேன். உடனே, 'நீங்க ரெண்டு பேரும் திருப்பதியில் கல்யாணம் பண்ணிக்கப் போறீங்களாமே?'ன்னு பிரஸ் கேட்டாங்க. எனக்கு ஷாக்! எந்த ஹீரோக்களோடவும் பேசாம இருக்கிறதும், ஒரு இடைவெளியை உருவாக்கிக்கிறதும்தான் இங்கே பாதுகாப்போன்னு ஒதுங்கித் தனிமையில் இருந்திருக்கேன். சேர்ந்து இருக்கிறது பாதுகாப்புன்னு சொல்வாங்க. ஒரு பெண் தனியா இருக்கிறது பாதுகாப்புன்னு ஆகிடுச்சு பாருங்க"ன்னதும் கன்னத்தில் அறைஞ்ச மாதிரி இருந்தது.

"140 ரூபாயை எடுத்துக்கிட்டு நடிகனாகணும்னு சென்னைக்கு ஓடி வந்ததா கம்பீரமா நீங்க பேட்டி தர்றீங்க. எனக்கு உங்களைவிட நடிக்கிற கனவு அதிகமா இருந்து, என்கிட்டே ஒரு லட்ச ரூபா இருந்தாலும் என்னால் தனியா அப்படிக் கிளம்பி வர முடியாது. ஏன்னா, ஆம்பளைங்க எங்கே தூங்குறாங்க, எங்கே சாப்பிடறாங்க, என்னல்லாம் பண்றாங்கன்னு யாருக்கும் கவலை இல்லை. ஆனா,

பெண்கள் சிரிச்சாக்கூட, இந்தச் சமூகம் அதிகமா கவலைப்படும். நாங்க எப்படி சினிமாவில் ஆண்கள் மாதிரி எல்லா இடங்களையும் ஈஸியா பெற முடியும்?''னு ரோகிணி கேட்டதும் அதிர்ச்சியா இருந்தது.

ஆணாதிக்க சமுதாயத்தில் பெண்களுக்கு அதிகமான தீமைகள் இருக்கு. ஆனா, அதைவிட நூறு மடங்கு தீமை ஆண்களுக்குத்தான் என்பது என் வாழ்க்கை அனுபவம். பிறந்ததிலேர்ந்து சாகிற வரைக்கும் ஆணாக மட்டுமே வாழ்ந்தா, அவன் மரியாதைக்குரியவனே இல்லை. பிறப்பு முதல் இறப்பு வரை பெண்ணாக மட்டுமே இருந்துவிடுகிற பெண்ணும் என் பார்வையில் மரியாதைக்குரியவள் இல்லை. ஏன்னா, ஆண்மையும் பெண்மையும் உருவங்கள் இல்லை, அவை உணர்வுகள். ஒரு விஷயத்தை இன்னொரு விஷயத்துல தேடும்போதும் தொலைக்கும்போதும்தான் நாம மனுஷங்களா ஆகிறோம் என்பது என் நம்பிக்கை.

ஒருவருக்குள் ஒருவர் தொலையாமல், ஒருவருக்குள் ஒருவர் தேடாமல், ஒருவரை ஒருவர் அடையணும்னு நினைக்கும்போதுதான் அசிங்கமாகிடுறோம். பெரும்பாலான ஆண்கள் அசிங்கமா இருக்கிறதுக்கு அவங்க பெண்மையை அடையணும்னு நினைக்கிறதுதான் காரணம். ஒருவரின் வலியை இன்னொருவர் புரிஞ்சுக்கும்போதுதான் வாழ்க்கை அழகா மாறுது.

நானும் என் நண்பர்களும் எப்பவும் சேர்ந்தே இருப்போம். எங்கள் மனைவிகளும் அப்படியே. 'லதா, நாலு ஃப்ரெண்ட்ஸ் வீட்டுக்கு வர்றாங்க, ஏதாவது சாப்பாடு ரெடி பண்ணிடு!'ன்னு என் மனைவியிடம் திடீர்னு போன் செய்து எத்தனையோ முறை சொல்லியிருக்கேன். சலிச்சுக்காம செய்து போடுவாங்க. நாங்க

ஜாலியா அரட்டையடிச்சுக்கிட்டு, கதை பேசிட்டு, செஸ் ஆடிட்டு, 'டீ வேணும், டிஃபன் வேணும்'னு ஏதோ ஓட்டல்ல ஆர்டர் பண்ற மாதிரி எங்க வீட்லயே பண்ணியிருக் கோம். ஆனா, அதை அவங்க எப்படிப் பார்ப்பாங்கன்னு யோசிச்சதே இல்லை.

பெண்களோட கஷ்டங்களை உணரணும்னு ஒரு பொங்கல் பண்டிகையை சாட்சியாக்கினோம். 'இந்த மூணு நாளும் ஆண்கள் சமைக்கிறது, பெண்கள் ஆர்டர் பண்றது'ன்னு ஒரு முடிவு எடுத்தோம். முதல் நாள் காலையில் இருந்த உற்சாகம் அன்னிக்கு சாயந்திரமே காணாமப்போச்சு. சோர்ந்துட்டோம். தங்களுக்கு என்ன வேணும்னு சீட்டு விளையாடிட்டு பெண்கள் எங்களுக்கு ஆர்டர் போடும்போது ஏனோ லேசா எரிச்சலா இருந்தது. 'டீ வேணும், ஷுகர் கம்மியா ஒரு கிளாஸ் பால்'னு எல்லாப் பெண்களும் தூள் கிளப்பிட்டாங்க. 'அப்பா, என் டீ ஆறிப்போச்சு. வேற டீ!'ன்னு என் பொண்ணு கேட்டா. 'ஆறிப் போறதுக்கு முன்னாடியே குடிக்க வேண்டியதுதானே!'ன்னு கோபமா சொன்னேன். உடனே, எத்தனை முறை நான் இப்படி என் மனைவியிடம் கேட்டிருப்பேன்னு புத்திக்கு உறைச்சது.

பத்துப் பேருக்குச் சமைக்கணும். மனசுல ஒரு அளவு கணக்கு வெச்சு சமைக்கிறோம். பரிமாறிட்டு இருக்கும்போதே சாப்பாடு பத்தாதுன்னு பாதியில்தான் தெரிய வருது. அப்போ ஒரு பதற்றம் வருது பாருங்க, நினைச்சுப் பார்க்கவே இப்பவும் பயமா இருக்கு.

உப்பு போட்டோமா, காரம் சரியா இருக்கா, கேஸ் நிறுத்திட்டோமான்னு ஆயிரம் பதற்றங்கள் ஓடுது. இதே டென்ஷனில்தானே என் அம்மாவும் மனைவியும் ஒவ்வொரு வேளையும் இருப்பாங்க. ஆனா, அப்பவும் நான் என்ன அதிகமா விரும்பிச் சாப்பிடுறேன், எனக்கு எது பிடிக்கும்னு கவனிச்சுப் பரிமாற

அவங்களால் மட்டும் எப்படி முடியுதுன்னு தோணுச்சு. என் பசியை உணர்ந்து, தன் கஷ்டங்களை மறைச்சு சிரிச்சுக்கிட்டே பரிமாறத் தெரிஞ்சிருக்கிற அந்தத் தாய்மைக்கு முன்னால் தலைவணங்கி நிக்கிறதைத் தவிர வேற வழியே இல்லை.

ஒரு நேரச் சமையலே இப்படின்னா, குழந்தைகளைச் சுமந்து, பெற்று, வளர்த்து இந்த சமூகத்தில் பொறுப்புள்ள ஒரு மனிதனா ஆளாக்கும் அந்த பிரஷரை எப்படி பெண்கள் விரும்பிச் சுமக்கிறாங்கன்னு இன்னும் புதிராவே இருக்கு.

வாய்ப்பு கிடைக்கும்போது என் மனைவிக்கு நான் சமைச்சுப் போடுறேன். அது ஏதோ எனக்கும் சமையல் தெரியும்னு காட்டிக்கிறதுக்காக இல்லை. எனக்குள் இருக்கிற தாய்மையைத் தக்க வெச்சுக்கணும்னுதான்.

ஒவ்வொரு ஆணும் சமையல் கத்துக்கிட்டாலே பெண்ணை இயல்பா மதிக்க ஆரம்பிச்சுடுவாங்க. காரல் மார்க்ஸ் சொல்லிப் புரியாத சமத்துவம் ஒரு கைப்பிடி வெங்காயம் நறுக்கும்போது தெளிவா புரியுது.

ஒரு மணி நேரத்தில் இப்ப என்னால சாதம், சாம்பார், ரசம், பொறியல் சமைக்க முடியும். அதனால்தான் நான் அதிகம் பெண்களைப் பற்றி பேசறேனோ?

த.செ. ஞானவேல்

வாழ்க்கையைக் கொண்டாடுங்கள். ஆனால்...

''எனக்குஏன்நீங்கஹோலிவிஷ்சொல்லவேஇல்லை?''னுஎன்பொண்ணு கேட்டா. அது நம்ம கலாச்சாரம் இல்லைன்னு பதில் சொன்னேன்.

'கலாச்சாரம்னா என்ன?'னு அடுத்து யோசிக்க வைக்கிற கேள்வியைக் கேட்டா. ''தமிழ்நாடு வெப்பமான பிரதேசம். கால்ல செருப்பில்லாம நடக்கிற ஜனங்க கோடிக்கணக்குல இருக்காங்க. அவங்க பயணத்தின் இடையில கொஞ்சம் இளைப்பாற ஒரு திண்ணை கட்டணும்'னு யோசிக்கிற ஒரு கலாச்சாரம். எதிரியாகவே இருந்தாலும், 'குடிக்க தண்ணீரை அவங்க கேட்கிறதுக்கு முன்னாடியே கொடுத்துடணும்'கிறது ஒரு மண்ணோட கலாச்சாரம். அந்தியூர் மலையில் வாழ்கிற மலைசாதி மக்களோட ஒவ்வொரு வீட்டு முற்றத்திலேயும் சந்தன மரம் இருக்கும். மரங்களை வெட்டக் கூடாதுன்னு தெரிஞ்சு,'சந்தனப் பொட்டு வெச்சுக்கிறது பாவம்! அப்படி வெச்சுக்கிட்டா, ஜடையன் சாமி தண்டிக்கும்'னு ஒரு சுற்றுப்புறச் சூழலை நம்பிக்கையாக வைப்பது ஒரு கலாச்சாரம். 'இரவு படுக்கும்போது கொஞ்சமாவது சாப்பாட்டை மிச்சம் வைக்கணும். திடீர்னு வீட்டுக்கு வர்ற விருந்தாளிக்கு சாப்பாடு போடணும்'கிறது ஒரு இனத்தின் கலாச்சாரம். இப்படி மண்ணுக்கும் மக்களுக்கும் அடையாளமா கலாச்சாரம் இருக்கு.

ஹோலிப் பண்டிகை என்னை ரொம்ப யோசிக்க வெச்சுடுச்சு. மகாராஷ்டிரா மாநிலம் புனே நகரில் படிச்சவங்க, பாமரர்கள், பணக்காரர்கள், ஏழைகள், ஆண்கள், பெண்கள், குழந்தைகள்னு எல்லாரும் ஹோலி கொண்டாடினாங்க. மகிழ்ச்சியை வெளிப்படுத்துகிற ஒரு கொண்டாட்டத்தில், 280 பேர் ஒரே இடத்தில் கைது செய்யப்பட்டதாக மீடியாவில் செய்தி. பெரும்பாலும் இளைஞர்கள். அதுவும் படித்துக் கை நிறைய சம்பளம் வாங்குற இளைஞர்கள். 'ரேவ் பார்ட்டி'யில் கலந்துகிட்ட ஆண்களையும் பெண்களையும் கைது செய்து போலீஸ் ஸ்டேஷனுக்குக் கூட்டிட்டுப் போகும்போது, முகத்தைத் துணியால் மூடிட்டுத் தலைகவிழ்ந்து போறாங்க. முதல் நாள் இரவின் சந்தோஷம் மறுநாள் வெளிச்சத்தில் அவமானமா மாறிடுச்சு. கைது செய்யப்பட்ட இளைஞர்களோட அப்பா அம்மாவுக்குத் தகவல் சொன்னா, 'பார்ட்டியா?'னு ஷாக் ஆகுறாங்க. தன் கொண்டாட்டம் பற்றிய குற்ற உணர்ச்சி அந்தப் பார்ட்டியில் கலந்துகொண்ட ஒவ்வொருத்தருக்குமே இருந்திருக்கு. அதான், எங்கே போறோம்னு பெத்தவங்ககிட்ட சொல்ல முடியலை. போதை மருந்துகள் மூலமா வாழ்க்கையைக் கொண்டாடிடலாம்னு யோசிச்ச அந்த இளைஞர்களைப் பார்க்கும்போதே, ஒரு தகப்பனா என் அடி வயிறு 'திகீர்'ங்குது. 'ஏம்ப்பா எனக்கு ஹோலி விஷ் சொல்லலே?'னு கேட்ட என் மகளோட ஞாபகம் வருது.

வாழ்க்கை ஒரு சக்திமிக்க வரம். அதைச் சரியா பயன்படுத்தத் தெரியணும். இல்லேன்னா, பஸ்மாசுரன் ஆகிடுவோம். 'நான் யார் தலையில் கை வெச்சாலும் சாம்பலாகிடணும்'னு ஒருத்தன் வரம் கேட்டா அவனுடைய குரூரமான மனசு அதுலேயே தெரியுது இல்லியா? தன் தலையில் தானே கைவெச்சுக்கப் போறான்கிற க்ளைமாக்ஸ் முடிவு அவன் வாங்கின வரத்துலேயே அடங்கியிருக்கு.

ஒருத்தன் கேட்கிற வரத்தை வெச்சு அவனை யாருன்னு சொல்லிடலாம். 'நின்னை சில வரங்கள் கேட்பேன்'னு தன் இஷ்ட தெய்வமான பராசக்திகிட்ட வரம் கேட்டார் பாரதியார். 'உலகத்தில் எல்லோரும் வறுமை ஒழிந்து சந்தோஷங் கொண்டிருக்கச் செய்வாய்'னு கேட்டதாலதான் அவர் மகாகவி ஆனார்.

'சாவதைப் பத்தி எனக்குக் கவலை இல்லை. எல்லாருக்கும் சாவு ஒரு முறைதான் வரும். வாழறதைப் பத்திதான் எனக்கு அக்கறை. தினம் தினம் வாழ்ந்தாகணும்'னு குல்சர் சொல்வார்.

சமீபத்துல ஒரு பெரிய தொழிலதிபரைச் சந்திச்சேன். ஆயிரக்கணக்கான தொழிலாளர்கள் அவர்கிட்ட வேலை செய்யறாங்க. பல கோடிகளைத் தன் வியாபரத்துல சம்பாதிக்கிறார். அரண்மனை மாதிரி பங்களா; வெளிநாட்டுலேர்ந்து இறக்குமதி செய்யப்பட்ட கார். வீட்ல மட்டும் வேலை செய்ய 50 பேருக்கும் மேல் வேலையாட்கள். மூணு மணிநேரம் அவரோடு பேசிட்டிருந்தேன். ஒரு முறைகூட அவர் சிரிச்சதா எனக்கு ஞாபகம் இல்லை. அவருடைய வியாபாரத் திறமையைப் பத்தி என்கூட வந்த நண்பன் விளக்கிட்டிருந்தான். 'எல்லாம் இருந்தும் அவருக்குச் சிரிக்கத் தெரியலையேடா?'னு சொன்னேன். என்னைப் பார்த்து அவர் சிரிக்கலைன்னாலும் பரவாயில்லை; அந்த வீட்ல ஓர் அழகான குழந்தை இருக்கு. குழந்தையும் கடன் கேட்டுடுமோங்கிற பயத்துலேயே இருப்பார் போல!

வாழ்க்கையைக் கொண்டாடத் தெரியணும். ஒரு நாள்ல சில விநாடிகளையாவது வாழ்ந்துடணும். அதுக்கு செலிபிரேஷன் முக்கியம். எப்படி செலிபிரேட் பண்ணணும்னு தெரிஞ்சுக்கிறது அதைவிட ரொம்ப முக்கியம்.

என்னை நேசிக்கிற ஒரு பெண் மும்பையில் இருக்கா. வட இந்திய கலாச்சாரத்துல வாழணும்னு பிடிவாதமா நினைக்கிறவ. கலாச்சாரத்தைத் தன் அடையாளமா பெருமையா சொல்ற ஒருத்தி அஞ்சு வருஷமா ஹோலி கொண்டாடுறது இல்லை. ''வண்ணங்களில் ஒளிஞ்சுக்கிட்டு வசதியா, அசிங்கமா நடந்துக்கிறானுங்க. அப்படி ஒரு கொண்டாட்டம் எனக்குத் தேவை இல்லை'னு முகத்துல அடிக்கிற மாதிரி காரணம் சொல்றா. அவளோட இளமைப் பருவத்தில் உடம்பு முழுக்க கலர் பூசிட்டு தெருத் தெருவா சந்தோஷத்தை ஷேர் பண்ணிட்டிருந்தபோது, அதே போல உடம்பு முழுக்க கலர் பூசிட்டிருந்த ஒருத்தன் அவகிட்ட ரொம்ப அசிங்கமா நடந்துட்டு இருக்கான். எவன் தன்கிட்டே அசிங்கமா நடந்தான்னு அவளால அடையாளம் கூடச் சொல்ல முடியலை. அவளோட ஒவ்வொரு தோழிகிட்டேயும்கூட இப்படி ஒரு சம்பவம் இருக்கு.

வண்ணத்தின் போர்வையில் பெண்களிடம் பலாத்காரம் செய்த நிறைய பேரை போலீஸ் அரெஸ்ட் பண்ணியிருக்காங்க. நாளுக்கு நாள் இந்தக் கொண்டாட்டங்களின்போது நிறைய வழக்குகள் பதிவாகுறதா புள்ளிவிவரம் இருக்கு. என் பையனை யாரோ 'ரேவ் பார்ட்டி'க்கு ஏமாத்திக் கூட்டிட்டுப் போயிட்டதா பெத்தவங்க போலீஸ்கிட்ட வாக்குவாதம் செய்யறாங்க. அவங்க அப்பாவிகளா, இல்லே... அந்த நிமிஷத்துல தன் பிள்ளைகளைத் தற்காலிகமா காப்பாத்திட்டா போதும்னு அப்பாவி மாதிரி நடிக்கிறாங்களான்னு கண்டுபிடிக்கவே முடியலை.

வண்ணத்தின் அழகு வெளிச்சத்துலதான் தெரியும். ஹோலியை இருட்டுல கொண்டாடணும்னு அவங்க பிள்ளைகள் யோசிச்சதுலேர்ந்தே, அவங்க ஒருத்தர் மேல ஒருத்தர் பூசிக்கிட்டது கலர் இல்லை, கறைனு புரிஞ்சுக்க முடியும். போதைப் பொருள்

தொடங்கி ஆணுறை வரைக்கும், ரெய்டுக்குப் போன போலீஸ் கண்டுபிடிச்சிருக்காங்க. பாதுகாப்பா 'செக்ஸ்' வெச்சுக்கணும்னு யோசிச்சுப் போனவங்களுக்கும், அவங்களை 'எப்படியாவது காப்பாத்திட்டா போதும்'னு யோசிக்கிற பெத்தவங்களுக்கும் பெரிய வித்தியாசம் தெரியலை. இது ஏதோ மகாராஷ்டிரா மாநிலத்தில்தானே நடக்குதுன்னு சும்மா இருந்துட முடியாது. ஆபாசமும் வன்முறையும் நம்ம ஊர்கொண்டாட்டங்களிலேயும் இருக்கு. கொண்டாட்டத்தின் அர்த்தம் தெரியாமல் நம்ம இளைஞர்களும் வளர்றாங்க.

சென்னையின் கல்லூரிகளில் 'பஸ் டே'னு ஒரு கொண்டாட்டம் இருக்கு. ஒரு வருஷம் தினம் பயணம் செய்த மாநகர பஸ்ஸை அலங்கரிச்சு டிரைவருக்கும், கண்டக்டருக்கும் நன்றி சொல்ற விழா. அற்புதமான கான்செப்ட். ஆனா, குடிச்சுட்டு பஸ் கூரையில் ஏறி, ரோட்ல போற வர்றவங்க எல்லாரையும் கிண்டல் பண்ணி, பெண்களை ஈவ் டீஸிங் செய்து, இளைஞர்கள் அசிங்கமா நடந்துக்கிறதை எத்தனையோ முறை பரபரப்பான அண்ணாசாலையிலேயே பார்த்திருக்கேன். அந்த பஸ்ல அந்த வருஷம் முழுக்கப் பயணம் செய்த மாணவிகளே 'பஸ் டே' அன்னிக்கு வரப் பயப்படுறாங்க. நகரம் தொடங்கி கிராமம் வரை எந்தக் கொண்டாட்டமாக இருந்தாலும் காவல்துறைதான் கண்விழிச்சு இருக்க வேண்டியிருக்கு. 'இன்னிக்கு ஹோலி. வெளியில் போகாதே'னு சொல்ற நிலைமைக்கு நம்ம செலிபிரேஷன் வந்துடக் கூடாது.

ஒரு விளக்கிலிருந்து எத்தனை விளக்குகளுக்கு வேண்டுமானாலும் வெளிச்சத்தை ஏத்திவைக்கிற மாதிரி தான் ஒவ்வொரு கொண்டாட்டமும் இருக்கணும். இல்லேன்னா, சந்தோஷம் அவமானமாகிடும்!

காசு மாலையின் கதை!

என் அம்மா வழி தாத்தாவுக்கு இரண்டு மனைவிகள்!

பெத்தவங்களுக்காக ஒரு கல்யாணமும், பிள்ளைகளுக்காக இன்னொரு கல்யாணமும் பண்ணியிருக்கான். தாத்தாவோட முதல் மனைவிக்கு மூணு பையன், ரெண்டு பொண்ணுங்க. முதல் பெண்டாட்டி உடம்பு சரியில்லாம இறந்துபோனதும், பிள்ளைகளைப் பார்த்துக்க வீட்டுக்கு ஒரு பொண்ணு வேணும்னு இன்னொரு கல்யாணம் பண்ணான். அவ தான் என் அம்மாவைப் பெத்த பாட்டி. கிழவனுக்கு ரெண்டாவது சம்சாரமாகி, அவ தன் பங்குக்கு நாலு குழந்தைகளைக் கிழவனுக்குப் பெத்துப் போட்டா. ஒன்பது பிள்ளைகளையும் தன்னோட குழந்தைகளா பாத்துக்கிட்டா.

மூத்த சம்சாரத்தோட பொண்ணு கல்யாணம் பண்ணிப் போகும்போது பணப் பிரச்னை. என் பாட்டி என்னோட அம்மாவுக்காக சிறுகச் சிறுகச் சேர்த்து வெச்சு வாங்கின காசுமாலையை அந்தப் பொண்ணுக்குத் தூக்கித் தந்துட்டா. அப்போ அந்தக் காசுமாலையோட மதிப்பு 200 ரூபா.

த.செ. ஞானவேல்

என் பாட்டியும் உடம்பு சரியில்லாம திடீர்னு செத்துப்போயிட்டா. குடும்பம் நடத்த வழி தெரியாத கிழவன், எல்லாப் பிள்ளைகளையும் அநாதை ஆசிரமத்தில் சேர்த்துட்டுப் போயிட்டான்.

அநாதை ஆசிரமத்தில் என் அம்மா வளர்ந்து ஒரு வாழ்க்கைக்குத் தயாரான சமயத்தில், அந்த மூத்த சம்சாரத்தோட மகள் கொஞ்சம் நல்ல நிலைமையில் இருந்தாங்க. என் பாட்டி செய்த உதவியை ஞாபகம் வெச்சு என் அம்மாவுக்கு அவங்க ஒரு காசுமாலை தந்தாங்களாம்.

என் அம்மா ஹோமியோபதி டாக்டராகி, ஓரளவு கௌரவமா இருந்த நேரத்தில், கிழவனோட முதல் சம்சாரத்தின் பேத்திக்குக் கல்யாணம். அம்மா ஒரு காசு மாலையை அவங்களுக்குப் பரிசா அனுப்பினாங்க. அந்தப் பேத்தி ஒரு கம்ப்யூட்டர் இன்ஜினீயராகி வெளி நாட்டில் இருக்காங்க.

இங்கே என் தங்கச்சிக்குக் கல்யாணம். தாலி வாங்கக்கூட காசு இல்லாம என் டூ வீலரை வித்து வாங்குற அளவு பணக் கஷ்டம். சரியான தருணத்தில் என் அம்மா செய்த உதவியை மறக் காம, தங்கக் காசு மாலையை கிஃப்டா தந்து உதவினாங்க அந்த வெளி நாட்டுப் பேத்தி.

இப்படி 1948ம் வருஷம் என் பாட்டியின் பெரிய மனசோட தன் பயணத்தை ஆரம்பிச்ச 200 ரூபா காசுமாலையோட மதிப்பு என் தங்கச்சியிடம் வரும்போது 20 ஆயிரம் ரூபாயானது.

என் மூத்த மகளிடம் காசுமாலையோட பயணக் கதையை ஒரு நாள் சொன்னேன். ‘அந்தக் காசுமாலை ஒருவேளை உன்கிட்டேகூட வரலாம். ஆனா, ஒண்ணு ஞாபகம் வெச்சுக்கோ பொண்ணு, அதை உனக்கு ஒரு வாய்ப்பு கிடைக்கும்போது இன்னொரு பொண்ணுக்கு நீ

தரணும்'னு சொன்னேன். ஒரு காசுமாலை தனக்குக் கிடைக்கும்கிற பரவசத்தைவிட, தான் அதை யாருக்குத் தரணும்னு தேடுற கேள்விதான் அவளுக்கு இப்போ சந்தோஷம் தருது அதுதான் எனக்கு நிறைவா இருக்கு. அந்தப் பயணம் நின்னுட்டா, அந்தக் காசுமாலை வெறும் உலோகமாகிடும்.

ஏன்னா, நம்ம வாழ்க்கையில் நடக்கிற நிறைய நல்ல விஷயங்கள் எங்கோ எப்பவோ யாரோ ஒருத்தர் நல்ல மனசோட ஆரம்பிச்சதுதானே. என் பாட்டியை ஞாபகப்படுத்திட்டே இருக்கிற அந்தக் காசுமாலை இப்போ நாலு தலைமுறை தாண்டிப் பயணிச்சுட்டு இருக்கு.

ஒரு பொருளே பயணம் செய்யும்போதுதான் அர்த்தமுள்ளதா மாறுது. மனிதர்கள் மட்டும் ஒரே இடத்தில் நின்னுட்டா எப்படி? நிலம், இனம், மொழி, மதம், சாதின்னு மனிதன் தன்னைத்தானே கூறுபோட்டு ஆயுதங்களை அதிகமா வாங்க முக்கியக் காரணம், அவன் அதிகமா பயணிக்கிறதே இல்லை என்பதுதான்.

இயற்கைக்கு முன்னால் நாமெல்லாம் எவ்ளோ சின்னவங்கன்னு புரியணும்னா மலை, கடல், நதின்னு இயற்கையைத் தேடித்தேடிப் போகணும். நீல மயமா தொடுவானம் வரை விரிந்துகிடக்கிற கடல் முன்னால் எப்போ நின்னாலும் நான் அதில் ஒரு துளி. அண்ணாந்து வானம் பார்க்கிற ஒவ்வொரு பொழுதும் நானும் ஒரு நட்சத்திரம். பிருந்தாவனத்தில் நானும் ஒரு பூ.

ஆமா, வாழ்க்கையில் எப்போவோ நிகழ்ந்த ஒரு விநாடியின் அனுபவம்தான், இன்னொரு விநாடியில் பக்குவமாக மாறும். பயணங்கள்தான் அதை மாற்றும். மோகன்தாஸின் தென்னாப்பிரிக்கப்

பயணம்தான் அவரை மகாத்மாவா மாற்றியது. 'நீ கறுப்பன். எங்களோடு சமமாகப் பயணிக்க முடியாது'ன்னு ஒரு வெள்ளைக்காரன் அவரை ரயிலில் இருந்து எட்டி மிதிச்சான். அந்த விநாடியின் அனுபவம் ஒரு நாட்டினுடைய பக்குவமாவே மாறியதே, அதுதான் பயணத்தின் அழகு!

பாதுகாப்புங்கிற பேரில் நாலு சுவர்களுக்கு மத்தியில் ஒளிந்து வாழ்ற வாழ்க்கையிலும், வீட்டுக்குள் இருக்கிற ஒரு ஜன்னல் நம்ம மனசை விசாலமாக்கிடுதே!

பயணம் பிடிக்கிற மாதிரியே பயணம் செய்கிற மனிதர்களையும் எனக்குப் பிடிக்கும். காலையில் சென்னை, மாலையில் மும்பைன்னு பயணம் போறது இப்போ வரம். ஆனா, வீதி நாடகங்களுக்காக கிராமம் கிராமமா வாடகை சைக்கிளில் அலைஞ்ச நாட்களில் சேர்த்த அனுபவங்கள் இருக்கே, அதுதான் என் பலம்.

எங்கேயோ ஒரு பேச்சுப் போட்டியில் அறிமுகமானா கீதா. கோவா பொண்ணு. பயணங்கள் பற்றி அவ பேசின பேச்சுக்கு நான் ரசிகனானேன். தேடிப் போய் நட்பு கேட்டேன். கடித நண்பர்கள் ஆனோம். கோவா கடற்கரையின் அழகையும், சூரியன் அஸ்தமிக்கிற அரபிக் கடலின் அழகையும் எழுதுவா. ஒரு பறவையோட உதிர்ந்த சருகோ, உதிர்ந்த ஓர் இலையையோ அந்தக் கடிதத்தில் வெச்சு அனுப்புவா.

அவளோட வார்த்தைகளில் கிறங்கி, கையில் கொஞ்சம் காசு சேர்ந்ததும் கோவா பார்க்கப் போவேன். டூரிஸ்ட் மாதிரி ப்ளான் போட்டு எங்கேயும் போவதில்லை. கையில் இருக்கிற காசுக்கேத்த மாதிரி என் பயணம் ஆரம்பிச்சுடும். பார்சல் சாப்பாட்டோட கிளம்பிப்

போகாம, போகிற இடத்தில் என்ன கிடைக்குதோ அது போதும் எனக்கு. மலை, நதி, கடல், காடு, பாலைவனம், வயல்னு இயற்கை சார்ந்த இடங்கள் எதுவானாலும் எனக்கு இஷ்டம். பேசுறதுக்கு நல்ல நண்பர்கள் அமைஞ்சுட்டா, அந்தப் பயணம் மறக்க முடியாத பயணமாகிடும். நண்பர்கள் இல்லாத இடங்களில், நல்ல புத்தகங்கள் நண்பர்களாகிடுவாங்க.

இறந்துபோன என் மகன் சித்தார்த்தோட ஒரு முறை சிங்கப்பூர் போயிருந்தேன். அது மழைக்காலம். 63வது மாடிக்குக் கூட்டிட்டுப் போய் அடர்ந்து, கறுத்து தவழ்கிற மேகங்களுக்கு நடுவில் அவனை நிக்கவெச்சேன். மேகத்தைக் கையால் தொட்டுப் பார்த்துட்டு, 'ஜில்லுன்னு இருக்கு'ன்னு சிலிர்த்து நின்னான். அந்த நாள்ல இருந்து அவனோட கடைசி நாள் வரை மழை அவனுக்கு நண்பனா இருந்தது.

பயணங்கள் பற்றிப் பேசுவது, 'நீச்சல் அடிப்பது எப்படி?'ன்னு சொல்ற மாதிரி. நீந்தினால்தான் தெரியும் அந்தச் சுகம்.

ஓடை மீன் சொல்றதா ஒரு கவிதை உண்டு...

'வற்றிப்போவதானாலும்
எனக்கு
என் ஓடையே போதும்
உன் கண்ணாடித்
தொட்டியில்
நீயே இரு!''

வழி தவறும் ஆடு நான்!

பைபிள்ல ஏசுகிறிஸ்துவுக்கு 'நல்ல மேய்ப்பன்'னு பேர். வேட்டையாடுதலுக்குப் பிறகு மனிதன் கண்டுபிடிச்ச தொழில், ஆடுகளை மேய்க்கிற தொழில்தான். ஓத் ஆட்டுக்குட்டியை ஏசு தன் தோள் மேல போட்டிருக்க, மற்ற ஆடுகள் வரிசையா போய்க்கிட்டிருக்கிற மாதிரி ஓர் ஓவியத்தை என் அம்மா வாங்கிட்டு வந்தா. மேய்ப்பன் சொல்லுக்குக் கட்டுப்பட்டு ஒழுக்கமா ஒவ்வொரு ஆடும் நடந்துபோகிற மாதிரி அவ்வளவு அழகான ஓவியம் அது. 'கடவுளுக்கு எல்லாம் சமம். இது உயர்ந்தது, இது தாழ்ந்தது என்கிற பாகுபாடு ஆண்டவருக்குக் கிடையாது. நாம எல்லாருமே அவருடைய பிள்ளைகள்'னு சொல்லுவா என் அம்மா.

அப்படிப்பட்ட ஏசு ஏன் அந்த ஓர் ஆட்டுக்குட்டியை மட்டும் ரொம்ப ஸ்பெஷலா தன் தோள்ல போட்டிருக்கார்னு தோணுச்சு. நான் எந்தக் கேள்வி கேட்டாலும், அதை சர்வ சுதந்திரத்தோட அனுமதிச்சதுதான் அம்மா என் வாழ்க்கையில் எனக்குத் தந்த பெரிய பரிசு. ''சரியா, ஒழுக்கமா இருக்கிற ஆடுகளைப் பற்றி ஒரு நல்ல மேய்ப்பன் எப்பவுமே கவலைப்பட மாட்டான். அவனுடைய வழிகாட்டுதல் இல்லேன்னாலும், ஒழுக்கமான ஆடுகள் சரியான

இலக்கை அடைஞ்சுடும். சொல்பேச்சு கேட்காத, இலக்கைப் பற்றி யோசிக்காத, வழி தவறிப் போய்விடுகிற பலவீனமான ஆடுகளைப் பற்றிதானே ஒரு நல்ல மேய்ப்பன் அதிகம் கவலைப்பட முடியும்? அந்த ஓவியத்தில் ஆண்டவர் தோள் மீது இருக்கிற ஆடும் வழி தவறிப் போகக்கூடிய ஆடு. அதான், அந்த ஆட்டை மட்டும் தன் தோள் மேல வெச்சு நல் வழி காட்டுறார்''னு என் கேள்விக்கு விளக்கமா ஒரு பெரிய பிரசங்கமே பண்ணினாங்க அம்மா.

என்னையும் ஓர் ஆட்டுக்குட்டி மாதிரி தான் எப்பவும் தோள் மேல ஏத்தி வெச்சுக்குவா அம்மா. எனக்குப் பிடிச்ச வாழ்க்கையை மட்டுமே நான் வாழணும்னு இப்பவும் பிடிவாதமா இருக்கேன். சில நேரம் யோசிச்சா, அது சுயநலமாகூடத் தெரியுது. தனக்காக இல்லாம அடுத்தவங்களுக்காக வாழற வாழ்க்கையின் சுகத்தை நான் என் அம்மா முகத்துலதான் தரிசிச்சிருக்கேன். என் இளமையில் அவளுக்கு நான் எப்பவும் கவலைகளையே பரிசா தந்திருக்கேன். திடீர்னு ஒருத்தியை வீட்டுக்குக் கூட்டிட்டுப் போய் நிப்பேன். 'ராத்திரி லேட்டாகிடுச்சு. இதுக்கு மேல இவ வீட்டுக்குப் போக முடியாது. இங்கதான் தங்கப்போறா'னு சொன்னதும், 'சாப்பிட்டியாம்மா?'னு அந்தப் பெண் மேல அக்கறை செலுத்த ஆரம்பிச்சுடுவா அம்மா. 'ராத்திரி நேரத்துல இப்படி வயசுப் பெண்ணைக் கூட்டிட்டு வந்து நிக்கிறியே, அக்கம்பக்கத்துல இருக்கிறவங்க என்ன நினைப்பாங்க?'னு ஒரு முறைகூடக் கேட்டதில்லை. நிறைய நாள் என் நண்பர்கள் என் வீட்ல வந்து தங்குவாங்க. 'வயசுக்கு வந்த தங்கச்சி வீட்ல இருக்காங்கிற பொறுப்பு கொஞ்சமாவது இருக்காடா?'னு அம்மா என்னைக் கேட்டதில்லை. 'சிகரெட் பிடிக்கிறியா, தண்ணி அடிக்கிறியா, எதுவா இருந்தாலும் என் கண் முன்னாலயே பண்ணு! நீ என்ன பிரச்னைல மாட்டியிருக்கியோங்கிற கவலையை எனக்குத்

தராம, என் கண் எதிர்லேயே இருந்தா, அதுவே எனக்குப் போதும்'னு சொல்லுவா. 'உன் பையன் திருடிட்டான், பொய் சொல்லிட்டான், ஏமாத்திட்டான்னு யாரும் நம்ம வீட்டு வாசல்படியை மிதிக்க மாட்டாங்க. போதுமா?'னு கேட்டுட்டு நான் கிளம்பிடுவேன்.

மாசக்கணக்குல வீட்டுப் பக்கம் போகாம இருந்திருக்கேன். எத்தனையோ முறை ராத்திரி ஒரு மணிக்கு மேல போய்க் கதவைத் தட்டுவேன். 'சாப்பிடறியா?'னு கேட்பா. ஒருமுறைகூட 'நீ வருவேன்னு தெரியாதே. சாப்பாடு எடுத்து வைக்கலியே!'னு சொன்னது இல்லை. நான் வருவேன்னு எப்படித் தெரியும்னு கேட்டால், 'பெத்த புள்ள, பசியோட இன்னிக்கு வீட்டுக்கு வருவான்னு உள்மனசுல ஒரு அலாரம் அடிக்கும்டா! அந்த உள்ளுணர்வு எப்படி வருதுன்னு தெரியலை. ஆனா, வருது. உடனே, சாப்பாடு எடுத்து வெச்சுடுவேன். ஒருவேளை நீ வராம சாப்பாடு வீணானாலும் பரவாயில்லை... நீ வந்து 'அம்மா பசிக்குது'னு சொன்னா, உனக்குச் சாப்பாடு தர முடியலையேங்கிற குற்ற உணர்ச்சிக்கு என்னால பதில் தர முடியாது'னு சொல்லுவா.

வீட்ல நான்வெஜ் செஞ்சா, 'பிரகாஷுக்கு ரொம்பப் பிடிக்கும்'னு சொல்லி, ஒரு டப்பாவுல எடுத்து வைப்பா. ''நீ சொல்ற பேச்சைக் கேட்டுக்கிட்டு நானும் தங்கச்சியும் வீட்ல ஒழுங்கா இருக்கோம். நீ இந்த மாதிரி எங்க மேல அன்பு காட்டுறதே இல்லையேம்மா! வீட்டுக்கே வராம, நீ எது சொன்னாலும் எதிர்த்துப் பேசுறான் அண்ணன். அவன் மேல மட்டும் அதிகமா பாசம் காட்டுறியே?'னு என் தம்பி, அம்மா கிட்டே புகார் சொல்வான்.

வழி தவறிப் போகிற ஆடு மேலதானே அதிக கவனத்தோடு இருக்க முடியும்? 'இந்த ஆடு எப்ப வேணாலும் வழி தவறிப்

போகலாம்' என்கிற உள்ளுணர்வு எப்படி அம்மாக்களுக்கு வருதுங்கிற ஆச்சர்யம் எனக்கு எப்பவுமே உண்டு.

இயக்குநர் ரமணாவோட அம்மா, எல்லாரையும் தன் பையன் மாதிரி பார்க்கிற மனசு உள்ளவங்க. அவங்களுடைய சின்ன மகனைப் பற்றி தான் எப்பவும் கவலைப்பட்டுக்கிட்டு இருப்பாங்க. 'நாங்க ஒழுங்கா இருக்கோம். எங்களைப் பற்றி யோசிச்சதைவிட, எங்கேயோ தண்ணி அடிச்சுட்டு விழுந்துகிடக்கிற என் தம்பியைப் பற்றிதான் அதிகமா யோசிக்கிறாங்க என் அம்மா'னு ரமணாவே என்கிட்ட சொல்லியிருக்கான். 'வழி தவறிப் போகிற ஆட்டைப் பற்றி அம்மா கவலைப்படாம வேற யாருடா கவலைப்படுவா?'னு என் அனுபவத்தை அவனுக்குச் சொல்வேன்.

ஒரு நாள் ரமணாகிட்டேயிருந்து போன் கால். 'என் தம்பி மூணு நாளா வீட்டுக்கு வரலை. என் அம்மா ஜி.ஹெச். மார்ச்சுவரிக்கு முன்னால உட்கார்ந்து அழுதுட்டிருக்காங்க. 'என் பையன் இங்கே இருக்கானான்னு பார்க்கணும்'னு அடம்பிடிக்கிறாங்க. கொஞ்சம் இங்கே வர முடியுமா?'னு கேட்டதும், பதறியடிச்சு ஓடினேன்.

தன்னோட பையனைக் காணோம்னு ஒரு தாய், பிண அறை வாசல்ல உட்கார்ந்து அழற காட்சியைப் பார்க்கிற தைரியம் யாருக்குமே இருக்காது. 'மாசக் கணக்குல வீட்டுக்கு வராம இருந்தபோதெல்லாம்கூட, அவங்க மார்ச்சுவரிக்கு வந்து தேடினது இல்லை. ஆனா, இப்போ மகன் வீட்டுக்கு வராம இருந்து, மூணு நாள்தான் ஆகுது. அதுக்குள்ள இப்படி வந்து ஆர்ப்பாட்டம் பண்றாங்களே!'னு எல்லாருக்கும் வருத்தம். 'போலீஸ் ஸ்டேஷன்ல கம்ப்ளைண்ட் பண்ணலாம்மா'னு நான் சொன்னதும், 'இல்லையில்லை, என் பையன் இங்கே இருக்கானான்னு பார்க்கணும்'னு உறுதியா சொன்னாங்க.

த.செ. ஞானவேல்

அவங்களை வெளியே நிறுத்திட்டு, மார்ச்சுவரி உள்ளே நானும் ரமணாவும் போனோம். பணம், பேர், புகழ், ஆசை, காதல், காமம்னு எப்பவும் வெறியோடு அலைஞ்சு திரியற மனித வாழ்க்கையை நிக்கவெச்சுக் கேள்வி கேட்கிற இடம் மார்ச்சுவரி. அஞ்சு நிமிஷம் உள்ளே இருந்தாலே, வாழ்க்கை முழுக்கத் தூக்கம் தொலைஞ்சுடும். அந்த இடத்துல, அநாதைப் பிணங்களை அடுக்கி வைக்கிற பகுதியில போய்த் தேடிப் பார்த்தோம். அடுத்த நிமிஷம், 'ஐயோ சார்! இது என் தம்பியோட சட்டை மாதிரி இருக்கு'னு கதறி அழறான் ரமணா. ஆக, தன் பையனுக்கு என்னவோ விபரீதம் நடந்துருச்சுன்னு பதறி அழுத ஒரு தாயோட உள்ளுணர்வு உண்மையாகிடுச்சு. எலெக்ட்ரிக் ரயில்ல அடிபட்டு இறந்திருக்கான் மகன். தன் பையன் இருக்கிற இடம் யாரும் சொல்லாமலே எப்படி அந்தத் தாய்க்குத் தெரிஞ்சுதுங்கிற கேள்விக்கு எனக்குப் பதில் தெரியலே.

'மொழி' படத்துல ஒரு டயலாக் வரும்... 'வாழ்க்கையில் சில விஷயங்களை ஏன் எதுக்குன்னு கேள்வி கேட்காம அப்படியே நம்பித்தான் ஆகணும்'னு! அந்த டயலாக் எனக்கு என் அம்மாவின் உள்ளுணர்வையும், ரமணா அம்மாவோட உள்ளுணர்வையும் ஞாபகப்படுத்திச்சு.

மனசு சொல்றதைக் கேட்பதா, அறிவு சொல்றதைக் கேட்பதான்னு குழப்பம் வரும்போதெல்லாம், நான் மனசு சொல்றதைத்தான் கேட்டு நடப்பேன். ஒரு சில நேரம் அது ரிஸ்க்ல கொண்டு போய்விட்டிருக்கு. இருந்தாலும் பிடிவாதமா மனசு சொல்றதைத்தான் கேட்கிறேன்.

மூளை நரம்பு பாதிக்கப்பட்டு என் அம்மா மருத்துவமனையில் இருந்த சமயம்... ஆபரேஷன் பண்ணணும்னு சொல்லிட்டாங்க டாக்டர்கள். கொஞ்சம் ரிஸ்க்கான ஆபரேஷன் அது.

'அம்மாவோட உயிரோடு விளையாடணுமா?'னு எல்லாரும் கேட்டாங்க. வலியில் தினம் தினம் அவ துடிக்கிறதைப் பார்க்கிறதுக்குப் பதில், வலி இல்லாம அவ வாழறதுக்காக ஒரு ரிஸ்க் எடுத்தா பரவாயில்லைனு மனசு சொல்லுச்சு. 'எல்லாம் நல்லபடி நடக்கும்'னு மனசு கொடுத்த தைரியத்துல, துணிஞ்சு ஆபரேஷனுக்கு ஏற்பாடு பண்ணேன். நான் எத்தனை பயந்த சுபாவம் உள்ளவன்னு எனக்கே காட்டிக் கொடுத்த நிகழ்வு அது.

ஆபரேஷன் தியேட்டருக்குள்ள போறதுக்கு முன்னால, தான் வாழ்ந்த வாழ்க்கையைப் பற்றி எங்ககிட்ட மனசுவிட்டுப் பேசினா அம்மா. தன்னோட இறுதிப் பயணம்னு நினைச்சாளோ என்னவோ! எனக்கு நிறைய அறிவுரைகள் சொன்னா. 'இந்த ஆடு இனிமே வழி தவறிப் போனா, யாரு தோள் மேல போட்டுக்குவாங்க'ன்னு கவலைப்பட்டாளோ, என்னவோ! அவளை ஆபரேஷன் தியேட்டருக்கு அனுப்பிட்டு, நான் என் ஆபீஸுக்குப் போய் புத்தகம் படிக்க ஆரம்பிச்சுட்டேன். ஒளியறதுக்கு எனக்கு வேற வழி தெரியலை.

அப்புறம், ஆபரேஷன் சக்ஸஸ்னு தங்கச்சி போன் செய்து சொன்னப்போ கிடைச்ச சந்தோஷம் வார்த்தைகளால் விளக்க முடியாதது.

இப்பவும் வழி தவறிப் போகிற ஆடாகவேதான் வாழ்ந்திட்டிருக்கிறேனோனு தோணுது. ஆனா, அதில் எனக்கு வருத்தம் இல்லை. வழி தவறாத ஆடுகளுக்கு மேய்ப்பன் தோள் மீது ஏறுகிற பாக்கியம் கிடைப்பதே இல்லையே?

மொழி என்பது வாழ்க்கை!

என் அம்மாவிடம் கதை கேட்டு எண்ணிய நட்சத்திரங்களைப் போல, நரம்புகளுக்கு நடுவில் ஓடுகிற ரத்தம் போல மொழியும் எனக்குள் ஓடிட்டே இருக்கு.

தாய்மொழியை நல்லவிதமா கத்துக்கிட்டதால்தான் என்னால் இன்னொரு மொழியை எளிமையா கத்துக்க முடிஞ்சுது. என் தாய்மொழி கன்னடம். என் மகளின் தாய்மொழி தமிழ். அந்தத் தாய்மொழியின் ருசி என் மகளுக்குத் தெரியலையேங்கிற என் ஆதங்கம்தான் கோபமா மாறுது.

'வெறும் கம்யூனிகேஷன்தானே மொழி!'ன்னு இந்தத் தலைமுறை யோசிக்க ஆரம்பிச்சுட்டாங்க. அதைத் தாண்டி மொழியின் அருமை அவங்களுக்குப் புரியலை. என்னைப் பொறுத்தவரை மொழி என்பது என்னை வெளிப்படுத்துற வடிவம். என் இன்ப துன்பங்களை வெளிப்படுத்தும் வாகனம்.

நம் வாழ்விடத்தில் நம்மைச் சுற்றி இருக்கிற மக்கள் என்ன மொழியைப் பேசுறாங்களோ, அதை நாமும் சுத்தமாப் பேசுறதுதான் அந்த மக்களுக்குச் செய்கிற மரியாதை. 'நான் உன்னை மாதிரி இல்லை. வேற மாதிரி!'னு காட்டிக்கிறதுக்காகப் பேசுவது அநாகரிகம்.

பரீட்சை முடிஞ்சு என் மகளுக்குக் கோடை விடுமுறை ஆரம்பம்!

நானும் அவளும் காய்கறி வாங்கப் போனோம். அது தெருவோரக் காய்கறிக் கடை. பேரம் பேசி அவளே காய்களை வாங்கணும்னு அன்னிக்கு எங்களுக்குள் ஒப்பந்தம்.

கடையில் என் பொண்ணு. தக்காளிக்கு 'டொமேட்டோ', உருளைக்கிழங்குன்னா 'பொட்டேட்டோ'ன்னு எல்லா காய் பேரையும் ஆங்கிலத்திலேயே சொல்லிக் கேட்டா, கடைக்காரப் பெரியவருக்குப் புரியலை. அப்புறம், ஒவ்வொரு காயையும் தன் கையால் தொட்டு அடையாளம் காட்டி வாங்கினா.

என் பெண்ணு தன்னோட தாய்மொழியைச் சரியாப் பேசப் பழகலையேன்னு எனக்குக் கோபம்; வருத்தம். வீட்டுக்கு வந்ததும், எனக்கும் என் மனைவிக்கும் சண்டை. ஏன்னா, என் மகளைப் பள்ளியில் சேர்க்கும்போது,

'தமிழை மொழிப் பாடமா படிக்காம இந்தி, பிரெஞ்சு மாதிரி ஒரு அந்நிய மொழியைப் படிச்சா எதிர்காலத்துக்கு நல்லது' யோசனை சொன்னவங்க அவங்க. தமிழைக் கட்டாயமா படிக்கணும்னு அப்பவே பிடிவாதமா இருந்தவன் நான்!

என் தாய்மொழி கன்னடம். அதைக் கத்துக்கணுமா என்கிற கேள்வியே என் வாழ்க்கையில் வந்ததில்லை. ஏன்னா, நடக்கக் கத்துக்கிட்ட மாதிரி, கன்னடமும் பேசக் கத்துக்கிட்டேன்.

இப்போ கன்னடம், தமிழ், தெலுங்கு மலையாளம், இந்தி, இங்கிலீஷ்னு ஆறு மொழிகள் பேசுவேன். என் தாய்மொழியைத் தவிர, மற்ற மொழிகள் என் தேவைக்காகவும், தொழிலுக்காகவும் கத்துக்கிட்டவை. கலப்பு இல்லாம தூய்மையான கன்னடம் பேசவும்

எழுதவும் எனக்குத் தெரியும். என் மொழியின் ஆகச்சிறந்த எழுத்தாளர்களை, அவர்களின் இலக்கியங்களைப் படிச்சிருக்கேன். அந்தச் சிந்தனையாளர்கள் என்னைச் செதுக்கியிருக்கங்க. நான் சுவாசிக்கிற காற்று போல, நான் சாப்பிடுகிற உணவு போல நான்.

சென்னையில் ஒரு சாஃப்ட்வேர் நிறுவனத்தில் பேசக் கூப்பிட்டிருந்தாங்க. நூற்றுக்கணக்கான இளைஞர்களுடன் கலந்துரையாடுகிற வாய்ப்பு. எல்லோரும் படிச்சவங்க. கை நிறையச் சம்பாதிக்கிறவங்க. ஸ்டைலா ஆங்கிலம் பேசுறாங்க. சொந்த ஊர் எதுன்னு கேட்டா, ‘அருப்புக்கோட்டைப் பக்கம் ஒரு கிராமம்’னு சொல்றார் ஒரு இளைஞர். ‘அப்புறம் ஏன் தமிழில் பேச மாட்டேங்கிறீங்க?’ன்னு கேட்டா, ‘இங்கிலீஷ் மீடியத்தில் படிச்சேன் சார்! தமிழ் சரியா வராது’ன்னு பதில் வருது. தமிழ்நாட்டுப் பள்ளிகளில் தமிழ் பேசினதுக்காக அபராதம் போட்டதா ஒரு செய்தி படிச்சதும், சிரிப்பும் வேதனையும் ஒரே நேரத்தில் வந்தது.

ஒரு மனிதனின் வாழ்க்கையில் அவனவன் தேவைக்கு ஏத்த மாதிரி எத்தனை மொழிகளை வேணும்னாலும் கத்துக்கலாம். இங்கிலீஷ் பேசறதும் எழுதுவதும் சந்தோஷமான விஷயம். ஆனா, இங்கிலீஷ் தெரியலைங்கிறது இங்கே தமிழ்நாட்டில் ஏனோ ஒரு குற்றமாவே பாவிக்கப்படுது. ‘ஐயோ! எனக்கு இங்கிலீஷ் தெரியலையே’ன்னு ஒரு நாடே தாழ்வு மனப்பான்மையில் அலைவது அதிர்ச்சியா இருக்கு!

சரி, இங்கிலீஷ்ல பேசுறவங்க, அதை நல்லாப் பேசுறாங்களான்னு பார்த்தா, அதுவும் இல்லை. ஷேக்ஸ்பியர், மில்டன், கீட்ஸ்னு ஆங்கிலத்தின் எந்த அறிஞர்களைப் பற்றியும் பலருக்குத் தெரியலை. ஆங்கில மொழியின் அழகு, நளினம், இலக்கியம், பண்பாடு, சிந்தனைனு எதையும் தெரிஞ்சுக்காம, ‘வியாபாரத்துக்குத்’

தேவையான சில வார்த்தைகளை மட்டும் தெரிஞ்சுக்கிட்டா, இங்கிலீஷ் தெரிஞ்சுட்டதா எப்படிச் சொல்ல முடியும்? மொழி என்பதை வெறும் வார்த்தைகளா மட்டுமே புரிஞ்சுக்கிட்டா, நமக்கு வாழவே தெரியலைன்னு அர்த்தம். அதனால்தான் நம்ம இளைஞர்களுக்கு ஷேக்ஸ்பியரின் ஆங்கிலத்தில் அடங்கியிருக்கும் அழகும் தெரியலை; ஜார்ஜ் புஷ்ஷின் ஆங்கிலத்தில் ஒளிந்திருக்கும் குரூரமும் புரியலை!

மக்களோட வாழ்வை அப்படியே பிரதிபலிக்கிற கண்ணாடி, மொழி. ஆந்திராவில் வறட்சி அதிகமா இருக்கிற ராயலசீமா பகுதி மக்கள், 'பாவம்' பற்றி ஒரு பழமொழி சொல்வாங்க... 'நீ பண்ற பாவமெல்லாம் ஒரு நாள் மொத்தமா சேர்ந்து ஜீரணிக்கவே முடியாம, வயிறு வெடிச்சுச் சாகப்போறே பாரு!'ன்னு தப்பு செய்றவனை வன்முறையான வார்த்தைகளால் கண்டிப்பாங்க. ஆனா, நல்ல விளைச்சலுடன் செழிப்பான வாழ்க்கை வாழ்கிற கோதாவரி, கிருஷ்ணா நதிக் கரையோரத்து மக்கள், 'நீ செய்த பாவம் ஒரு நாள் பழுத்து நிச்சயமா கீழே விழும்!'னு தப்பு செய்யறவனையும் மென்மையாக் கண்டிப்பாங்க. அந்த வார்த்தைகளிலேயே அந்த மக்களின் வாழ்க்கையைப் பார்க்க முடியும். அதனால்தான் ஒரு மொழியைக் கத்துக்கிறது ஒரு பண்பாட்டையே கத்துக்கிற விஷயமாகுது.

பேந்ரே, பசவண்ணா, கே.எஸ்.நரசிங்கசாமி மாதிரியான சிந்தனையாளர்களைத் தெரியாம, ஒருத்தர் கன்னடம் கத்துக்கிட்டேன்னு சொல்ல முடியாது. ஆங்கிலப் பண்பாட்டைத் தங்களின் படைப்புகளில் சொன்ன சிந்தனையாளர்களைத் தெரிந்துகொள்ளாமல், வெறும் வியாபாரத்துக்காக ஒரு மொழியைக் கத்துக்க ஆரம்பிச்சதால்தான், நம் அடையாளத்தைத் தொலைச்சுட்டு

நிக்கிறோம். ஆங்கிலத்தை ஆயுதமாக்கி, 'உனக்கு இங்கிலீஷ் தெரியலைன்னா, வாழ்க்கையே வீண்!'னு அப்பாவி மக்களை மிரட்டுறோம். வெள்ளைக்காரங்க ஒரு நாட்டின் மேல் ஆதிக்கம் செலுத்த முக்கிய ஆயுதமாப் பயன்படுத்தியது, அவங்க மொழியை! மனிதன் எந்த மொழி பேசுறானோ, அந்த நாட்டுக்காரனா ஆகிடுவான்கிற உண்மையை அவங்க தெரிஞ்சு வெச்சிருக்காங்க. சித்தப்பா, சித்தி, பெரியப்பா, பெரியம்மா, மாமா, அத்தைன்னு கூட்டுக் குடும்பக் கலாச்சாரத்தில் அழகான உறவுப் பெயர்கள் தமிழ்மொழியில் இருக்கு. ஆனா, 'குடும்பக் கலாச்சாரம்' இல்லாத ஆங்கிலத்தைக் கேள்வி கேட்காம நம் வீட்டுக்குள் உலவவிட்டதால், இவங்க எல்லாரும் 'அங்கிள்', 'ஆன்ட்டி' ஆகிட்டாங்க. உறவுகளின் பெயர்களைத் தொலைப்பது, உறவுகளையே தொலைக்கிற மாதிரிதானே!

இங்கிலாந்தில் பிறந்து வெயிலையே பார்க்காத குழந்தைகள், 'ரெயின் ரெயின் கோ அவே'ன்னு பாடுறாங்கன்னா, அதில் அர்த்தம் இருக்கு. ஆனா, கருவேல மரங்களும், காஞ்சு வெடிச்ச வானம் பார்த்த பூமியுமா இருக்கிற தமிழ்நாட்டுப் பிள்ளைகள் 'ரெயின் ரெயின் கோ அவே'ன்னு பாடலாமா? நமக்கு 'மழையே மழையே மீண்டும் வா!'தானே சரி!

வாழ்க்கையில் சில விஷயங்களை எந்தச் சூழ்நிலையிலும் நம்மால் மாத்த முடியாது. என் தாயை நான் மாத்திக்க முடியாது. நான் பிறந்த சாதிக்கும் எனக்கும் சம்பந்தம் இல்லை. அந்த அசிங்கம் என் மேல் சுமத்தப்பட்டதுன்னு ஒதுங்கிடுவேன். என் மதம் பிடிக்கலைன்னாக்கூட வேறொரு மதம் மாறிக்க முடியும். ஆனா, யாரும் தன் தாய்மொழியை மாத்திக்க முடியாது. அப்படி மாறினா, அது தாயையே மாத்திக்கிட்ட மாதிரி!

குரு..?

உலகத்தில் அர்ஜுனர்கள்தான் அபூர்வம்!

தகுதியான ஒரு குரு கிடைக்கலாம்; அவருக்குத் தட்சணை நிறையத் தரலாம்; வேண்டியமட்டும் வித்தைகள் பழகலாம். ஆனாலும், 'குருவை மிஞ்சும் சிஷ்யன்'னு பேர் எடுக்கிறது பெரிய விஷயம். ஆயிரத்தில் ஒருத்தன் அப்படி வந்தாலே, அது ஆச்சர்யம்!

ஒரு குரு, பலவிதமான பரீட்சைகள் வெச்சு, திறமையான ஒருத்தனைத் தேர்ந்தெடுத்து 'இவன்தான் என் சிஷ்யன்!'னு சொல்கிற முதிர்ச்சியைவிட, 'இப்படிப்பட்ட ஒருத்தர்தான் என் குரு!'ன்னு ஒரு சிஷ்யன் தன் குருவைத் தேர்ந்தெடுக்கிற பக்குவம் ரொம்பப் பெரிய விஷயம்.

ஏகலைவனா இருந்து ஒருத்தன் மானசீகமா தனக்கான குருவைத் தேடிக் கண்டுபிடிச்சுக் கத்துக்கிற சிஷ்யனைவிட, அவனால் ஏற்றுக்கொள்ளப்பட்ட குருவுக்குதான் கௌரவம். ஏன்னா, அதுதான் அவர் வாழ்ந்த வாழ்க்கை! அர்ஜுனனை மாணவனா அடைஞ்ச குரு, தனக்குத் தெரிஞ்சதை சிஷ்யனுக்குச் சொல்லிக்கொடுக்க மட்டும்தான் முடியும். ஆனா ஏகலைவர்கள், எங்கோ தூரத்தில் இருந்தே, தான் ஏற்றுக் கொண்ட குருவின் வாழ்க்கையைப் பார்த்தே நிறையக் கத்துக்கிறாங்க.

ஏகலைவர்களுக்கு எதையும் யாரும் சொல்லித் தர்றதே இல்லை.

அவங்களே எல்லாம் கத்துக்குவாங்க. அவங்களுக்கு நல்ல 'ரோல் மாடல்' கிடைச்சுட்டா, அதுவே போதும்! குருவோட வாழ்க்கைக்கு அர்த்தமே ஏகலைவர்களால்தான் கிடைக்குது. அப்படிப்பட்ட மாணவனை ஊக்கப்படுத்தாம, அவன் 'கட்டைவிரலை'க் காணிக்கையாகக் கேட்கிற ஆசிரியர்கள் எவ்ளோ பெரிய படிப்பு படிச்சிருந்தாலும் சின்னவங்கதான்!

லங்கேஷ்... என் வாழ்க்கையில் நான் மறக்கமுடியாத மனுஷன். என் மானசீகக் குரு. இறந்துபோயிட்டார். தன் திறமையாலும், தகுதியாலும், கேரக்டராலும் என்னை மாதிரி இளைஞர்களுக்கு ஆதர்ஷமா இருந்தவர். 'மக்கள் நலனில் இவ்வளவு பொறுப்பில்லாம நடந்துக்கிற உன்னை எப்படி முதலமைச்சரா மதிக்க முடியும்? உண்மையைச் சொல்லணும்னா, 'நீ ஒரு முட்டாள்!'னு பகிரங்கமா முதலமைச்சர்களைப் பற்றி எழுதக் கூடிய பத்திரிகை ஆசிரியர். (கன்னடத்தில் இன்னிக்கும் வெளிவருகிற தரமான பத்திரிகை லங்கேஷ்.) தமிழ் மக்களுக்குப் புரிகிற மாதிரி சொல்லணும்னா, கன்னட நாடக உலகில், பத்திரிகைத் துறையில் அவர் தான் எங்களுக்கு ஜெயகாந்தன்.

அவருடைய நாடகங்களில் நான் நடிச்சிருக்கேன். அவருடைய பத்திரிகையில் நிருபரா வேலை பார்த்திருக்கேன். அப்போ கத்துக்கிட்ட பல விஷயங்கள் இப்பவும் என் நிழல் மாதிரி கூடவே வருது. 'இன்னிக்கு நீ நடிச்சதுக்குப் பேர் நடிப்பா? வீட்டுக்கு நடந்தே போ! அப்பதான் புத்தி வரும்'னு பாதி வழியில் காரில் இருந்து இறக்கிவிட்டிருக்கார். 'ஏன் என்னை எப்பவும் திட்டிட்டே இருக்கீங்க?'ன்னு கேட்டா, 'திட்டித் திட்டித்தான் உன்னைச் செதுக்க முடியும். இல்லேன்னா, உன் திமிர் உனக்குப் பலமா இல்லாம, அதுவே உன்னை பலவீனமாக்கிடும்'னு சொல்வார். 'எதையும் நீ கத்துக்கிற மாதிரி காணோமேடா! ஓசியில் தண்ணி அடிக்கிறதுக்குத்தான் இப்படி

என்னோட ஒட்டிட்டே அலையறியா?'னு என்னை அவர் அவமானப் படுத்தினதுக்காக, மறுநாள் என் காசுல தண்ணி வாங்கிட்டுபோய் அவர் முன்னால அடிச்சிருக்கேன். 'இந்தத் திமிர்தான்டா உன் சொத்து!'ன்னு சந்தோஷமா சிரிப்பார். 'பத்திரிகைக் காரன் எப்பவுமே நிரந்தர எதிர்க் கட்சிக்காரன். எந்தச் சூழ்நிலையிலும் அவன் ஆளுங்கட்சியா ஆகவே முடியாது. அந்தப் பொறுப்பைக் காப்பாத்த முடிஞ்சா, பத்திரிகையில் எழுத வா!'ன்னு ஒவ்வொரு சந்தர்ப்பத்திலும் சொல்லிட்டே இருப்பார். 'அவன் ஒரு நிருபர். அவனோட கருத்தை அவனை எழுத விடணும். எடிட்டரை சந்தோஷப்படுத்துற மாதிரி எழுதணும்னு இன்னிக்கு ஆரம்பிச்சா, நாளைக்கு ஒரு எம்.எல்.ஏவை சந்தோஷப்படுத்த எழுதணும்னு தோணும். அவனவன் சுதந்திரத்தோட வேலை செய்ய விடுங்க'ன்னு எனக்கு மேலே இருக்கிற துணையாசிரியர்களைக் கூப்பிட்டுச் சொல்வார்.

'ஜெயிச்சவனையே திரும்ப திரும்ப வெச்சுக் கொண்டாடிட்டு இருக்கிறது அநாகரிகம். வாய்ப்பு இல்லாம தவிக்கிற புதிய திறமையாளர்களைக் கண்டுபிடிச்சு, அவங்களை வளர்த்துவிடணும். ஜெயிச்ச ஒருத்தனோட தயவுல நாமளும் ஜெயிச்சுடலாம்னு எப்போ ஒரு கலைஞன் யோசிக்க ஆரம்பிக்கிறானோ, அப்பவே அவனுக்குள்ள இருக்கிற கலைத்தன்மை சாக ஆரம்பிச்சுடுச்சுன்னு அர்த்தம்!'னு சொல்வார். 'லங்கேஷுக்கு காசு தர ஒருமுறை முயற்சி செஞ்சாலும், அவனுக்கு நிரந்தர எதிரி ஆகிடுவோம்!'னு லஞ்சம் கொடுக்க நினைக்கிறவங்களைக்கூட தன் கேரக்டரால் பயப்படுத்தி வெச்சிருந்தார். சுருக்கமா சொல்லணும்னா, நெருப்பு மாதிரி வாழ்ந்த ஒரு பத்திரிகையாளர்; படைப்பாளி!

அவர் எழுதின ஒரு நாடகத்தை அரங்கேற்ற முன்வந்த ஒரு பெரிய ட்ரூப்பை, 'என் படைப்பை அரங்கேற்றுகிற தகுதி உங்களுக்குக் கிடையாது. உன் பலம் எனக்கு லாபம் தரும்தான். ஆனா, ஒரு சின்ன

ட்ரூப்புக்கு என் படைப்பு போச்சுன்னா, அது அவங்களுக்குப் பலமா இருக்கும். என் ஸ்கிரிப்ட்டை மேடையேத்த நீங்க தேவையில்லை!'னு திருப்பி அனுப்பிட்டு, பேர் தெரியாத ஒரு ட்ரூப்புக்கு அந்த வாய்ப்பைத் தருவார். 'நல்ல சாப்பாடு சாப்பிடுறேன். நல்ல உடை உடுத்துறேன். நல்ல வீட்ல வசிக்கிறேன். தினமும் தண்ணி அடிக்கிறேன். மனசுல பட்ட விஷயத்தை தைரியமா, நேர்மையா எழுத்தில் பதிவு செய்றேன். இப்படி முரட்டுத்தனமா வாழறதால எனக்கு என்ன நஷ்டம் வந்துடுச்சு?'னு தன்னை விமர்சிக்கிற வங்களைப் பார்த்து நெஞ்சை நிமிர்த்திக் கேட்பார். 'இப்படித்தான் இருக்கணும்'னு அவர் எங்களுக்குச் சொல்லிக் கொடுத்தது இல்லை. எப்படி இருக்கணும்னு அவரே ஒரு 'ரோல் மாடலா' வாழ்ந்து காட்டியிருக்கார்.

அவரை மானசீகக் குருவா ஏத்துக்கிட்ட எத்தனையோ ஏகலைவர்கள் இருக்காங்க. அதில் நானும் ஒரு ஏகலைவன்!

இதையெல்லாம் ஏன் சொல்றேன்னு யோசிக்கிறீங்களா? என் நண்பனோட மனைவி ஒரு டீச்சர். அவங்க வீட்டுக்குப் போயிருந்தேன். வீட்ல தன் பையனுக்கு கோச்சிங் தந்துட்டிருந்தாங்க. ''இன்னிக்கு ஸ்கூல் இல்லையா?''னு கேட்டேன். ''இருக்கு. மெடிக்கல் லீவ் போட்டுட்டேன். பையனுக்குப் பாடம் சொல்லித் தரணுமே''ன்னாங்க. ''அப்போ உங்ககிட்டே படிக்கிற பசங்களோட கதி?''ன்னு சிரிச்சுக்கிட்டே, ஆனா சீரியஸா கேட்டேன். இன்னொரு 'ஷாக்' அடிக்கிற பதில் சொன்னாங்க... ''அதுக்கு என்ன பண்றது? நான் மட்டுமா இப்படி லீவு போடுறேன்?!''

நம்ம நாட்டோட பிரச்னைகளில் முக்கியமான, முதன்மையான பிரச்னை இதுதான்...

சுயநலம் இல்லாத ரோல் மாடல் டீச்சர்கள் வேணும். என்ன பண்ணப் போறோம்?

வெற்றியில் தோல்வி...
தோல்வியில் வெற்றி!

ஒரு புத்தகக் கடைக்குள் நுழைஞ்சேன். புத்தகம் படிக்கிறதைவிட புத்தகத்தை தேடுறது ரொம்ப சுவாரஸ்யமா இருக்கும்.விதவிதமான தலைப்புகளில் புத்தகங்கள் இருந்துச்சு. பரீட்சையில் வெற்றி பெற வழிமுறைகள்னு ஒரு பெரிய புத்தகம் இருக்கு. அந்தப் புத்தகத்தைப் படிக்கிறதுக்குப் பதில் பாடப் புத்தகத்தைப் படிச்சா, நேராவே பாஸ் பண்ண முடியும். நீச்சல் அடிப்பது எப்படி?னு ஒரு புத்தகம். தண்ணியில் குதிச்சா தானா வர்ற ஒரு விஷயத்தைப் புத்தகமா எழுதியிருக்காங்க. குப்பை மாதிரி கண்டதையும் எழுத ஆரம்பிச்சுட்டாங்களேனு பார்த்தா, குப்பையைப் பயன்படுத்துவது எப்படி?னு ஒரு புத்தகம் இருந்துச்சு. 'புதுசா வந்திருக்கிற பெஸ்ட் செல்லர் புக்ஸ் என்னென்ன?'னு கடைக்காரர்கிட்ட கேட்டேன். ஒரு அலமாரியைக் காட்டினார். வாழ்க்கையில் நம்பர்1 ஆவது எப்படி?, தன்னம்பிக்கை டானிக், ஜெயிப்பது நிஜம்... இப்படி நிறைய தலைப்புகள்ல புக்ஸ். மனுஷனாப் பொறந்த அத்தனை பேரும் ஜெயிச்சே ஆகணும்னு ஒவ்வொரு புத்தகமும் போதனை செய்யறதை தலைப்பிலேயே பார்க்க முடிஞ்சுது. இன்னொரு பக்கம் ஸ்ட்ரெஸ் மேனேஜ்மென்ட்னு மன அழுத்தத்தைப் போக்கக்கூடிய

வழிமுறைகளைச் சில புத்தகங்கள் கூவிக் கூவி சொல்லுச்சு. வெற்றியையும், மன அழுத்தத்தையும் பக்கத்துப் பக்கத்திலேயே வெச்சு விற்கிற விநோதத்தை என்ன சொல்றது?

இன்னொரு அலமாரியில் ஆன்மிகப் புத்தகங்களை அடுக்கி வெச்சிருந்தாங்க. அதுவும் பெஸ்ட் செல்லர் புக்ஸ். மன விடுதலை, டென்ஷனைக் குறைக்கும் யோகா, வாசலில் காத்திருக்கும் வெற்றி... இப்படி ஆன்மிகம் வழியாகவும் தன்னம்பிக்கை தரும் புத்தகங்கள் நிறைய இருந்துச்சு. விதவிதமான ஆங்கிள்ல ஆன்மிகவாதிகள் போட்டோவுக்கு போஸ் தர்றாங்க. ஜெயிச்சே ஆகணும்னு ஜல்லிக்கட்டுல மாடுகளுக்குச் சாராயம் ஊத்துற மாதிரி 'தன்னம்பிக்கை டானிக்' ஆகிப்போச்சு!

பல்வேறு துறைகளில் சாதித்த சாதனையாளர்களைப் பற்றிய புத்தகங்களும் நிறைய வந்திருக்கு. நூறு பேரில் ஜெயிக்கிற ஒருத்தரை எந்தக் கேள்வியும் கேட்காம கொண்டாடுகின்றன புத்தகங்கள். அவர்களையே உதாரண புருஷர்களாக்கி, தோற்றுப் போகிற 99 பேரும் ஜெயிக்க முடியும்னு பிரசாரம் செய்யறதைவிட நேரடியான மோசடி என்ன இருக்க முடியும்? 99 பேர் தோற்றாதான் அந்த ஒருத்தர் ஜெயிக்க முடியும் என்கிற உண்மையை வசதியா மறந்துடுறோம். ஸ்கூல்லயே இந்த 'சக்சஸ் மந்திரம்' வியாதி மாதிரி பிடிச்சு ஆட்டுது. அதான், ஒரு பாடத்துல ஃபெயிலாகிட்டாலும், அந்தத் தோல்வியைத் தாங்கிக்க முடியாம 'தற்கொலை' பண்ணிக்கிறாங்க மாணவர்கள். இப்படியே போனா 'ஸ்ட்ரெஸ் மேனேஜ்மென்ட்'க்கு ஒரு எம்.பி.ஏ., டிகிரி வந்தாலும் வரும். அதுல முதல் மார்க் வாங்கி ஜெயிக்கணும்னு ரொம்ப மன அழுத்தத்தோட படிக்க வேண்டிய நிலைமை வந்தாலும் ஆச்சர்யப்பட வேண்டியதில்லை.

எவ்வளவு சிறந்த ஓட்டப் பந்தய வீரனாக இருந்தாலும், அப்பப்ப கால் இடறி விழுவது தவிர்க்க முடியாதது. வெற்றியோ தோல்வியோ, நம்ம வாழ்க்கையில் ஓர் 'இயக்கம்' இருந்துக்கிட்டே இருந்தால்தான் வாழ்க்கை எப்பவும் புதுசா இருக்கும். நகருகிற, அசைகிற எதைப் பார்த்தாலும் மனசுக்கு ஒரு புத்துணர்ச்சி கிடைக்கும். அதனாலதான் குளத்தைவிட நதிக்கு அதிகமான கவிதைகளும், கதைகளும் இருக்கு.

ஜெயிச்சுக்கிட்டே இருக்கிறது போல 'போர்' அடிக்கிற விஷயம் வேறெதுவும் இல்லை. தன்னம்பிக்கை வெற்றி பெறப் பயன்படுவதைவிட, தோல்வியிலிருந்து மீள்வதற்குப் பயன்பட்டாதான் அர்த்தம் இருக்கும். வெற்றிக்கும் தோல்விக்கும் நடுவுல மாட்டிக்கிட்டுதானே எல்லாரும் தவிக்கிறோம்!

''நீங்க ரொம்ப பயப்படுற விஷயம் எது?'னு ஒரு ரேடியோ லைவ் நிகழ்ச்சியில் ஒரு நேயர் என்கிட்ட கேட்டார். 'வெற்றி'னு சொன்னேன். தோல்வி என் இயல்பை இதுவரை கெடுத்தது இல்லை. வெற்றியின் கொண்டாட்டத்தில் என்னுடைய இயல்பை எனக்குத் தெரியாமலேயே தொலைக்கமுடியும். அதுக்கு உதாரணங்களை நாம வெளியில் தேட வேண்டியது இல்லை. நம்ம வாழ்க்கையில் வெற்றி கிடைக்கும்போது எவ்வளவு 'அசிங்கமா' நடந்துட்டிருக்கோம்னு கொஞ்சம் மனச்சாட்சியோட யோசிச்சாப் போதும். ஒரு நாட்டின் மீது போர் தொடுத்து ஜெயித்த மன்னர்கள் செய்த பாவங்கள், அத்துமீறல்கள் வரலாறு படிச்சவங்களுக்குத் தெரியும்.

'பொய்' படம் ரிலீஸாகியிருந்த நேரம்... நிறையப் பேர் எனக்காகக் கவலைப்பட்டாங்க. ''வில்லன் கேரக்டர்ல பல மொழிப் படங்கள்ல ஜெயிக்கிறீங்க. ஏன், 'பொய்' மாதிரி படங்கள் எடுத்து மாட்டிக்கிறீங்க?''னு வெளிப்படையாவே கேட்டார் ஒரு நண்பர்.

எதை என் தோல்வியா நினைக்கிறேனோ, அதை வெற்றினு சொல்றார் அவர். எதை என் வெற்றியா நினைக்கிறேனோ அதைத் தோல்வின்னு சொல்றார். 'எல்லாப் படங்கள்லேயும் நீங்க வில்லனா வந்து நல்லா கற்பழிக்கிறீங்க சார், நல்லா கொலை பண்றீங்க சார்'னு யாரும் என்னைப் பாராட்டலை. ஆனா, 'நல்லா படம் எடுக்கிறீங்க'னு தேடிவந்து கைகுலுக்கிட்டுப் போறாங்க. கொடூரமான வில்லன் கேரக்டர்ல நடிக்கிறதால எனக்கு நல்ல பணம் கிடைக்கலாம். ஆனா, நான் எடுக்கிற படங்களாலதான் அந்தப் பணத்துக்கும், என் நேரத்துக்கும் ஓர் அர்த்தம் கிடைக்குது.

'பொய்' படத்தோட விளம்பரத்துக்குச் செய்த செலவுகள்கூடத் திரும்ப வரலை. ஆனா, அந்தத் தோல்விக்குப் பின்னால் இருக்கிற வெற்றிகளைப் பற்றி யாருக்கும் தெரியாது. அதே மாதிரி வெற்றிக்குப் பின்னால் இருக்கிற தோல்வியைப் பற்றியும் யாரும் யோசிக்கிறது இல்லை. 'பொய்' என்கிற படம் எனக்கு உணர்த்திய உண்மைகளை நான் இப்ப பேசக் காரணம், அந்தத் தோல்வி என்னை அசிங்கமாக்கலைங்கிற கர்வம்தான்.

எந்த ஒரு வெற்றியாளனுக்கும் 100 சதவிகிதம் வெற்றி கிடைக்காது. ஆனா, எந்த மாதிரியான தோல்விகளை எதிர்கொள்கிறோம்கிறதுதான் ரொம்ப முக்கியம். 'மொழி' சரியா போகாம இருந்திருந்தா, 'அடுத்த படம் வெள்ளித்திரை. அதைச் சரியா இன்னும் கவனமா எடுப்போம்'னு யோசிக்கிறதைத் தவிர, வேற வழி இல்லை. ஒவ்வொரு முயற்சியையும் ஈடுபாட்டோடு செஞ்சாலே போதும். தோல்விகளும் வெற்றிகளும் இரவு பகல் மாதிரி மாறி மாறி வரும். ஆயிரக்கணக்கான ஏக்கர் விவசாய நிலத்துக்கு வளம் சேர்க்கிற நதி, தாகத்துக்கு அள்ளிப் பருக முடியாத கடல்ல போய்ச் சேருது.

பிறகு, அந்த உப்புத் தண்ணியே ஆவியாகி, மேகமா மாறி மழை பெய்து ஆற்றில் வெள்ளம் வருது. இந்தச் சுழற்சி என்பது ஓர் அழகான தொடர்ச்சி. அதை வெற்றி தோல்விங்கிற வியாபாரமா யோசிக்க முடியாது.

நான் எப்பவுமே கடன்லதான் இருந்திருக்கேன். இப்பவும் இருக்கேன். அஞ்சு ரூபாய்ல கடன் கேட்க ஆரம்பிச்ச என் வாழ்க்கையில் இப்ப கோடிகளைக் கடனா சுமக்கிற பலம் வந்திருக்கு. பணம் தொடர்பான தோல்விகளைத் தாங்குற சக்தி இருக்கிறதாலதான் தொடர்ந்து படம் எடுக்கிறேன். படம் எடுக்கிறதில் ஏற்படுகிற சறுக்கல்கள் எனக்குப் பாடமாதான் இருந்திருக்கு. பத்து ஃபைனான்ஸியருக்கு பதில் சொல்ல வேண்டிய நிலைமை இருந்தாலும், என்னை நேசிக்கிற எத்தனையோ பேரோட 'கடனை' அடைச்சிருக்கேன். ராமன் தசரத குமாரனா அரண்மனை வாழ்க்கை வாழ்ந்த வரை, அவன் குழந்தைதான். காட்டுக்குள் காலடி எடுத்துவெச்ச பிறகுதான் அவதார புருஷனுக்கான அவனது பயணம் தொடங்கிச்சு. அரண்மனை வாசலைக் கடந்த பிறகுதான் நமக்கு புத்தர் கிடைச்சார்.

வெற்றிங்கிறது அரண்மனை. அங்கே பாதுகாப்பா இருக்கலாம். ஆனா, எதையும் கத்துக்க முடியாது. அடர்ந்து விரிந்திருக்கிற காடுகளில்தான் அனுபவங்கள் பசுமையா பூத்திருக்கும்.

நம்ம வெற்றிகள் நமக்கே கல்லறைகள் ஆகிடாம பார்த்துக்கறது ரொம்ப முக்கியம்.

சரிதானே?

அது ஓர் அற்புத உலகம்!

அது ஒரு கோடைக் காலம்! ஒரு பொண்ணு தன் பிள்ளைகளோடு தாய் வீட்டுக்குப் போயிட்டா. பெண்டாட்டியைப் பிரிஞ்ச துன்பத்தில் இருக்கான் அவ புருஷன். 'எப்பவும் உன்னைவிட்டுப் பிரிய மாட்டேன்'னு சத்தியம் பண்ணவ, இப்போ அவ மனசுக்குப் பிடிச்ச சொந்த ஊருக்குப் போனதுல, இவனை மறந்துட்டா. வேரைத் தேடிப் போற மாதிரி, தன் ஊரைத் தேடிப்போன மனைவிக்கு வருத்தத்தோடு புருஷன் எழுதின கடிதம் இது...

'பூ... யக்கா பூ!'ன்னு பூக்காரப் பொண்ணு வாசத்தோடு கூவிட்டே வர்றா. அவ கூடையில் இருக்கிற மல்லிகையும் நம்ம வீட்டு வாசலுக்குச் சிரிச்சுக்கிட்டே வருது. பக்கத்திலேயே சம்பங்கி, முல்லைன்னு நிறையப் பூக்கள் இருந்தாலும், மல்லி மட்டும்தான் சிரிக்குது. 'அம்மாவுக்கு மல்லின்னா ரொம்பப் பிடிக்குமே. அவங்க வந்துட்டாங்களா ஐயா?'ன்னு வீட்டுக்குள்ள எட்டிப் பார்த்துக் கேட்கிறா பூக்காரி. அவளுக்கு முன்னால உன்னைப் பார்த்துடணும்னு இன்னும் ஆர்வமா எட்டிப் பார்க்குது மல்லி. பூக்காரி கேட்ட கேள்விக்கு 'இல்லை'னு நான் தலை அசைச்சதும் அவ முகம் வாடிப்போச்சு. அவ வாடுறதுக்கு முன்னால, அவ கூடையில் இருந்து

என்னைப் பார்த்துச் சிரிச்ச மல்லிப் பூவும் வாடிப்போச்சு. இப்படி தினம் தினம் பால்காரன்லேர்ந்து, காய்கறி விற்கிறவங்க வரைக்கும் நீ இந்த வீட்ல இல்லாத வெறுமையை எனக்கு உணர்த்திட்டே இருக்காங்க. நீ இல்லாத எனக்கு எந்த மரியாதையும் இல்லைங்கிறதைச் சொல்லவா நீ உன் தாய் வீட்டைத் தேடிப் போனே? நீ பொறந்து வளர்ந்த ஊரைப் பார்த்ததும் உன்னைக் காதலிக்கிறவனை மறந்துட்டது நியாயமா?'

இந்த லெட்டருக்குப் பெண்டாட்டி எழுதுற பதில் கடிதம் இன்னும் அழகு. 'பொறந்த ஊருக்கு வந்து தாய் வீட்டுச் சுகத்துல உங்களை மறந்துட்டேன்னு இன்னொரு முறை சொல்லாதீங்க. தினம் தினம் உங்க ஞாபகத்தால, தனிமையும் விரகமும் என்னைப் பிழியுது. அதை யாருக்கும் தெரியாம மறைக்கிறதுக்குள்ள என் பாடு பெரும்பாடாகிறது உங்களுக்குத் தெரியுமா? ஒவ்வொரு நாள் இரவிலேயும் கனவா நீங்கதான் வர்றீங்க. அது நிஜமாகாதான்னு பாதி இரவுல தூக்கம் கலைஞ்சு எழுந்து உட்கார்ந்துடுறேன். ஊரே தூங்கும்போது, வந்த முழிப்புல அந்த இரவு பயங்கரமா தெரியுது. அப்ப உங்க ஞாபகம்தான் எனக்கு ஆறுதல். நேத்து இரவு கண் விழிச்சப்ப, பிருந்தாவனம்கிற துளசி மாடத்துக்கு மேல நிலா நின்னு என்னைப் பார்த்துச் சிரிச்சுது. துளசி இலைகள் தெரியுற அந்த இரவுல உங்க ஞாபகம்தான் வெளிச்சமா தெரியுதோன்னு யோசிச்சேன். ஆயிரமாயிரம் நட்சத்திரங்களுக்கு நடுவிலேயும் தனியா தெரியுற ரோகிணி நட்சத்திரம், இதையெல்லாம் கவனிச்சு என்னைப் பார்த்துக் கேலி செய்யுது. சின்ன வயசுலேர்ந்து என் ருசி தெரிஞ்சு சமைச்ச அம்மாவின் சமையல்ல மயங்கி நான் இங்கேயே இருந்துட்டதா நினைக்காதீங்க. அவ்வளவு ருசியா சாப்பிடும்போதும், நீங்க ருசியில்லாம சாப்பிடுவீங்களேன்னு கவலை இல்லாம இல்லை. தாய்

வீட்டுக்குள்ள சிறைப்பட்ட கிளி இல்லை நான்... உங்களை மறந்துட்டு, வீசுற சில நெல்லுக்கு சந்தோஷப்பட!

நம்ம உறவுக்குச் சாட்சி சொல்ற மாதிரியும், உங்களை என் வாழ்க்கைக்கும் நான் மறக்க முடியாத மாதிரியும், நம்ம குழந்தைகள் தினமும் என் கண்ணுக்கு எதிரில் விளையாடிட்டு இருக்காங்க. உங்க மடியில் படுத்துக் கதை கேட்க முடியலைன்னாலும், உங்க பிள்ளைகளைத் தினமும் என் மடியில் கிடத்தி இங்கே கதை சொல்லிட்டுதான் இருக்கேன். தூரமா நான் இருந்தாலும் உங்க மேல நாளுக்கு நாள் காதல் அதிகமாகிட்டே இருக்கு. நம்ம வீட்ல நான் உங்க பக்கத்துல இருக்கிற வரைக்கும், பாற்கடல் மாதிரி என் மேல் உங்களுக்குக் காதல் பொங்குது. இப்ப நான் தூரமா இருக்கேன்னு நினைச்சு, பூவெல்லாம் பாம்பான கதையா என் மேல சுடு சொல்லை வீசுறீங்களே, இது நியாயமா? நீங்க பார்க்காத தோட்டத்துல நான் மல்லிப் பூவாத்தான் இருக்கேன். முள் மாதிரி உங்க கூர்மையான வார்த்தையால என்னைக் குத்தாதீங்க. நாளை மறுநாள் நவமி. அது முடிஞ்ச அடுத்த விநாடி நான் என் தாய் வீட்டுல இருப்பேனா?'

இந்த மாதிரி மிடில் க்ளாஸ் குடும்பத்துக் கணவன் மனைவி காதலை, ஏக்கத்தை, ஆசைகளை, அழகழகான கவிதைகளா எழுதினார் கே.எஸ்.நரசிங்கசாமி. கன்னடத்துல வாழ்க்கையைக் கவிதைகளாக்கிய அற்புதமான கவிஞன். உற்சாகமா இருந்தாலும், மனச்சோர்வா இருந்தாலும், படிக்கிறவங்களுக்கு மகிழ்ச்சியாவும் ஆறுதலாவும் இருக்கிற கலைஞன்.

இந்தக் கணவன் மனைவி கடிதக் கவிதையைப் படிச்சதும் கோடை விடுமுறைக்குத் தாத்தா பாட்டி வீட்டுக்குப் போகிற நகரத்துக் குழந்தையாக நான் இருந்த ஞாபகங்கள் வந்தன. நகரத்தில் நான்

கற்றுக்கொள்ள மறந்த சில விஷயங்களை என் அம்மா பிறந்த கிராமம்தான் கற்றுக் கொடுத்தது. ஒவ்வொரு விடுமுறையும் திருவிழா மாதிரி இருக்கும்.

அம்மா, அவ பிறந்து வளர்ந்த சொந்த ஊரைப் பார்க்கும் போது எங்களைவிட இளமை ஆகிறதை உணர்ந்திருக்கேன். என் அம்மா குழந்தையா இருந்தபோது ஏறி உலுக்கின புளியமரம் இன்னும் புளியம்பழங்களைக் காய்ச்சுத் தொங்கவிடுது. என் அம்மா உலுக்கி, நான் உலுக்கி, இப்ப என் பொண்ணு ஏறி உலுக்கும் போதும் தீராமல் இருக்கும் புளியம்பழம் பொறுக்கிக் குழம்பு வெச்சா, மூணு தலை முறையா மாறாம இருக்கு அந்த ருசி.

ஊர் எல்லையில் இருக்கிற காவல் தெய்வம் கையில் பெரிய கத்தியோடு இன்னும் சலிக்காம காவல் காத்துட்டே இருக்கு. டிஷ் ஆன்ட்டெனா முதல் செல்போன் டவர் வரை நிறைய மாற்றங்கள் ஊருக்குள்ள வந்தாலும் காவல் தெய்வம் திருவிழா மட்டும் இன்னும் மாறவே இல்லை. அந்தத் திருவிழாவில் வாங்குகிற கைவினைப் பொருள்களுக்கு எங்கே இருந்துதான் உயிர் வருமோ?

தாய் வீட்டைத் தேடிப் போகிற மணமான பெண்களுக்கு அதுதான் ரெஸ்ட் ஹவுஸ். விடுமுறை முடிஞ்சு திரும்பி பிள்ளைகளைக் கூட்டிட்டுக் கணவன் வீட்டுக்குப் போகிற மகளுக்கு, வற்றல், வடகம், பலகாரம், அரிசி, பருப்புன்னு எல்லாத்தையும் பெரிய மூட்டை முடிச்சோடு அனுப்பிவெப்பா தாயோட தாய்.

இப்ப யோசிச்சா வேரைத் தேடிப் போற மாதிரிதான், சொந்த ஊரைத் தேடி ஒவ்வொருத்தரும் லீவுக்குப் போறோம்னு தோணுது. எதிர்காலம் தேடி ஓடிட்டு இருக்கிற ஒரு தலைமுறையும், எப்ப

வேணாலும் எமன் ஓலைச்சீட்டு எடுத்துக்கிட்டு வந்து வாசல்படியில் நிற்கலாம்கிற கவலையோடு இருக்கிற மூத்த தலைமுறையும் சந்திச்சுக்கிற தருணம் அது. அடுத்த தலைமுறையா வாழப் போற குழந்தைகள் சில விஷயங்களைக் கத்துக்கவும், கடந்த தலைமுறையா வாழ்ந்து முடிச்சவங்க, சில விஷயங்களைக் கத்துத் தரவும் வாய்ப்பு இருக்கிற காலம் கோடை விடுமுறைதான். அதைத் தவற விடுற குழந்தைகளைப் பார்க்கும்போது ரொம்பப் பரிதாபமா இருக்கும். ‘ஏன்டா… தாத்தா பாட்டி பார்க்க ஊருக்குப் போகலையா?’னு கேட்டா,‘அபாகஸ் க்ளாஸ் சேர்ந்திருக்கேன் அங்கிள்’னு சொல்றான் ஒரு குழந்தை. விதவிதமான மனிதர்களையும், அவங்க வாழ்க்கையையும் பார்க்காம அதி விரைவா கணக்குப் போடக் கத்துக் கொடுக்கிற பெற்றவங்க மனநிலை நிச்சயம் மாறணும். இது அட்வைஸ் இல்லை. என் குழந்தைப் பருவ அனுபவம்.

பிழைக்கக் கத்துத் தர்றதுக்குப் பெத்தவங்க போதும். ஆனா, வாழப் பழகித் தர்றதுக்கு பெரியவங்க வேணும். விடுமுறைக்கு ஊருக்குப் போனவங்களுக்குப் புரியும். சூரியன் முளைக்கிறதுக்கு முன்னாடியே எழுந்து, வாசல் தெளிச்சுக் கோலம் போட்டு வரவேற்பு சொல்ற உலகம் அது. எப்ப உழைக்கணும், எப்படி உழைக்கணும்கிறதுக்கு உதாரண மனிதர்கள், நம்ம கண்ணுக்கு முன்னால ஒரு கோவணத்தைக் கட்டிக்கிட்டு சாதாரணமா உட்கார்ந்திருப்பாங்க.

குழந்தைகள் விளையாட வீட்டிலேயே நாய், பூனை, கோழி, ஆட்டுக்குட்டி மாதிரி ஜீவனுள்ள வளர்ப்புப் பிராணிகள் குடும்பத்து உறுப்பினர்கள் மாதிரி ஜம்முன்னு சுத்தி வரும். வீட்டை விட்டு வெளியில் வந்தா, விளையாட்டு மைதானம். நீச்சல் பழகும் கிணறுகள், ஏரிகள், குளங்கள்… ஊஞ்சல் கட்டி விளையாட, நிழல் தர, நிறைய

மரங்கள்! விளையாடிக் களைச்சுப்போகிற குழந்தைகளை, நிலாவைப் பார்த்ததுமே சாப்பாடு போட்டுப் படுக்கவெச்சுக் கதை சொல்ல ஆரம்பிச்சுடுவாங்க. அரிசியாவே விளைஞ்ச பயிர் திடீர்னு நெல்லா மாறின அதிசயம் பற்றிய கதை, காவல் காக்கிற குலதெய்வங்கள் பற்றிய கதைன்னு ஆயிரம் கதைகள் அவங்ககிட்டே இருக்கும். அந்த அற்புதமான உலகத்தை விட்டுட்டு அபாகஸ் மட்டும் சொல்லித் தந்தா போதும்னு நினைக்கிறது சரியாப்படலை.

காதல் என்பது கடமை அல்ல!

தேவதத்தா, முதலாளியின் மகன். கபிலன், வேலைக் காரனோட பையன். ரெண்டு பேரும் சின்ன வயசுலேர்ந்து நெருங்கின நண்பர்கள். முதலாளி, தொழிலாளினு எந்தப் பேதமும் இல்லாம, உண்மையா நட்போட வளர்றாங்க. தேவதத்தா ரொம்ப அறிவுக்கூர்மையான இளைஞனா வளர்ந்து நிற்பான். கபிலன், இயல்பாவே கடுமையான உழைப்பாளி. பெரிய அறிவுக்கூர்மை இல்லேன்னாலும், 'வெட்டிட்டு வா'ன்னா 'கட்டிட்டு' வந்து நிக்கிற ரகம். கறுப்பா, கட்டுமஸ்தா, ரொம்ப வசீகரமா இருப்பான்.

தேவதத்தா ஒரு பெண்ணைக் காதலிப்பான். அவகிட்ட எப்படிச் சொல்றதுன்னு பயம். கபிலன்கிட்ட தன் காதல் பத்திச் சொல்வான். ரெண்டு பேருடைய காதலுக்கும் கபிலன் உதவி செய்து, கல்யாணமே நடத்திவெப்பான். தேவதத்தாவோட பணம், அறிவு ரெண்டுலயும் மயங்கி, அவனைக் கல்யாணம் பண்ணிக்குவா அந்தப் பெண். ஆனா, கபிலன் திறந்த மார்போடு வீட்டு வாசல்ல வேலை செய்யறதைப் பார்க்கும்போது, தேவதத்தாவோட மனைவிக்குக் காமம் ஊற்றெடுக்கும். கபிலனுக்கும் விருப்பம் இருந்தாலும், நண்பனோட மனைவியைக் காமத்தோடு பார்க்கக் கூடாதுங்கிற சமூக ஒழுக்கம்

தடுக்கும். காமம் சுனாமி மாதிரி... எந்த உணர்வையும் தூக்கி விழுங்கிட்டு அமைதியா அடங்கும்.

அப்படி ரெண்டு பேருக்குள்ளும் இருக்கிற காமம் தேவதத்தாவுக்குத் தெரிய வந்ததும், நண்பன் எதிரி ஆவான். ரெண்டு பேருக்கும் நடுவுல கடுமையான சண்டை நடக்கும். ஒரு காளி கோயில் மைதானத்துல நடக்குற இந்தச் சண்டையில், ஒருத்தர் தலையை ஒருத்தர் வெட்டிக்கிட்டு ரெண்டு பேருமே செத்துப் போவாங்க. கண்ணுக்கெதிரில் கணவனும், காமத்தில் நிறைவு தந்த காதலனும் தலை துண்டாகி இறந்து கிடப்பதைப் பார்த்துத் துடிதுடிச்சுப் போயிடுவா அந்தப் பெண். அவளுடைய அழுகைக்கும் வேண்டுதலுக்கும் மனமிரங்கி, காளி ஒரு வரம் தருவா. 'என் சந்நிதானத்துல இந்த அசம்பாவிதம் நடந்ததால, உனக்கு ஒரு வரம் தரேன். ரெண்டு தலைகளையும் எடுத்து, உன் கையால நீ அந்தந்த உடம்புல ஒட்டினா, அவங்களுக்கு உயிர் வந்துடும்'னு காளி சொல்லுவா.

ஆறு மாதிரி ஓடிட்டிருந்த அந்தப் பெண்ணோட அழுகை நின்னு, ஆசை மலை மாதிரி நிமிர்ந்து உட்காரும். தவம் செய்கிற வரைக்கும் எல்லாருமே நல்லவங்கதான்! வரம் கிடைச்சப்புறம் எப்படி இருக்கோம்கிறதை வெச்சுதான் நம்முடைய துக்கமும், சந்தோஷமும் அமையுது. அறிவான புருஷனோட தலையை, அழகான கபிலன் உடம்புல ஒட்ட வெச்சுட்டா நமக்கு ரெண்டு பேருமே கிடைச்ச மாதிரி ஆகிடுமேன்னு பேராசையில் தலைகளை மாற்றி ஒட்டவெச்சுடுவா அந்தப் பெண். மூளை யோசிக்கிற மாதிரிதான் உடம்பு ஒத்துழைக்கும்கிற உண்மை அவளுக்கு மெதுவாதான் புரிய வருது. புருஷனோட தலை இருக்கிற கபிலனோட உடம்புல காமம் வற்ற ஆரம்பிக்கும்.

இது கன்னடத்துல, 'ஹயவதனா'னு கிரீஷ் கர்னாட்டின் நாடகக் கதை. உறவுகளுக்கிடையில் இருக்கிற பிரச்னைகள் அழகாக இந்த நாடகத்தில் சொல்லப்பட்டு இருக்கும்.

'ஆசையே துன்பத்துக்குக் காரணம்'னு சொன்னார் புத்தர். அந்த அளவுக்கெல்லாம் நம்மால தத்துவரீதியா போக முடியாது. ஆனா, அனுபவத்துல ஒரு விஷயம் மட்டும் நல்லா புரியுது. எதிர்பார்ப்புகள் தான் உறவுகளுக்கிடையில் இருக்கிற மிக முக்கியமான சவால்.

காலேஜ் படிக்கும்போது எனக்கு ஒரு காதலி இருந்தா. அவ நேசிக்கிற பொருள்கள் மேல அவ்ளோ அன்பா இருப்பா. குஞ்சுப் பறவைக்கு சின்ன மீனை தேடித் தேடிப் பொறுக்கி எடுத்து ஊட்டுகிற தாய்ப் பறவை மாதிரி என் மேல அன்பை, அக்கறையை வெளிப்படுத்துவா. 'இப்படி அன்பான ஒருத்தியைக் கல்யாணம் பண்றதுதான் வரம்'னு முடிவே பண்ணேன். எனக்கும் நான் நேசிக்கிறவங்க மேல அன்பு செலுத்த ரொம்பப் பிடிக்கும். அது சில நேரம் துப்பாக்கி முனையைத் திருப்பி, என் நெத்தியில் வெச்சு சுட்டுக்கிற மாதிரிகூட நிறைய காயங்களைத் தந்திருக்கு.

ஆரம்பத்துல எங்க ரெண்டு பேருக்கும் எண்ணங்கள் ரொம்பப் பொருந்திப் போகிற மாதிரி தெரிஞ்சுது. காதல், காமம்னு எல்லாமே கண்ணுக்கும், மனசுக்கும் அழகா இருந்தது. கொஞ்சம் கொஞ்சமா அவளுடைய அன்பின் கனம் என்னால தாங்க முடியாத அளவு போச்சு. அவ என் மேல காட்டுற அன்பை, அதைவிட ரெண்டு மடங்கா அவ மேல நான் காட்ட ணும்னு எதிர்பார்க்க ஆரம்பிச்சா. எனக்கு சுட்டுப்போட்டாலும் அது வராது. எனக்குள் இருக்கிற ஈரம் வற்றிவிடாமல் இருக்கிறதுக்காக அடுத்தவங்களை நான் நேசிக் கிறேன். எனக்குப் பிரியமானவர்கள் மேல் நான் காட்டுகிற அன்பு, அவங்களைச் சந்தோஷப்படுத்த இல்லை.

என்னை நானே சந்தோஷப்படுத்திக்கத்தான். ஒரே மாதிரி யோசிக்கிறோம்னு நினைச்ச நானும், அவளும் எதிரெதிர் துருவங்களா இருக்கோம்னு மெதுவா புரிஞ்சுது. காலையில் தூங்கி எழுந்ததும், முதல்ல எனக்குதான் குட்மார்னிங் சொல்லுவா. அதே மாதிரி நானும் பதிலுக்குச் சொல்லியே ஆகணும். எனக்கு எந்த வேலை இருந்தாலும், அதைப் பற்றி அவளுக்குக் கவலை இல்லை. 'தினமும் குட்மார்னிங் சொல்லித்தான் எனக்கு உன் அன்பை நீ வெளிப்படுத்தணும்'னு அவளுக்கு நான் சொன்னதே இல்லை. அவளுக்கு அப்படி ஒரு நம்பிக்கை. அவ சொல்றதோட நின்னுட்டா பிரச்னை இல்லை. நானும் பதிலுக்கு அப்படியே அந்த அன்பைக் காட்டணும்னு எதிர்பார்க்க ஆரம்பிச்சபோது தான் விதி விளையாட ஆரம்பிச்சுது.

என் காதலை அவளுக்கு வெளிப்படுத்தணும்தான்... ஆனா, அதை இப்படி பதில் மரியாதையா வெளிப்படுத்தணும்னு கட்டாயப் படுத்தறப்போ உறவு கடமையாகிடுது. பத்து மணிக்கு மேலே தனியா போகிற ஒரு தோழியை நான் கொண்டு போய் மோட்டர்பைக்ல ட்ராப் பண்ணா அவளுக்கு ஆகாது. 'என்னை விட்டுட்டு அவளை ஏத்திட்டு போறியே'னு சண்டைக்கு நிப்பா. எல்லாமே என் மேல இருக்கிற காதலால்தான். புரியுது. ஆனா, அந்த அன்பு எனக்குப் பாரமாகிட்டே போச்சு! அவ தர்ற அளவுக்கு என்னால திருப்பித் தர முடியலை. என் வாழ்க்கையை நான் வாழாமல் அவளுக்குப் பிடிச்ச வாழ்க்கையை வாழணும்னு எதிர்பார்க்கிறவளைத் தொடர்ந்து காதலிக்க முடியாம போச்சு!

காதலும் கல்யாணமும் உரிமையாக இருக்கும்போது, வாழ்க்கை ருசியா இருக்கு. அதுவே கடமையாகிடுச்சுன்னா, வீட்ல டி.வி, ஃப்ரிஜ், மிக்ஸி மாதிரி மனிதர்களும் பொருள்களாகிடுவாங்க.

த.செ. ஞானவேல்

பிறந்த பச்சைக் குழந்தைக்குத் தாய்ப்பால் தர ஆரம்பிக்கிற விநாடியில் தொடங்கிடுது உறவுகள் மீதான நம் எதிர்பார்ப்புகள். தாய்ப்பால் ஊட்டுவதைத் தன்னுடைய சந்தோஷமாகப் பார்க்காமல், கடமையாக்கிடுறோம். அந்தக் குழந்தை எடுத்துவைக்கிற ஒவ்வோர் அடியிலும் வளர்ந்து அவனோ, அவளோ நம்மோட கடைசி காலத்துல காப்பாத்துவாங்கனு எதிர்பார்ப்போடு தோள்ல தூக்கிப்போட்டு சீராட்ட ஆரம்பிச்சுடுறோம். இப்படியே வளர்ற பையன், மரணப்படுக்கையில் இருக்கிற அப்பன், தன் பேரில் எந்தச் சொத்தை எழுதிவைக்கப் போறான்னுதான் எதிர்பார்ப்பான்.

இப்படித்தான் மலரணும்னு பூவுக்கு கட்டளை பிறப்பிக்க முடியுமா? என் காதலை, நேசத்தை, வெறுப்பை, கோபத்தை வெளிப்படுத்தலாம். ஆனா, அதை இப்படித்தான் வெளிப்படுத்தணும்னு சொன்னா என்ன பண்றது? இப்ப இருக்கிற இளைஞர்களிடம் இந்த எதிர்பார்ப்பு ரொம்ப அதிகமாகிட்டே வருதோன்னு தோணுது. இந்த எதிர்பார்ப்புகள், அப்படியே கடமையா மாற ஆரம்பிச்சுடுது. 'அண்ணலும் நோக்கினான், அவளும் நோக்கினாள்' டைப் காதலெல்லாம் இப்ப கிடையாது. தன் காதலி இப்படியிப்படி இருக்கணும், தன் காதலன் இந்தப் படிப்பு படிச்சிருக்கணும், இந்த அளவு சம்பளம் வாங்கணும்னு கால்குலேஷன் போட்டுத்தான் இப்பெல்லாம் காதலிக்கவே ஆரம்பிக்கிறாங்க.

வெட்டப்பட்டுத் துண்டாகிக் கிடக்கிற தலைகளை ஒட்டவைக்கிற வரம் கிடைச்சாலும், நம்முடைய எதிர்பார்ப்புகள் வேறொரு தலையையும், இன்னொரு உடம்பையும் விரும்பினா, உறவுகளே பாரம்தானே?

அழுகையும் சிரிப்பும் வேறு வேறல்ல!

"சார், உங்களுக்குக் காதல் தோல்வி இருக்கா?"ன்னு ரொம்ப சீரியஸான முகத்துடன் கேட்டான் ஒரு பையன்.

"இப்போ உன் பிரச்னை என்ன?"ன்னு கேட்டேன். "லவ் ஃபெயிலியர் சார். தாங்க முடியலை சார். எனக்கு வாழவே பிடிக்கலைங்க. ஆனா, அவ சந்தோஷமா வேறொருத்தனைக் கல்யாணம் பண்ணிட்டுப் போயிட்டா. தற்கொலை வரைக்கும் போய், அதிலேயும் ஃபெயிலியர் சார்! நீங்க நிறைய காதல்களைப் பற்றிச் சொல்றீங்க. உங்களுக்கெல்லாம் காதல் தோல்வியே இல்லையா சார்?"னு விரக்தியாவும் பொறாமையாவும் கேட்டான் அவன்.

எனக்குச் சிரிப்புதான் வந்தது. இத்தனை பெண்களைப் பற்றி ஒருத்தன் பேசும்போதே, அத்தனை தோல்விகள் அவனுக்குப் பின்னால் இருக்குன்னுதானே அர்த்தம்!

அட, ஆண்களாவது தங்களோட காதல் தோல்விகளைத் தண்ணி அடிச்சுட்டு, யார்கிட்டேயாவது சொல்லி ஆறுதல் அடையலாம். ஆனா, பெண்கள் நிலைமைதான் மோசம். அவங்களோட விசும்பல் யார் காதிலேயும் விழாது. மணமேடையில் தலைகுனிஞ்சு தாலி

த.செ. ஞானவேல்

கட்டிக்கிற பெண்களின் கண்களோரம் கசிகிற நீரை, அவ்வளவு பேர் இருந்தும் யாருமே பார்க்கிறது இல்லை.

எந்த நியூஸ் பேப்பரைப் பிரிச்சாலும், காதல் தோல்வி தற்கொலைச் செய்திகள் கண்ணில் படுது.

நேசிக்கிற பெண்ணைக் கல்யாணம் பண்ணிக்க முடியலைங்கிறதுக்குப் பேர் காதல் தோல்வின்னா, நான் ஒரு பெரிய லிஸ்ட்டே போட வேண்டியிருக்கும்.

அலட்சியத்தால், அஜாக்கிரதையால், முன் கோபத்தால், துரோகத்தால், சூழ்நிலைகளால், இயலாமைகளால்னு நிறைய நிறையக் காதல்கள் கல்யாணத்தில் முடியாமப் போயிருக்கு. ஒரு காதல் நிறைவேறாமப் போகும்போது, அது எவ்ளோ பெரிய துயரமா மாறும்னு அனுபவபூர்வமான நிறைய உதாரணங்கள் எனக்குள்ளேயே இருக்கு.

வாழறதுக்குக் காரணமா இருக்கிறதுதான், காதலுக்கே மரியாதை! இறந்த காதலர்களால் காதல் சாகாம இருக்கிறது வரலாற்றுக்கு வேணும்னா உதாரணமா இருக்கலாம். ஆனா, எல்லாருடைய வாழ்க்கையும் வரலாறு ஆகிறது இல்லை. நாம நாளைக்கு வரலாறாகிறோமோ இல்லையோ, இன்னிக்கு வாழ்ந்துடலாமேங்கிறதுதான் என் பாலிஸி.

என் வாழ்க்கையில் நிறைய காதலிகள் மாறியிருக்காங்க. ஆனா, காதல் அப்படியேதான் இருக்கு. காதல் உணர்வைத் தொலைச்சுட்டா, வாழ்க்கையே சூன்யமாகிடும். வாழ்க்கையையும் காதலிக்கப் பழகிட்டா, கிடைக்கிற காதல் துன்பமா இருந்தாலும், வாழ்க்கை காப்பாத்திடும்.

ஏற்கெனவே காதலிச்ச அதே தீவிரத்தோட, அடுத்தடுத்து இன்னொருத்தியை என்னால் காதலிக்க முடிஞ்சுது. முகத்தில் மீசை முளைக்கிறதுக்கு முன்னால, மனசுல காதல் முளைச்சிருக்கு. காதலா ஆரம்பிச்ச உறவு, காமத்தில் முடிஞ்சிருக்கு. காமத்தில் ஆரம்பிச்ச நெருக்கம், காதலாகியும் இருக்கு. வருஷக்கணக்கில் தொடர்ந்த காதல், கை நழுவித் தரையில் விழுந்த கண்ணாடி டம்ளர் மாதிரி சுக்குநூறா சில நொடிகளில் உடைஞ்சிருக்கு.

எத்தனைச் சில்லுகளா காதல் உடைஞ்சுதோ, அதைவிட நூறு மடங்கு துண்டுகளா என் மனசும் உடைஞ்சிருக்கு.

சில நாள் பழக்கத்தில், நூறு வருஷ நெருக்கம் தந்த ஒருத்தி. என் ஃப்ரெண்டு மூலமா அவ எனக்கு அறிமுகம். கண்ணால் சிரிப்பா. கவிதையாப் பேசுவா. ஒவ்வொரு அசைவிலும் கிறங்கடிப்பா. பார்வையிலேயே பச்சைத் தண்ணீரைப் பத்தவெக்கிற வசீகரத்தோட இருந்தா. அவளோட பேசுறதுக்கே என் நண்பர்களுக்குள் போட்டி நடக்கும்.

என்கிட்ட ரொம்ப நெருக்கமாப் பேசிப் பழக ஆரம்பிச்சா. ரெண்டு நாள் தங்க அவ இடம் தேடினப்போ, என் வீட்டுக்கே கூட்டிட்டுப் போய் தங்கவெச்சேன். என் அம்மாவும் அவளை ஒரு மகாராணி மாதிரி பார்த்துக்கிட்டாங்க. அப்படி நெருக்கமா இருந்தவ, திடீர்னு காணாமப் போயிட்டா. கையில காசு நிறைய இருக்கிறவங்களோட அப்பப்போ ரிலேஷன்ஷிப் வெச்சுக்கிறது அவளுக்குப் பொழுதுபோக்கா இருந்தது அப்போ எனக்குப் புரியலை. ரொம்ப நாள் கழிச்சு, திடீர்னு ஒரு நாள் அவளைப் பார்த்தேன். வேறொருத்தனோடு சிரிச்சுப் பேசிட்டிருந்தா. என்கிட்டே எந்த வசீகரத்தோடு சிரிச்சாளோ, அதே வசீகரம் அப்படியே இருக்கு. நான்

எந்த அளவு வழிஞ்சு நின்னேனோ, அதைவிடப் பல மடங்கு கிறங்கிப்போய் நிக்கிறான் யாரோ ஒருத்தன்.

எவளோ ஒருத்தி சிரிச்சுட்டு வந்து நின்னா, அதைக் காதல்னு புரிஞ்சுட்டு ஏமாற இத்தனை ஆண்கள் தயாரா இருக்கும்போது, அவளை எப்படிக் குறை சொல்ல முடியும்?

இன்னொருத்தி... நாடக மேடையில் பழக்கமானாள். அப்படியே நட்பாச்சு; அப்புறம் அதுவே காதலாச்சு! எனக்குள் இருந்த காதலைத் தோண்டித் தூக்கிட்டு வந்தா. அவளை நான் கல்யாணம் பண்ணத் தயாராகும்போது, 'ஸாரி, பிரகாஷ்! உன்னை எனக்குப் பிடிக்கும். ஆனா, உன் வருமானத்தில் எனக்குப் பிடிச்ச வாழ்க்கையை உன்னால் தர முடியாது. அது எனக்கும் துன்பம், உனக்கும் துன்பம். எனக்கு வீட்ல மாப்பிள்ளை பார்த்துட்டாங்க. ஸாரி!'னு செம பிராக்டிகலாப் பேசிட்டுப் போயிட்டா.

கோபிச்சுக்கிட்டு வீட்டை விட்டு ஓடிப் போன அப்பன், கர்நாடகாவில் 'ஷிமோகா'ங்கிற ஊரில், ஒரு ஓட்டல்ல வேலை பார்க்கிறது தெரிஞ்சு, அவனைப் பார்த்துட்டு வரச் சொல்லி, அப்பனுக்கு பனியன் வாங்கிக் கொடுத்தனுப்புவா என் அம்மா. அந்த ஷிமோகாவிலும் எனக்கு ஒரு காதலி இருந்தா. பேச்சுப் போட்டிகளில் பழக்கமானவள். ரெண்டு பேருக்குள்ளும் ஓர் ஈர்ப்பு எலெக்ட்ரிசிட்டி போல இருக்கும். அவளைப் பார்க்கிறதுக்காகவே என் அப்பனைப் பார்க்கிறதாச் சொல்லிப் போவேன். நானும் அவளும் ஒருத்தருக்கு ஒருத்தர் கடைசி வரைக்கும் காதலைப் பரிமாறிக்கவே இல்லை. முளையிலேயே முடிஞ்சுபோச்சு அந்தக் காதல். கொஞ்சம் வளர்ந்திருந்தாலும், ரொம்ப ஸ்ட்ராங்கா வளர்ந்திருக்கும். இப்படிச் சொல்லிட்டே போகலாம்.

இந்தக் காதல்களெல்லாம் தோல்வியான்னு கேட்டா, நிச்சயமா இல்லைன்னுதான் சொல்வேன். எந்தக் காதலுமே தோல்வியும் இல்லை, வெற்றியும் இல்லை. ஏன்னா, அது சந்தோஷமோ, துக்கமோ, தவமோ, வரமோ, சாபமோ... காதல் ஓர் அனுபவம்!

சில விஷயங்களை வாழ்க்கையில் தவிர்க்கவே முடியாது, மரணம் மாதிரி. காதல், காமம் எல்லாமே வாழறதுக்கான காரணங்கள்தான். வாழ்கிற கொஞ்ச நாட்கள்ல கிடைக்கிற எல்லா வலிகளுமே தாங்கிக்கவும், தாண்டவும் வேண்டியவைதான். அம்மாவுக்கு வலி கொடுத்துட்டு பிறக்கிறவன்தானே ஒவ்வொரு மனுஷனும். அப்புறம் அவன் மட்டும் வலியை எதிர்கொள்ள மாட்டேன்னு தற்கொலைக்குத் தயாராவது நியாயமா?

வலி இல்லாம எப்படி வாழ்க்கை?

நான் ரொம்ப நேசிச்ச என் பையன் எந்தக் காரணமும் இல்லாம திடீர்னு இறந்துபோயிட்டான். விநாடிகளில் நடந்த விபத்து. யாரையும் குற்றம் சொல்ல முடியாத துன்பம்தான் இருப்பதிலேயே ரொம்ப ரணத்தைத் தரும். அவன் மேல நான் வெச்சிருந்த பாசத்துக்கு அடையாளமா, அவனை அப்படியே பாக்ஸ் பண்ணி என்கூடவே வெச்சுக்க முடியாதே? ஆனா, அவனைப் புதைச்ச பிறகும் அவன் ஞாபகங்கள் இன்னும் தேயாம அப்படியே இருக்கு. அவன் பிறப்பு என் வெற்றியாகவோ, அவன் இறப்பு என் தோல்வியாகவோ ஆக முடியாது. அவன் வாழும்போதும் அனுபவமா இருந்தான். சாகும்போதும் அனுபவமா இருந்தான். அதனாலதான் கண்ணதாசன், அனுபவத்தைக் கடவுளாவே பார்த்தார். என் பையன் மேல நான் வெச்சிருந்ததும் காதல்தான்.

த.செ. ஞானவேல்

வலியில் இருந்து தப்பிச்சு ஓடுவதற்கான வழியா தற்கொலையைத் தேர்ந்தெடுப்பதும், அதுக்குக் காதலைக் காரணம் காட்டுவதும் மாதிரியான அபத்தம் போல உலகில் வேறு எதுவும் இல்லை. ஆணோ, பெண்ணோ... யாராக இருந்தாலும் வாழ்க்கையைக் காதலிக்கணும். அப்போதான் துன்பம் ஓடி ஒளிகிற விஷயமா இல்லாம, கடந்து வர வேண்டிய அனுபவமா இருக்கும்.

சிரிப்பு மாதிரிதானே அழுகையும் ஓர் அனுபவம்?!

அறியாமை என்பது அழகா, அசிங்கமா?

'நீங்க அரசியலுக்கு வருவீங்களா?'

சினிமா நட்சத்திரமா இருக்கிற ஒவ்வொருவரும் இந்தக் கேள்வியைச் சந்திக்க நேரிடும். அதுக்கு நடிகனோ, நடிகையோ சொல்ற பதிலும் அதிரடியான தலைப்புச் செய்தியாவதுதான் இங்கே காமெடி, டிராஜெடி ரெண்டுமே!

'நாளைய முதல்வரே!'னு போஸ்டர் அடிச்சு அழைக்கப்படாத பிரபல நடிகனே இங்கு இல்லை. பிறந்தநாளுக்கு இஸ்திரிப் பெட்டி கொடுத்துட்டா, அந்த நடிகர் ஒரு கூட்டத்துக்கு புதுத் தலைவர் ஆகிடுற கலாசாரம் இங்கேதான் ஏனோ அதிகமா இருக்கு. நடிகன் அரசியலுக்கு வரவே கூடாதுன்னு நான் சொல்லலை. ஆனா, நடிகன் என்கிற அடையாளம் மட்டுமே மக்களை வழி நடத்துகிற தகுதியைத் தந்துடாதே?

ரசிகர் மன்றமே எனக்குக் கூடாதுன்னு சொல்ற ஆள் நான். எனக்கு ரசிகர் மன்றம் திறக்கிறேன்னு யார் வந்தாலும், வாழ்க்கைக்கும் மறக்கமுடியாத மாதிரி திட்டு வாங்கிட்டு தான் போவாங்க. என் நடிப்பு பிடிச்சா, ஜாலியாப் பார்த்துட்டு போயேன். அதுக்கு எதுக்கு ஒரு மன்றம்?

த.செ. ஞானவேல்

இந்திரா காந்தி படுகொலை செய்யப்பட்டப்போ, 16 பேர் தற்கொலை பண்ணிக்கிட்டாங்க. அதில் 14 பேர் தமிழர்கள். எம்.ஜி.ஆர். இறந்தப்போ விஷம் குடிச்சவங்க, தீக்குளிச்சவங்கன்னு நிறைய அப்பாவிகள் தற்கொலை பண்ணிட்டிருக்காங்க. ஏன்னா அரசியல், சினிமா இரண்டுமே நம்ம நாட்டுல மதம் மாதிரி ஆகிப்போச்சு!

'நம்ம எம்.பி.க்கள் போலி பாஸ்போர்ட் மூலமா வெளிநாட்டுக்கு ஆள் கடத்துற அளவுக்குத் தரம் தாழ்ந்து போயிட்டாங்களே'ன்னு ரொம்ப வருத்தப்பட்டார் என்நண்பர். மக்கள் பிரச்னையை மன்றத்தில் பேசுவாங்கன்னு நம்பித்தான் ஒவ்வொரு மக்கள் பிரதிநிதியையும் நாம ஓட்டுப் போட்டுத் தேர்ந்தெடுக்கிறோம். ஆனா, நாடாளுமன்றத்தில் கேள்வி கேட்கிறதுக்கே லஞ்சம் வாங்கின அசிங்கமெல்லாம் கண்ணுக்கெதிரே நடந்து முடிஞ்சிடுச்சு. அதிகார துஷ்பிரயோகம், ஊழல், லஞ்சம், முறைகேடுன்னு தரம் தாழ்ந்த காரியங்கள் பார்த்துப் பார்த்து நமக்கும் பழகிப்போச்சு!

அரசாங்க அலுவலகத்தில் அதிகாரிகள் வேலை செய்ய லஞ்சம் கேட்டா, நமக்கு ஏன் கோபம் வரமாட்டேங்குது? மாப்பிள்ளைன்னா வரதட்சணை கேட்பான்தான்னு ஏன் எல்லார் மனசுலயும் சாதாரணமான விஷயமாப் பதிஞ்சுபோச்சு?

வரதட்சணை கேட்கிற மாப்பிள்ளைக்கும் குற்ற உணர்ச்சி இல்லை; கொடுக்கிற பெண் வீட்டாருக்கும் அது குற்றமாத் தோணலை. வரதட்சணை மாதிரியே லஞ்சம், ஊழல் எல்லாமே நமக்கு கலாச்சாரமாகிடுச்சு! லஞ்சம் கொடுக்கிறது தப்புன்னு சும்மா பேசிக்கலாமே தவிர, 'காசு கொடுத்தாதான் வேலை நடக்கும்'னு நமக்குப் பிரசவ ஆஸ்பத்திரியிலேயே தெரிய ஆரம்பிச்சுடுது.

லஞ்சம் வாங்கின குற்றத்துக்குக் கைதானவன், மறுபடி லஞ்சம் கொடுத்து விடுதலை ஆகிடறான். எல்லாத் தப்புக்கும் அரிச்சுவடி அரசியலில்தான் ஆரம்பிக்குது. இரண்டு மீன்கள், ஐந்து அப்பங்களைக் கொண்டு ஐயாயிரம் நபர்களுக்கு இயேசுநாதர் உணவு படைத்தார்னு பைபிள் சொல்லுது. இன்னிக்கு அஞ்சு லட்சம் மக்களோட பங்கா இருக்க வேண்டிய அப்பங்களையும் மீன்களையும் இரண்டே அரசியல்வாதிகள் பகிர்ந்துக்கிறாங்க.

'தேர்தல் பரீட்சையில் முட்டாள்கள் தேர்வு எழுதினால், குற்றவாளிகள்தான் வெற்றி பெறுவார்கள்!'னு ஒரு பொன்மொழி உண்டு. அரசியல்வாதிகள் குற்றவாளிகளா இருக்கிறதுக்கும், நமக்கு நல்ல தலைவர்கள் கிடைக்காமல் போறதுக்கும் மக்களோட அறியாமைதான் காரணம்னு சொன்னா, நான் ஏத்துக்க மாட்டேன். மனுஷனாப் பிறந்த எல்லாருக்குள்ளேயும் அறியாமை இருக்கு. முயற்சி எடுத்துப் புரிஞ்சுக்கணும். யாராவது புரியவெச்சா தெரிஞ்சுக்கணும். இல்லேன்னா, அதுக்குப் பேர் அறியாமை இல்லை; முட்டாள்தனம்!

இந்த முட்டாள்தனத்தின் அபாயம் பற்றி ஆண்டன் செக்காவ் ஒரு கதை எழுதியிருக்கார்.

நீதிமன்றத்தில் ஒரு வழக்கு. மீன் பிடிக்கும் தொழில் செய்பவன் மேல் ஒரு புகார். ரயில் தண்டவாளத்தில் இருக்கிற ஓர் இரும்பு நட்டைக் கழற்றினதுதான் அவன் செய்த குற்றம். ரயில் கவிழ்ந்து பல நூறு மக்கள் இறந்துபோகக் கூடிய ஆபத்தான ஒரு காரியத்தை, ரொம்ப அப்பாவித்தனமா செய்துட்டான் அந்த ஆள்.

'என்னை போலீஸ் வேணும்னே கைது செய்து வழக்கு போட்டிருக்காங்க. நான் தண்டவாளத்திலிருந்து சின்னதா ஒரேயொரு

நட்டு மட்டும்தான் கழட்டினேன். மீன் பிடிக்கும்போது வலையைப் படகில் இழுத்துக் கட்டுறதுக்கு அந்த நட்டு வசதியா இருக்கும்னு கழட்டினேன். 100 கிராம் எடை கூட இல்லாத அந்த நட்டை நான் கழட்டினதால், அவ்ளோ பெரிய ரயில் கவிழ்ந் துடும்னு போலீஸ் என்னை ஏமாத்துது எஜமான்!'னு அப்பாவியா நீதிபதியிடம் முறையிடுவான். ஆனா, அவனுக்கு உச்சபட்ச தண்டனை தருவார் நீதிபதி. 'தப்பான உள்நோக்கம் எதுவும் இல்லாமல் அறியாமையில் செய்த தவற்றை மன்னித்தோ, அல்லது அபராதமோ விதித்து விடுதலை செய்ய வேண்டும்'னு அவனுடைய வழக்கறிஞர் வெச்ச வாதத்தையும் கடுமையா விமர்சிப்பார் நீதிபதி. 'இதுக்குப் பேர் அறியாமை இல்லை, முட்டாள்தனம். தான் செய்த தவற்றின் விபரீதத்தை விளக்கியும், அதைப் புரிந்துகொள்ளாமல் இருப்பது எப்படி அறியாமையாக இருக்க முடியும்?'னு கேட்பார் நீதிபதி.

சமூகத்தில் நடக்கிற எல்லாத் தவறுகளுக்கும் மக்களோட முட்டாள்தனம்தான் மூலகாரணம். உயிருக்குயிரா இருக்கிற உறவுகளையும் நட்புகளையும் தவிக்க விட்டுட்டு, தற்கொலை செய்துக்கிற அளவுக்குப் போகிற நம்ம தொண்டர்களையும், ரசிகர்களையும் அறியாமையில் இருக்கிறவங்கன்னு சொல்ல எனக்கு மனசு வரலை. குழந்தைக்குப் பால் வாங்கித் தர முடியாத அப்பா, அம்மாக்கள் இருக்கிற ஒரு நாட்டில், ஒரு படம் ரிலீஸ் ஆகிற நாளில் கட்அவுட்டுக்குப் பாலபிஷேகம் செய்கிற காரியத்தை, எப்படி அறியாமைன்னு சொல்லி மன்னிக்க முடியும்?

அறியாமை மனித இனத்தின் அழகு. ஆனா, முட்டாள்தனம் இருக்கே, அது அசிங்கம்!

அந்தந்த வயசில் அந்தந்த வாழ்க்கை!

அறுபது வயசைத் தாண்டின என் அம்மா, நாற்பது வயசைத் தாண்டின நான், பத்து வயசைத் தாண்டுற என் மகள் பூஜா. மூணு தலைமுறையைச் சேர்ந்த மனிதர்கள் பேசிட்டு இருந்தோம்.

ஒவ்வொரு வயசுக்குள்ளேயும் மனசுக்குள்ளேயும் தனித்தனியா ஓர் உலகம் இருக்கும். கடவுளால்தான் தன் வாழ்வைக் கரை சேர்க்க முடியும்னு நம்புற அம்மா, ‘இந்த வருஷம் என்னை ஜெருசலேம் கூட்டிட்டுப் போகணும். சாகறதுக்குள்ள கடவுள் அவதரிச்ச அந்த மண்ணை ஒருமுறை தொட்டுக் கும்பிட்டு வந்துடறேன்’னு தன் புனிதப் பயணத்தைப் பற்றிப் பேசுறா. பிரான்ஸில் நடக்கிற ‘கேன்ஸ்’ திரைப்பட விழாவுக்குப் போய், சிறந்த படங்களை, உன்னத சினிமா கலைஞர்களைப் பார்க்கணும்னு என் விருப்பத்தை நான் முன் வைக்கிறேன். ‘கனடா போகணும் டாடி! அங்கே நிறைய டால்ஃபின்ஸ் இருக்கு. என் ஃப்ரெண்ட் ஒருத்தி போயிட்டு வந்து, நிறைய சொல்றா. லீவுக்கு அங்கே கூட்டிட்டுப் போகணும்’னு கேட்கிறா என் பொண்ணு. ஒரே ரத்த சம்பந்தமா இருந்தாலும், ஒவ்வொருத்தருக்கும் தனித்தனியா இருக்கு வாழ்க்கை. ஆனா, சேர்ந்து வாழ்ந்தாகணும்; யாரும் யாருடைய பயணத்துக்கும் குறுக்கே நிக்காம, ஒவ்வொருத்தரோட

சந்தோஷத்துக்கும் மதிப்பு தரத் தெரிஞ்சுக்கிட்டா, வாழ்க்கை அழகாயிடும்.

60 வயசு, 40 வயசு, 13 வயசு... இந்த எல்லா வகையான வயசுக்குள்ளேயும் ஒரேவிதமான சந்தோஷமும், மனநிறைவும் இருக்கு. இப்ப டால்ஃபினை ரசிக்கிற என் பொண்ணு, 40 வயசில் தன் தொழில் சார்ந்த ஒரு பயணத்துக்கும், 60 வயசில் ஜெருசலேம் மாதிரி ஆன்மிகப் பயணத்துக்கும் தயாரா நிப்பா. சின்ன வயசுல சாக்லெட் கிடைக்கலைன்னா இந்த உலகமே வேண்டாம்னு யோசிக்கிற மனசு 20 வயசுல காதல், 40 வயசுல தொழில், 60 வயசுல கடவுள்னு யோசிக்க ஆரம்பிச்சிடுது. நாம ஒவ்வொருத்தரும் அந்தந்த வயசுக்குரிய வாழ்க்கையை அந்தந்தக் காலகட்டத்தில் வாழறதே இல்லை. இறந்த காலத்தை நிகழ்காலத்துல வாழ்ந்துட முடியுமா, அல்லது வருங்காலத்துலேயாவது வாழ்ந்துட முடியாதான்னு ஆசைப்பட்டுக்கிட்டே இருக்கோம்.

வேலைக்குப் போகிற அப்பா, அம்மா; சென்னை அடையாறு மாதிரி ஹார்ட் ஆஃப் சிட்டியில் அப்பார்ட்மென்ட் வீடு; வெளியில் வாட்ச்மேன்; போதாதுன்னு, வீட்டுக்குள்ளே பாதுகாப்புக்கு வெளிநாட்டு நாய். ஹோம் தியேட்டர், டி.வி., ஃப்ரிட்ஜ், மிக்ஸி, கிரைண்டர், விளையாட்டுப் பொருள்கள், ஹைடெக் சோஃபா... இப்படி காஸ்ட்லியான வீடு. அந்த வீட்ல எப்பவும் தனியா ஒரு பத்து வயசுப் பொண்ணு இருப்பா. அம்மாவும் அப்பாவும் அந்தக் குழந்தைகிட்ட அதிகம் பேசின வார்த்தையே... 'ஸாரிடா செல்லம்! இன்னிக்கும் வீட்டுக்கு வரக் கொஞ்சம் லேட் ஆகும். சாப்பிட்டுட்டுத் தூங்கு'னு சொல்றதாதான் இருக்கும். அந்தப் பொண்ணு ஸ்கூல் முடிஞ்சு வீட்டுக்கு வர்ற வழி குடிசைப் பகுதி. அந்தக் குடிசைப்

பகுதியில் இருக்கிற 10 வயசுப் பையனோடு இந்தச் சின்னப் பொண்ணுக்கு ஃப்ரெண்ட்ஷிப் உருவாகும். ஒரு நாள் சாயந்திரம், தன் வீட்டுக்கு அந்தப் பையனைக் கூப்பிடுவா. அந்த வீட்டு வாசல்ல காலடி எடுத்து வெச்ச விநாடியில அந்தப் பையன் முகத்தில் ஆரம்பிச்ச ஆச்சர்யம், நொடிக்கு நொடி அதிகமாகிட்டே போகும். ஃப்ரிட்ஜ், ஹோம் தியேட்டர், கிரைண்டர், மிக்ஸி, வாஷிங்மெஷின், ஏ.ஸி, ஸ்பைடர்மேன்... எல்லாமே அவனுக்கு ஆச்சர்யம்தான்! மணி எட்டு ஆனதும், ''ஐயையோ, இந் நேரம் எங்கப்பா வந்திருப்பாரு. இது கூட்டாஞ்சோறு சாப்பிடற நேரம். நான் அப்புறம் வர்றேன்''னு ஓடுறவனைத் தடுத்து நிறுத்தி, அந்தப் பொண்ணு கேட்பா... ''கூட்டாஞ்சோறா? அப்படின்னா என்ன?''

''இது தெரியாதா? நான், என் அம்மா, அப்பா, தம்பி எல்லாரும் தினமும் உட்கார்ந்து ஒண்ணாதான் சாப்பிடுவோம். எல்லாருக்கும் ஒரே சட்டியில் சாப்பாடு போட்டு, எங்கம்மா உருட்டி உருட்டி ஊட்டி விடுவாங்க. நீ உங்கம்மாகூட சாப்பிட்டதில்லையா? சூப்பரா இருக்கும்''னு சொல்லிட்டு ஓடிப் போயிடுவான் பையன். அப்படியே வெறிச்சு உட்கார்ந்துடுவா அந்தப் பொண்ணு. அப்ப போன் அடிக்கும். எடுத்தா, லைன்ல அம்மா! 'ஸாரிடா செல்லம்.இன்னிக்கும் அம்மாவுக்கு கொஞ்சம் அதிகம் வேலை. நீ ஃப்ரிட்ஜ்ல இருக்கிற சாப்பாட்டை சாப்பிட்டுட்டுத் தூங்கு'னு சொல்வா அம்மா.

வாழுறதைப் பத்தி விளக்குகிற அற்புதமான கதை. இந்தியாவில் மிடில் க்ளாஸ் குடும்பங்கள் தொலைச்சுட்டு வர்ற நிகழ்காலத்தை இந்தக் கதை நுட்பமா சொல்லுது. வீடு நிறையப் பொருள்களைச் சேமிச்சுட்டு மனிதர்கள் தொலைஞ்சு போயிடுறாங்க. கடைசிக் காலத்துல ஏக்கத்துலேயே வாழ்க்கையைக் கழிக்க வேண்டி வருது.

என் அம்மாவுக்கு மூணு குழந்தைகள். புருஷன் சரியில்லைன்னாலும், அந்த மன வருத்தத்தை எப்பவும் எங்க மேல காட்டினது கிடையாது. அவ சாப்பாடு ஊட்டுற அழகு இன்னும் என் கண்ணுக்குள்ள கண்ணீரா தளும்புது. சாப்பிடறது எப்படினு அவ எங்களுக்குக் கத்துத் தரலை. வாழறது எப்படினு கத்துத் தந்தா. 'என்ன கஷ்டம் இருந்தாலும் சாப்பிடும்போது அதை நினைக்கக் கூடாது. சாப்பிடும்போது சாப்பிட மட்டும்தான் செய்யணும். ருசிச்சு, ரசிச்சு சாப்பிடணும்'னு சொல்வா. அவ ஒரு நர்ஸா இருந்ததால, உணவில் எப்பவுமே ஒரு ஸ்பெஷல் கவனம் இருந்துகிட்டே இருக்கும். புரோட்டின், கால்ஷியம்னு ஒவ்வொரு கீரை, பருப்பின் சத்துத்தன்மைகளைச் சொல்லிச் சொல்லி ஊட்டுவா. சாப்பாடு ஊட்டுவதும் ஒரு கலைங்கிறதை என்னால சின்ன வயசுலேயே புரிஞ்சுக்க முடிஞ்சது. எனக்கு வாய்ப்பு கிடைக்கும்போதெல்லாம் என் பொண்ணுங்களுக்கு சாப்பாடு ஊட்டிவிடுவேன். அப்படியே கதை சொல்ற வாய்ப்பும் கிடைக்கும்.

என் மகனுக்கு கதை சொல்றது எனக்கே த்ரில்லான அனுபவம். நான் எந்தக் கதையை ஆரம்பிச்சாலும், அதை அவன்தான் முடிச்சுவைப்பான். 'ஒரு ஊர்ல ஒரு டால்ஃபின் இருந்துச்சு'ன்னு தொடங்கினா, அந்த டால்ஃபினுக்கு ஒரு செல்லப் பேர் வெச்சு, விதவிதமா கலர் அடிச்சு, அதை வீட்டு டைனிங் ஹாலுக்குக் கூட்டிட்டு வந்து, அதுக்குச் சாப்பாடு ஊட்டி, திரும்ப கடலுக்குக் கொண்டுபோய் விடற வரைக்கும் எல்லாக் கதையும் அவனே சொல்லுவான். குழந்தைகளுக்காக அக்கறை எடுக்கிற ஒவ்வொரு விநாடியிலேயும் நாம அவங்களுக்குத் தருகிற நன்மைகளைவிட அவங்க நமக்கு நிறைய நன்மைகளைத் தருவாங்க.

எப்படிச் சம்பாதிக்கணும்னு என் அம்மா எனக்குச் சொல்லிக்கொடுக்கவே இல்லை. எப்படி நிகழ்காலத்துல சந்தோஷமாவும், அர்த்தமுள்ளதாவும் வாழணும்னு கத்துக் கொடுத்திருக்காங்க. வாழ்க்கையில் நமக்கு அம்மாவோ, அப்பாவோ, காதலனோ, காதலியோ, நண்பர்களோ... யாரோ ஒருத்தர் எப்படி வாழறதுன்னு அவங்க வாழ்க்கை மூலமா சொல்லிக் கொடுக்கிறவங்களா இருந்துட்டா, அந்த வாழ்க்கை உண்மையிலேயே வரம்தான். நிகழ்காலத்தைத் தவறவிடாத மனநிலை இருக்கிற எல்லாருமே ஞானிகள்தான்!

மரணத்தின் விளிம்பில் நிற்கிற காலத்தில், 'ஐயோ! இன்னும் நாம நமக்கான வாழ்க்கையை வாழலையே!'னு புலம்பாம இருக்கணும். எந்த நிமிஷம் எமன் நம்மளைத் தேடி வந்தாலும், அவனை வரவேற்று, 'வெயில்ல வந்திருக்கீங்க. ஜில்லுனு ஏதாவது குடிக்கிறீங்களா?'னு கேட்கிற நிதானத்தைப் பத்திரப்படுத்தி வெச்சுக்கணும். வாழாத மனிதர்கள் நிறைய பேர் இருக்காங்க. கொஞ்சம் ஏமாந்தாலும் அந்த லிஸ்ட்ல நான், நீங்க... யார் வேணும்னாலும் சேரலாம்.

அதான் சொல்றேன்... இந்த நிமிஷம் நம்முடையது. வாழ்ந்துடலாமே?

த.செ. ஞானவேல்

சினிமா சந்தைக்குப் போய் வந்தேன்..!

துபாய் ஏர்போர்ட்!

ஏழெட்டு க்யூக்கள். வெள்ளை, கறுப்பு, பழுப்பு என விதவிதமான நிறங்களில் மனிதர்கள். ஜப்பான் ஃப்ளைட் பிடிக்க நிற்கிற கேட் பக்கம் சப்பை மூக்கு, குட்டிக் கண்களுடன் மனிதர்கள். கிழக்காசிய நாடுகளுக்குப் போகிற கேட்டில் சதுரமான முகங்கள். ஆப்பிரிக்க நாடுகளுக்கான க்யூவில் கறுப்புத் தோலும் வெள்ளைச் சிரிப்புமா, நம்ம பங்காளிகள்! மேற்கத்திய நாடுகளுக்குப் போகிற வரிசையில் வெள்ளைத் தோலுடன் கொஞ்சம் கர்வமான பார்வையும் தோரணையுமா நிற்கிற மக்கள். அன்னிக்கு அங்கே பிரான்ஸ் போகிற விமானப் பயணிகளுக்குக் கொஞ்சம் எக்ஸ்ட்ரா புன்னகையும், கௌரவமும் கிடைச்சுது.

ஏன்னா, எல்லா வரிசைகளிலும் பிசினஸ், சொந்த வேலைகள், டூர்னு வழக்கமான மனிதர்கள் நிற்க, பிரான்ஸ் விமானங்களுக்கான கேட் பக்கம், கேன்ஸ் திரைப்பட விழாவுக்குச் செல்ல நிற்கும் அத்தனை பேரும் கலைஞர்கள்.

பஞ்சம் பிழைக்க ஊரு விட்டு ஊரு போய் வாழ்ந்தாலும், வருஷத்துக்கு ஒரு முறை ஊர்த் திருவிழாவுக்குத் தவறாம வர்ற கிராமத்து மனிதர்கள் மாதிரி, கேன்ஸ் ஃபெஸ்டிவலுக்குப் போகிற பரவசத்தில் நிற்கிறாங்க. அந்த வரிசையில் முதல் முறையா நானும் நின்னேன்.

சினிமா கலைஞர்கள் ஒவ்வொருத்தருக்குமே, 'கேன்ஸ்' மாதிரி ஒரு ஃபிலிம் ஃபெஸ்டிவலில் பார்வையாளராகவாவது கலந்துக்கணும்'னு ஒரு கனவு இருக்கும். எதையும் தூரமா இருந்து பார்த்தால்தான் ஆச்சர்யம்; கிட்டே போய்த் தொட்டுப் பார்த்தா, அது அனுபவமாகிடும். அப்படித்தான் போயிருந்தோம். உலக சினிமாவை, அதை எடுத்த கலைஞர்களை, பக்கத்தில் நின்னு கை குலுக்கி, 'நல்லாப் பண்றே செல்லம். பின்னிட்டடா!'ன்னு கேஷுவலா கேன்ஸ்ல கை குலுக்கலாம். திரும்பின பக்கமெல்லாம் உலகத்தைத் தன் பக்கம் ஈர்த்த கலைஞர்களா திரிகிற விழா அது. ஜாக்கிசான் ரேஞ்சுக்கு உலகப் பிரபலமா இருந்தாலும், அந்த இடத்தில் அலட்டிக்காமதான் இருந்தாகணும். ஏன்னா, ஆயிரக்கணக்கான சினிமா கலைஞர்கள் கூடுகிற இடத்தில், ஒவ்வொரு கலைஞனும் இன்னொரு கலைஞனின் ரசிகனா இருப்பான். இந்திய சினிமாவே திரும்பிப் பார்க்கிற மணிரத்னம், 'கேன்ஸ்'ல இரான் நாட்டு இயக்குநர் எடுத்த படத்தைக் கூட்டத்தோடு கூட்டமா உட்கார்ந்து பார்த்துட்டிருப்பார். உலகம் முழுக்க இன்னிக்கு சினிமா எப்படி இருக்குன்னு தரிசிக்க ஒரு வாய்ப்பு தர்ற இடம் அது. ஆச்சர்யம் என்னன்னா, படைப்பாளியை மதிக்கிற அதே அளவு ரசிகனையும் மதிக்கிற அரசாங்கம்.

அதை 'கேன்ஸ் திரைப்பட விழா'னு சொல்றதைவிட, 'கேன்ஸ் சினிமா சந்தை'னு சொல்லலாம். 500க்கும் மேற்பட்ட தியேட்டர்கள்.

20 பேர் முதல் 200 பேர் வரை உட்காரும் வசதியோடு இருக்கிற தியேட்டர்கள். மூணு விதமா படங்களை அங்கே ஸ்க்ரீன் பண்றாங்க. ஃபெஸ்டிவலுக்குத் தேர்ந்தெடுக்கப்பட்ட படங்கள் ஒருவகை. அந்தப் படத்தை எடுத்த கலைஞன்தான், அதைத் திரையிடுகிற தினத்தின் ராஜகுமாரன். அப்புறம், தகுதி இருந்தும் நூலிழையில் போட்டியிலிருந்து வெளியேறிய படங்களைத் திரையிடுகிற தியேட்டர்கள். 'இந்தப் படமா செலெக்ட் ஆகலை?'ன்னு அதிசயப்படுத்துற மாதிரியான படங்களா இருக்கும் அவை. இது இரண்டாவது வகை. 'போட்டிக்கு அனுப்ப வேண்டிய விதிமுறைகள் சரியா தெரியலை. அதான் என்னோட படத்தை முறைப்படி அனுப்ப முடியலை'னு வருத்தப்படுறவங்கள்ல தொடங்கி, 'என் படம் ஃபெஸ்டிவலில் கலந்துக்க வேண்டாம். ஆனா, ஃபெஸ்டிவல் நேரத்தில் என் படத்தை நானே ஸ்கிரீன் பண்ணி, என் திறமையை வெளிநாட்டுக்காரங்களுக்குக் காட்டி மார்க்கெட் பண்ணிக்கிறேன்'னு நம்புறவங்க வரைக்கும் யார் வேணும்னாலும் தங்களின் படத்தை ஒரு ஸ்டால் போட்டு வியாபாரம் பண்ணிக்கிறது மூணாவது ரகம்.

'மொழி' படத்தை, ஆங்கிலத்தில் 'லாங்வேஜ்'னு பேர் வெச்சு 'சப்டைட்டில்' போட்டு 'கேன்ஸ்' விழாவில் திரையிட்டேன். படத்தைப் பார்த்தவங்க, 'டைரக்டர் எங்கே?'னு தேடி, ராதாமோகனைக் கட்டிப்பிடிச்சு, முத்தம் கொடுத்து, 'ரொம்ப நல்லா எடுத்திருக்கிறீங்க. சென்ஸிபிள் காமெடி!'னு பாராட்டினாங்க. என்னைப் பார்த்துட்டு, 'நீ கூட இந்தப் படத்தில் நல்லா நடிச்சிருக்கேப்பா. டைரக்டர் உன்னை நல்லா நடிக்க வெச்சிருக்கார்'னு ராதா மோகனையே திரும்பவும் பாராட்டினாங்க. நான்தான் அந்தப் படத்தின் தயாரிப்பாளர்னு தெரிஞ்சதும், 'ஓ... நீ வியாபாரியா?'ன்னு சிரிச்சுட்டுப் போறாங்க.

எவ்ளோ பெரிய தயாரிப்பாளரா இருந்தாலும், அங்கே அவன் வியாபாரிதான். சினிமாவை மதிக்கிற மேல் நாட்டுக்காரங்க, இயக்குநரைத்தான் பிதாமகனா கொண்டாடுறாங்க.

கலையையும் கலைஞனையும் கொண்டாடுவது ஒரு நாட்டின் கலாச்சாரமா இருப்பது பெருமையா இருக்கு. கேன்ஸ் நகரத்தில் ஒரு பஸ்ல ஏறி, 'ஃபெஸ்டிவலுக்கு வந்திருக்கேன்'னு சொன்னா, எந்த பஸ்லேயும் டிக்கெட் வாங்க மாட்டேங்கிறாங்க. ஒரு காரில் ஏறினால், போலீஸ் தொடங்கி கார் டிரைவர் வரைக்கும் நம்மை அரசாங்க விருந்தாளியா நடத்துறாங்க. டிராஃபிக்ல மாட்டிக்கிட்டோம்னா, முதலில் நமக்குதான் வழிவிடுவாங்க. இப்படி ஒரு நாட்டில், நான் எடுத்த படத்தைத் திரையிட்ட சந்தோஷமே எனக்குப் போதும்!

எல்லா நாட்டு மனிதர்களிடமும் மனசுலேர்ந்து வர்ற சிரிப்பும் பாராட்டும் ஒரே மாதிரிதான் இருக்கு. 'இந்திரா காந்தியைச் சுட்டுக் கொன்னுட்டாங்க. பால் வராது, பேப்பர் வராது, வெளியில் போக முடியாது'னு படத்தில் வர்ற ஒரு வசனத்தைக் கேட்டுட்டு, 'ஒரு தலைவர் இறந்தா, உங்க நாட்டில் பால்கூட வராதா?'னு ஆச்சர்யப்படுறா ஒருத்தி. 'நீங்க சில விநாடிகள் ஆச்சர்யப்படுற விஷயம், எங்களுக்கு நூற்றாண்டு கால வாழ்க்கை'னு நான் சொன்ன பதிலைக் கேட்டு, ரசிச்சா. 'உன் படத்தோட மியூஸிக் ரொம்ப நல்லா இருக்கு. எங்க ஊரில் இந்த அளவு செலவு செய்து படம் எடுக்கிறதும், மியூஸிக் போடுறதும் கஷ்டம். எனக்கு உன் படத்தின் மியூஸிக் மட்டும் தர்றியா?'னு கேட்டான் ஒரு ஆப்பிரிக்கன். இப்படி நிறைய பரவசமான அனுபவங்களை அள்ளிக்கிட்டு வந்தேன்.

எல்லாத்துக்கும் மேல, தமிழ் என்கிற மொழியை, நம்ம ஊரின் வெயிலை, மழையை, வாழ்க்கையை, கலாச்சாரத்தை சினிமா மூலமா

உலகத்துக்குச் சொல்லக்கூடிய அற்புதமான வாய்ப்பு இந்த மாதிரி சினிமா விழா. இது போன்ற அரிய வாய்ப்புகள் ஏன் நமக்கு இன்னும் வெறும் செய்தியாவே இருக்கு?

சந்தோஷம் பேசுற மாதிரியே நம்முடைய சங்கடங்களையும் பேசிட்டா நல்லது. 'இந்தியாவில் இருந்து வர்றேன்'னு சொன்னா, 'ஓ, இந்தி மூவியா?'ன்னுதான் கேட்கிறாங்க. இந்திய சினிமான்னாலே, அது இந்தி சினிமான்னு நினைக்கிற அளவுக்கு நிலைமைதான் இன்னும் இருக்கு. நம்ம சென்னை அளவுகூட இல்லாத சின்னச் சின்ன நாடுகள்கூட கம்பீரமா தன் மொழியையும், கலாசாரத்தையும், கலைகளையும் முன்வைக்கும்போது... தமிழ், தெலுங்கு, மலையாளம், கன்னடம், வங்காளம் மாதிரி செழுமையான வாழ்க்கை இருக்கிற மக்கள் இருக்காங்க, அவங்க கலைகள் இருக்குன்னு ஏன் நம்மால் சொல்ல முடியலை?

ஆயிரக்கணக்கான கலைஞர்கள் கூடுகிற இடத்தில் 'இந்தி சினிமா'னு சொல்லி அடையாளப்படுத்திக்க ஒரு மேடை இருக்கு. ஆனா, தமிழ் சினிமா கலைஞர்களுக்கு ஒருமேடை இல்லைன்னாலும் பரவாயில்லை; அட்லீஸ்ட்... ஒரு குடையாவது வேணுமா இல்லையா?

என்ன பண்ணலாம்?

அங்கே கலை... இங்கே வியாபாரம்!

டிஸைன் டிஸைனா கட்டடங்கள், விதவிதமான வாகனங்கள், ஜொலிஜொலிக்கும் ஷாப்பிங் மால்கள் என பரபரப்பான, ஜிலுஜிலுப்பான நகரம்... பாங்காக்!

அங்கே, முகத்தின் மேலே இருக்கிற மச்சம் போல, ஊருக்குள்ளே ஒரு குடிசைப் பகுதி இருந்தது. அந்த நகரத்தை அழகாக்க நினைச்ச அரசாங்கத்துக்கு, அந்த மச்சம் உறுத்தலா இருந்தது. அசிங்கமா இருக்கிற அந்த குடிசைப் பகுதி மக்களை அப்புறப்படுத்திட்டு, அங்கே பிரமாண்டமான ஷாப்பிங் காம்ப்ளெக்ஸ் கட்டணும்னு திட்டம். நகரத்துக்கு ரொம்ப தூரமா இருக்கிற புறம்போக்கு நிலங்களுக்கு மக்களை மாற்றிட்டு, ஒரே நாள்ல மொத்த குடிசைகளையும் இடிச்சு முடிச்சு அள்ளிடுறாங்க.

ஏரியாவே மாறிப்போன கோலத்தைப் பார்த்து ஸ்தம்பிச்சு நிக்குதுங்க ஏழெட்டுத் தெரு நாய்கள். அந்த ஏரியா மக்கள் ஏழைகளா இருந்தாலும், இந்த நாய்கள் பட்டினியா இருந்ததே கிடையாது. திடீர்னு அந்த ஏரியாவே காணாமப்போனதும், திகைச்சு நிக்குதுங்க நாய்கள். பக்கத்துல இருக்கிற பெரிய ஹைவே சாலையைக் கடந்து

அந்தப் பக்கம் போனால்தான், அந்த நாய்களுக்கு மறு வாழ்க்கை. கார்ப்பரேஷன் வண்டி வந்து பிடிக்கிறதுக்குள்ள ஹைவே சாலையைக் கடந்தாகணும்.

அந்தப் பத்து வழி ஹைவே சாலையை நாய்கள் வெறிச்சுப் பார்க்கிற நிமிஷத்தில் கதை சூடு பிடிக்கும். 24 மணி நேரமும் பிஸியா இருக்கிற ரோடு, சாதாரண ஜீவன்களின் பயணத்தை எப்படி நிறுத்தி வெச்சுடுதுன்னு நுட்பமான உணர்வைப் பதிவுசெய்கிற தாய்லாந்துப் படம் இது.

பசுமையா இருந்த ஒரு சுற்றுச்சூழல் எவ்ளோ மாறிடுச்சுன்னு சொல்ற ஒரு படம். தாவரங்களில் இருக்கிற பச்சை நிறம், நகரத்தில் எந்தெந்த இடத்தில் எல்லாம் பொருள்களில் இடம் பிடிச்சிருக்குன்னு காட்சிகளாக நகரும் கேமரா. பெண்களுடைய சுடிதார்ல, வீட்டுச் சுவர்களின் பெயின்ட்ல, குழந்தைகள் விளையாடுற பொம்மைகள்ல...

இப்படிப் பச்சை இருக்கிற இடங்களைத் தாகத்தோடு தேடுகிற அந்தப் படத்தைப் பார்த்துட்டு வெளியில் வந்தா, வீட்ல போய் ஒரு செடி நட்டு தண்ணி ஊத்தணும்னு தோணும். அந்தளவு தாக்கத்தையும் பாதிப்பையும் ஏற்படுத்தும் படம்.

‘தரமான படங்கள் எடுத்தா யார் பார்ப்பாங்க?’னு ஒரு கேள்வியை நூற்றாண்டு காலமா கேட்டுக்கிட்டே தான் இருக்கோம். ‘சினிமா வெறும் பொழுதுபோக்குக் கலை இல்லை; சமூக நன்மைக்கான ஆயுதம்’னு கேன்ஸ் வந்த ஒவ்வொரு படைப்பாளியும் தன் படம் மூலம் உணர்த்திட்டே இருக்கான்.

கியூபா, தாய்லாந்து, இரான், நைஜீரியா மாதிரி சின்னச் சின்ன நாடுகளைச் சேர்ந்த கலைஞர்கள் தங்கள் நாட்டின் கலாசாரத்தை, அழகை, பெருமையை, சிக்கல்களைப் படமா எடுத்து, ‘இதான்டா என்

நாடு!'ன்னு காட்டுறாங்க. உலக மேப்ல வெள்ளைப்பூண்டு சைஸ்ல இருக்கிற நாடுகளுக்கு முன்னால், நாம வெங்காயம் மாதிரி உரிக்க உரிக்க ஒண்ணுமே இல்லாம இருக்கோம்.

சினிமா, அந்த நாட்டுக்காரங்களுக்குக் கலையாகவும், ஆயுதமாகவும் இருக்க, நமக்கு மட்டும் ஏன் வெறும் வியாபாரமா மட்டுமே இருக்குன்னு கவலையா இருக்கு.

தமிழ்நாட்டிலிருந்து கேன்ஸ் திரைப்பட விழாவுக்குப் போறவங்களை விரல்விட்டு எண்ணிடலாம். வெளிநாட்டுத் திரைப்பட விழாவுக்கோ, அங்கீகாரத்துக்கோ நாம பெரிய பெரிய ஜாம்பவான்களைத்தான் இன்னும் நம்பிட்டிருக் கோம். ஆனா, இரான் நாட்டிலிருந்து 20, 25 வயசு இளைஞர்கள் டாக்குமென்ட்டரி ஃபிலிம் டைரக்டர்களா வந்து இறங்குறாங்க. பெரும்பாலான படங்கள் ஒரு மணி நேரத்துக்கு மேல் இல்லை. 20 நிமிடங்களில் முடிஞ்சு போகிற அற்புதமான படங்கள் நிறைய. சில லட்சம் ரூபாய் செலவில், உலகத் தரத்தில் சினிமா எடுத்துட்டு, கம்பீரமா 'கேன்ஸ்' வந்து நிக்கிறாங்க. இங்கே நாம 'பட்ஜெட் படம்' எடுக்கவே கோடிகளில்தான் யோசிக்கிறோம். கதையை நம்பிப் படம் எடுக் காம, சதையை நம்பி, வன்முறையை நம்பிப் படம் எடுத்து, இதுதான் 'பிஸினஸ் ஃபார்முலா'ன்னு நம்மை நாமே ஏமாத்திட்டு இருக்கோம். நம்மைவிட மோசமான மசாலா படங்கள் வர்ற பாலிவுட் சினிமாவுக்கு சர்வதேச அங்கீகாரம் கிடைச்சுடுது. இந்திய சினிமாவை, இந்தி சினிமாவா பார்க்கிற பார்வையை மாத்தணும்னா, ஒவ்வொருத்தருக்கும் ஒரு மேடை வேணும்.

டெல்லி குளிர் மட்டும் இந்தியா கிடையாது; சென்னை வெயிலும் இந்தியாதான்!

நாட்டுப்புறப் பாடல்களை, நாட்டுப்புறக் கலைகளை சினிமாவில் கொண்டுபோய்ச் சேர்த்தால்தான் நமக்குன்னு ஓர் அடையாளம் உருவாகும். மணிரத்னம், கமல்ஹாசன் மட்டும் இல்லாம, 'வெயில்', 'பருத்திவீரன்', 'மொழி', 'சென்னை28'னு கதையை நம்பி எடுக்கிற படங்களும் ஓடும்னு நிரூபிச்ச கலைஞர்களை கேன்ஸுக்குக் கூட்டிட்டுபோய், 'உங்களை மாதிரி கலைஞர்கள் உலகம் முழுக்க எப்படிச் சிந்திக்கிறாங்க பாருங்க'னு சொல்லணும். அங்கே போயிட்டு வந்தாதான், 'சே, நம்மகிட்ட எவ்ளோ நல்ல கதைகள் இருக்கு!'னு புரியும்.

அந்தந்த வருஷம் வெளிவந்த சிறந்த படங்களை எடுத்த கலைஞர்களை 'கேன்ஸ்' கூட்டிட்டுப் போக கமல், மணிரத்னம், மகேந்திரன், பாலுமகேந்திரா மாதிரி சீனியர்கள் முன்வரலாம். அப்படியே மொத்தமா ஒரு தமிழ் சினிமா குடும்பம் 'கேன்ஸ்' கிளம்பிப் போயிட்டு, கூடவே நம்ம ஊர் டி.வி. யூனிட்டையும் அள்ளிட்டுப்போனா, பல எபிசோடுகள் ஓடுகிற சூப்பர் டி.வி. நிகழ்ச்சி தயார். 'ஸ்டார் நைட்' நிகழ்ச்சிக்கெல்லாம் ஸ்பான்ஸர் கிடைக்கும்போது, இதுபோல நல்ல நிகழ்ச்சிகளுக்கும் நிச்சயம் ஸ்பான்ஸர்ஸ் கிடைப்பாங்க. தரமான படம் எடுக்கணும்னு யோசிக்கிற நல்ல கலைஞனுக்குக் கிடைக்கிற அங்கீகாரமா அதை நம்மால மாத்த முடியும். டாக்குமென்ட்டரி படங்களுக்கு ஒரு போட்டி வெச்சு, முகவரியே இல்லாம இருக்கிற இளைஞர்களை இந்த முயற்சியில் சேர்க்கலாம். தமிழ்நாட்டில் இருக்கிற மரியாதையான சினிமா படைப்பாளிகள் பத்துப் பேர் ஒண்ணு சேர்ந்தா, தரமான அடுத்த தலைமுறையை உருவாக்கிட முடியும். அரசாங்க உதவியைக்கூட இந்த நல்ல முயற்சிக்குக் கேட்கலாம். நாலு கை ஒண்ணா சேரணும்,

அவ்ளோதான்! அது நடந்துட்டா, எல்லா கனவுகளையும் நிஜமாக்கிட முடியும். சில மணிநேரம் பொழுதுபோக்கா ஸ்டார் நைட் நடத்தி 50 லட்ச ரூபாய் வரைக்கும் சர்வசாதாரணமா செலவழிக்கிற நமக்கு, 25 லட்ச ரூபாய் இருந்தா, 25 சிறந்த கலைஞர்களைத் தேர்ந்தெடுத்து உலகத் திரைப்பட விழாக்களுக்கு அனுப்ப முடியும்.

எல்லாம் சரி, யார் செய்யறது?

ஊர் கூடித் தேர் இழுக்கணும். நான் தயார்!

மரணத்தின் விளிம்பில்...

கன்னங்களில் வழிகிற கண்ணீரை நிறுத்த மனசு இல்லை!

நடிகனுக்குக் கிளிசரின் போடாமல் கண்ணீர் வழிகிற தருணம் இருக்கே... அது ரொம்பத் துயரமானது. ஏன்னா, அது உண்மையான கண்ணீரான்னு ஒரு சந்தேகம், எல்லார் மனசுலேயும் ஒரு செகண்ட் எட்டிப் பார்த்துட்டுப் போகும்.

என் அப்பா பயங்கரமா அழுவார். எதுக்கெடுத்தாலும் அழ ஆரம்பிச்சா, அந்த அழுகை மேல இரக்கம் வராது; அழறவங்க மீதும் மரியாதை வராது. ஆறேழு மாசம் பொண்டாட்டி பிள்ளைங்களை மறந்து, எங்கேயாவது திரிஞ்சுட்டு, திடீர்னு ஒரு நாள் வீடு தேடி வருவார். வரும்போதே ஒரு அழுகையையும் துணைக்குக் கூட்டிட்டு வருவார். ''பண்ண தப்பெல்லாம் இப்போதான் புரியுது. இனிமே தப்பு பண்ண மாட்டேன். உனக்கு உண்மையா இருப்பேன்''னு எங்கம்மாகிட்ட கதறிக் கதறி அழுவார். அமைதியா இருக்கிற அம்மா, அரை மணி நேரத்தில் அவருக்குச் சமைச்சுச் சுடச்சுடச் சோறு பரிமாற ஆரம்பிப்பா. எனக்கு அப்பன் மீதும் மரியாதை வராது; அழுகை மீதும் மரியாதை வராது. ஆனா, அம்மா அழும்போது மனசு துடிக்கும்.

இறைவனிடம் ஜெபம் பண்ணும்போது அவளுக்குக் கண்ணீர் கரை புரண்டோடும். அந்தக் கண்ணீருக்கு எப்பவுமே ஓர் அர்த்தம் இருந்திருக்கு. சினிமாவில் நான் அழுததைவிட, வில்லனா மத்தவங்களை அழவெச்சதுதான் அதிகம். குணச்சித்திர பாத்திரங்களில் நடிக்கும்போது எப்போவாச்சும் அழுற சான்ஸ் கிடைக்கும். அது கிளிசரின் அழுகை. அதனால்தான் ஒரு நடிகன் உண்மையா அழுதாக்கூட அந்த அழுகை நிஜம்தானான்னு மத்தவங்களுக்குச் சந்தேகம் வரும். நிஜமான கண்ணீரோட கனம் என்னன்னு எனக்குத் தெரியும்.

சென்னை விமான நிலையம்... கையில் இருந்த ட்ராவல் பை என்னை அறியாம நழுவி விழுது. கட்டிப் பிடிச்சுக்கவோ, தோள்ல சாயவோ நெருக்கமான யாரும் பக்கத்தில் இல்லை.

'ஹே... பிரகாஷ் ராஜ்'னு வேடிக்கை பார்க்க ஒரு கூட்டம் கூடுது. அந்த மாதிரி சந்தர்ப்பத்தில் வழக்கமா 'விறுவிறு'ன்னு என் காரை நோக்கி நடக்கிற எனக்கு, அன்னிக்கு அரை மணி நேரம் எதுவுமே புரியலை. எல்லோரும் வேடிக்கை பார்த்துட்டு இருக்க, என் கண்ணீர் வழிந்தோடிட்டு இருந்தது. மரணத்தை வெகு அருகில் பார்த்துட்டு வந்த பயம், கண்ணீரின் கதவுகளைத் திறந்துவிட்டிருச்சு!

ஹைதராபாத்ல ஷூட்டிங். சென்னையிலிருந்து ஹைதராபாத் செல்ல விமானம் ஏறினேன். ஏறும்போதே மரணத்தின் வாசனையை மனம் உணர்ந்த மாதிரி ஒரு ஃபீலிங்! ஒவ்வொரு முறை விமானம் ஏறும்போதும், வாழ்க்கையின் நிலையாமை பற்றித் தோணுற அதே எண்ணம்தான் அன்னிக்கும் தோணுச்சு. ராத்திரியெல்லாம் கண் முழிச்சிட்டு, அதிரடியா ஓடிப்போய் காலையில ஃப்ளைட் பிடிக்கிற என்னை மாதிரியான ஆளுக்கு, ஆகாயத்துலதான் தூக்கம்! ஆனா,

அன்னிக்கு நிரந்தரமா தூங்குற ஒரு வாய்ப்பு எனக்கு அப்பவே கிடைச்சுட்ட மாதிரி ஆடுது விமானம். உடம்போட எடை குறைஞ்சு, காது குப்புனு அடைக்குது. ஏர்ஹோஸ்டஸ் முகங்களில் எல்லாம் அவர்களுடைய புன்னகையை மீறிய மரண பயம். ரொம்பப் பெரிய ஆபத்து இருக்கிறதை அவங்க சிரிப்புக்குள்ளே பதுங்கி இருக்கிற படபடப்பு உறுதி செய்யுது. வாரத்துல நாலு விமான பயணம் போகிற எனக்கு, 'யு டர்ன்' எடுக்க பைலட் கஷ்டப்படுறது நல்லாத் தெரியுது. ஆனா, 'நன்றாக விமானம் பயணித்துக்கொண்டு இருக்கிறது'னு சுத்தமான ஆங்கிலத்துல பதில் சொல்லி, ஒவ்வொரு முறையும் அபார நடிப்பை வெளிப்படுத்துகிறாள் விமான பணிப்பெண். அவளுக்கும் உயிர் பயம் இருக்கு. ஆனாலும், அவளுடைய கடமை உணர்ந்து நடிக்கிறதை நினைச்சு ஆச்சர்யப்பட்டேன். ஒரு நடிகனாக எனக்கேகூட சாத்தியப்படாத நடிப்பு அது. என்னிடம் தனியாக, ''மேகங்களுக்கிடையில் விமானம் மாட்டிக்கொண்டது. ஆக்ஸிஜன் இல்லை. எப்படியும் பத்திரமாக தரையிறக்கிவிடுவோம். கவலைப்படாதீர்கள்''னு அதே சுத்தமான ஆங்கிலம். அவ குரலில் இருக்கும் நம்பிக்கை, கண்களில் இல்லை.

இதற்கிடையில் சக பயணிகளுக்கு மூச்சுத் திணறல் ஏற்பட்டு, விபரீதம் புரிய, எல்லாரும் அழ ஆரம்பிச்சுட்டாங்க. ஒருத்தர் செத்துட்டா, மத்தவங்க கூடி அழறதைப் பார்த்திருக்கேன். நானும் அழுதிருக்கேன். அவனவன் சாவுக்கு அவனே அழற துர்பாக்கியத்தை அந்த ஃப்ளைட்டலதான் பார்க்க முடிஞ்சுது. வெறும் காற்று மட்டுமே நிரம்பியிருக்கும்னு நான் நினைச்சுட்டிருந்த ஆகாயத்தில், 60 பேர் சுவாசிக்கப் போதுமான காற்று இல்லை!

எல்லோரும் மரண பயத்தோடு கடவுளை வேண்டத் தொடங்கிட்டாங்க. பெரும்பாலானவங்களோட பிரார்த்தனை,

'கடவுளே! என்னைக் காப்பாத்து. என்னைச் சேர்ந்தவங்களைக் காப்பாத்து'ன்னு இருக்கே தவிர, 'எல்லாரையும் காப்பாற்று கடவுளே'னு வேண்டினவங்க எத்தனை பேர்னு தெரியலை. அந்த நிமிடங்களில்தான் மனிதர்களின் பலவீனத்தை, இயலாமையை நேரில் தரிசிக்க முடிஞ்சுது. வாழ்க்கையை வாழப்போகிற இளைஞனுக்கும், வாழ்ந்து முடித்த கிழவனுக்கும் உயிர் மீதான பயம் ஒரே அளவுதான்!

சாவின் விளிம்பில் நின்ன பிறகும், பூமியில் விட்டுவந்த வேலைகளைப் பற்றி, உறவுகளைப் பற்றி விதவிதமா புலம்புறாங்க. தான் செய்யவேண்டிய காரியங்களைப் பட்டியல் போட்டுக் கத்துறா ஒருத்தி. காற்று இல்லாத ஆகாயத்துல எங்கேயாவது சிக்னல் கிடைச்சு, வீட்டுக்குப் பேசிட முடியாதான்னு செல்போனை வெச்சுத் தவிச்சுக்கிட்டிருக்கான் ஒருத்தன். நடக்கிற விஷயம் என்னனு தெரியாமப் போனாலும், எல்லாரும் செய்கிற களேபேரம் பார்த்து, மிரண்டு அழுது கைக்குழந்தை. அப்போ எனக்குக் கண்ணீர் வரலை. ஆனா, காரணம் இல்லாம சாகிறோமேன்னு கொஞ்சம் வருத்தம் இருந்துச்சு; அவ்ளோதான்!

ஏதோ மாய மந்திரம் நடந்த மாதிரி, பைலட்டின் பெரும்போராட்டத்துக்குப் பிறகு, விமானம் மீண்டும் சென்னைக்கே திரும்பி வந்து தரையிறங்கிய உண்மையை, பூமியில கால்வெச்ச பிறகும் நம்ப முடியலை. விமான நிலையத்தில் இன்னும் வாழ்க்கை தொடர்கிற உண்மையைத் தாங்க முடியாமல், கண்ணீர் வழிந்தோடியது.

துன்பம் வருகிற நேரங்களில்தான் உண்மையில் நம்முடைய தனிப்பட்ட பலம் என்ன வென்பதை தெரிந்து கொள்ள முடியுது. என்

மகன் சித்தார்த்தின் மரணம் என்னைக் கடுமையாகப் பாதித்தது. நேற்றுவரை என்னோடு சிரித்துப் பேசிக்கொண்டு இருந்த மனிதர்கள் மரணத்தின் துரத்தலில் திடீரென்று காணாமல் போகிறார்கள். எந்த நேரத்துலேயும் வாழ்க்கையில் நின்னுடக்கூடாதுன்னு வெறியோட இருந்திருக்கேன். என்னுடைய மரணத்தை நேராகச் சந்திக்கிற தைரியத்தை எல்லா நேரங்களிலும் கைக்கொண்டுவிட வேண்டும் என்று மனசு துடிச்சுக்கிட்டே இருந்திருக்கு. ஒரு மரத்தில் இலைகள் பசுமையாக உதிப்பதையும், பழுப்பாகி துளிர்ப்பதையும் பார்க்கும்போது இறப்பை எதிர்கொள்ளும் தைரியம் வந்துடுது. நடைமுறையில் என்ன வலி வலிக்கும்னு, அந்த நேரத்துலதான் உணர முடியும். சில கணங்களேனும் ஸ்தம்பித்துப் போகுது வாழ்க்கை. பாலைவனத்தில் திரிஞ்சு எவ்வளவு தாகத்தோடு வந்தாலும், சில லிட்டர் தண்ணீர் மொத்த தாகத்தையும் தணிச்சுடும். ஆனா, தண்ணீர் கிடைக்கிற வரைக்கும் தொண்டையை ஈரப்படுத்திக்கத் தெரிஞ்சிருக்கணும்.

நாம் செய்ய வேண்டியது ஒன்று மட்டும்தான்... நம்பிக்கையை மட்டும் தொலைக்காமல் இருந்தால் போதும்!

நாம ஏன் இப்படி இருக்கோம்?!

"...... மவனே" என்று கண் சிவக்கத் திட்டினான் என் நண்பன்.

'நான்காம் வகுப்பு மாணவியிடம் ஆசிரியர் பலாத்காரம்'னு ஒரு செய்தியைப் படிச்ச கோபம்! கோபத்தில், உலகம் முழுக்க மனிதர்கள் அதிகம் பயன்படுத்துகிற கெட்ட வார்த்தை இதுதானோ?

"மகன் பண்ணின கேவலத்துக்கு ஏன்டா அவனோட அம்மாவைத் திட்டுறே?"ன்னு கேட்டேன். "பின்னே, இப்படி ஒருத்தனைப் பெத்தவளைத் திட்டாம, ஆரத்தி எடுக்கச் சொல்றியா?"ன்னு அதே சூடு என் மீதும் விழுந்தது. அவன் பிறந்ததுக்கு அம்மா மட்டும்தான் காரணமா? அப்பன்னு ஒருத்தன் இருப்பானே, அவனைத் திட்டுறதுக்கு ஏன் எந்த வார்த்தையும் இல்லை? சுலபமா ஒரு பொண்ணுமேல பழி சுமத்திட்டு ஆண்கள் எஸ்கேப் ஆகிடுறாங்க.

ஆம்பளைங்களுக்கு ஆத்திரம் வரும்போதெல்லாம் பெண்கள் மீது பழி சுமத்துறது அநியாயம்!

கிராமத்தில் பிறந்து வளர்ந்த பொண்ணு. பணக்காரி. ஸ்கூல் ஃபர்ஸ்ட் வர்ற அளவு நல்லா படிச்சிட்டிருந்தவளுக்கு, திடீர்னு கல்யாணம் பண்ணி வெச்சுட்டாங்க. அப்போ அவளுக்கு 14

வயசுதான் இருக்கும். அப்பாவுக்கு உடம்பு சரியில்லாமப் போக, தன் கண் மூடுறதுக்குள் பொண்ணு கல்யாணத்தைப் பார்த்துடணும்னு ஆசைப்பட்டார். வெளிநாட்டில் வேலை பார்த்துட்டிருந்த அத்தைப் பையனை அவசரமா வரவழைச்சு, அவளைக் கட்டி வெச்சுட்டாங்க. லீவு கிடைக்கலைன்னு, கல்யாணம் பண்ணின ரெண்டே நாளில் இவளைத் தன் அம்மா, அப்பாவுடன் விட்டுட்டு, பையன் மறுபடியும் ஃபாரின் கிளம்பிட்டான்.

ஸ்கூல் யூனிஃபார்மைக் கழற்றி எறிஞ்சவளுக்கு, குடும்பப் பெண்ணா குத்துவிளக்கு ஏத்துற பொறுப்பும், புருஷனோட பெத்தவங்களைக் கவனிச்சுக்கிற கடமையும் கிடைச்சது.

ஒருநாள், கோயிலுக்குப் போயிட்டு வீட்டுக்குத் திரும்பிட்டிருந்தவ முன்னால, அப்பா வீட்டுப் பண்ணை ஆளுங்க ஒரு கார்ல பதற்றமா வந்து இறங்கினாங்க. 'உங்க அப்பாவுக்கு சீரியஸ். உன்னைப் பார்க் கணும்னு சொல்றாரு'ன்னு அவங்க சொல்ல, பதறிக் காரில் ஏறிட்டா.

பண்ணையில் வேலை பார்க்கிறவங்களுக்கும் அவளோட அப்பாவுக்கும் ஏதோ தகராறு. அப்பனைப் பழிவாங்க நினைச்சவங்களுக்கு, புதுசா கல்யாணம் ஆன பொண்ணுதான் ஞாபகம் வந்திருக்கா. கும்பலா கூட்டிட்டுப் போய் சிதைச்சுட்டாங்க. வேறொருத்தனோட அவ ஓடிப் போயிட்டதா, பிறந்த வீட்டுக்கும் புகுந்த வீட்டுக்கும் திட்டமிட்டுத் தகவல் பரப்பிட்டாங்க. ஒண்ணும் தெரியாத அந்தச் சின்னப்பெண்ணை எங்கேயோ 100 கி.மீட்டர் தாண்டி விட்டுட்டுப் போயிட்டாங்க. ஈர மனசுள்ள ஒருத்தர் மூலமா பிறந்த வீட்டுக்குத் தன்னோட நிலைமையைத் தெரிவிச்சுப் பேசச் சொன்னா. 'கெட்டுப்போன பொண்ணை வெச்சுக்கிட்டு நாங்க எப்படி ஊருக்குள்ள தலை நிமிர்ந்து வாழறது? எங்க மக செத்துட்டாள்னு

நினைச்சுக்கிறோம். அவ ஓடிப் போனவளாவே ஊருக்கு இருந்துட்டுப் போகட்டும். கெட்டுப்போய் வந்திருக்கான்னு சாதி சனத்துக்குத் தெரிஞ்சுதுன்னா, நாங்க நாண்டுகிட்டுச் சாகவேண்டியதுதான். அவ அப்படியே எங்கேயாவது போயிடட்டும்'னு பிறந்த வீட்ல இருந்து பதில் வருது. சினிமாவில் வர்ற மாதிரியே இருக்கிற இது நிஜத்தில் நடந்த, எனக்குத் தெரிஞ்ச ஒரு துயரம்!

அப்பன் செய்த தவறுக்கு, பொண்ணைத் தண்டிச்சுட்டானுங்க. அப்பனுக்காக தண்டனையைச் சுமந்தவ, 'நடத்தை கெட்டவளா' மாறி, செத்துப்போனாலும் பரவாயில்லேன்னு பிறந்த வீடே பழி சுமத்தினா, எங்கே போவா அவ?

இது ஏதோ ஒரு பொண்ணுக்கு நடந்த அநியாயம் இல்லை. எல்லா இடங்களிலேயும் நடக்குது. இன்னிக்கு நேத்து இல்லை, யுகம் யுகமா நடக்குது. ஆண்களின் பழி சுமத்துற மனோபாவத்துக்கு வேர் தேடிப் போனா ராமாயணம், மகாபாரதம், பைபிள்னு நூற்றாண்டுகள் பின்னால போகணும். அரக்கன்கிட்ட சிக்கின மனைவி உயிரோடு இருக்கிறதைப் பார்த்து சந்தோஷப்படாம, சங்கடப்பட வெச்சது ஆண்களோட பழி சுமத்துற மனநிலைதானே?

'வீட்டுக்கு வர்ற உன் நண்பனோட பார்வை சரியில்லை'னு பெண்டாட்டி கம்ப்ளைன்ட் பண்ணினா, 'நீ ஏன்டி இடுப்பு தெரிய சேலை கட்டுறே?'ன்னு கேட்கிற புருஷனுங்கதானே இங்கே அதிகம்? ஆண்கள் சேர்ந்து சூது ஆடும்போது, பொருளைப் பணயம் வைக்கிற மாதிரி மண்ணை மட்டுமில்லாம பெண்ணையும் பந்தயம் வெச்சு ஆடினவங்கதானே நம் முன்னோர்கள்?

விபசாரம் பண்ணினதா ஒருத்தியைக் கல்லால் அடிச்சுக் கொல்லும் அநியாயத்தை இயேசுநாதர் வந்து தடுத்தாரே... அந்தக் கதையில், 'உங்களில் தவறு செய்யாதவர்கள் கல்லெறியுங்கள்'னு இயேசு சொன்னதும், எல்லா ஆண்களும் மௌனமா நின்னாங்களே! ஆணுடைய பங்கு இல்லாமல் விபசாரம் நடக்க முடியாதுங்கிற உண்மை தெரியாதவங்க இருக்க முடியாது. ஆனாலும், இன்னும் பெண் மேல் மட்டுமே கல் எறிகிற அநியாயம் நடந்துட்டே இருக்கே, ஏன்?

கல் எறிஞ்சு கொல்லுறது இல்லையே தவிர, நம்ம ஊர்கள்ல சொல் எறிஞ்சு கொல்லுறோம். 'ஆணாதிக்கம்' என்பதை நம்ம நாட்டில் பிறக்கிற ஒவ்வொரு ஆண் குழந்தைக்கும் தாய்ப் பால் மூலமாவே ஊட்டிடுறோமா என்ன?

காலையில் கதவைத் திறந்ததும் வாசல்ல கிடக்கிற பால் பாக்கெட்டை அம்மாவிடமும், நியூஸ் பேப்பரை அப்பாவிடமும் யாரும் சொல்லித் தராமலேயே ஒரு குழந்தை கொண்டு தருதே, எப்படி? எது யாருக்குச் சொந்தம் என்று யாரும் விளக்காமலேயே விளங்கிக்கிற அளவுக்கு ஆண்கள் தங்களோட உலகத்தைக் கட்டமைச்சிருக்கிறாங்க. அதுதான் காரணம்!

ஆண்களோட காமம் தூண்டப்படக் கூடாதுன்னு பெண்களின் தலை மொட்டை அடிக்கப்பட்ட கதைகள் உண்டு. நான் காமம் அடைய, அவளோட அழகுதான் காரணம்னு சொல்றது ஆண் என்கிற திமிர்தானே? அந்தத் திமிர் எனக்குள்ளேயும் நிறைய முறை வந்து போயிருக்கு. குறைந்தபட்ச மனசாட்சியோட நடந்துக்கணும்னு யோசிக்கிற நானும் ஆணாதிக்கத்தோடு நிறைய நிறையத் தப்பு பண்ணியிருக்கேன். நான் பழி சுமத்தின பெண்களின் பட்டியல் பெருசு.

எங்கேயாவது அவங்களைச் சந்திக்கிற வாய்ப்பு கிடைக்கும்போது, குற்ற உணர்ச்சி தானா வந்துடுது. பெண்களோட பெருந்தன்மையால் தான் பெரும்பாலான ஆண்கள் தண்டனை இல்லாம தப்பிக்க முடியுது. எல்லாத் துரோகத்தையும் மறந்துட்டு, இயல்பா அன்பா சிரிக்கிறாங்க பெண்கள்.

என் முதல் காதலி, மும்பையில் இருக்கா. தெரு நாடகங்கள் நடிக்கும்போது அவதான் என் வயசுப் பையன்களுக்கு ஹீரோயின். தீவிரமா அவளைக் காதலிச்சேன். அழகு, திறமை, இளமைன்னு எல்லாத்திலும் மனசுல நிக்கிற ஒருத்தியைக் காதலிக்க நிறைய போட்டி இருந்தது. அப்படி ஒருத்தியைக் காதலிச்சுக் கல்யாணம் பண்ணிக்கிட்டா வாழ்க்கையில் சாதிக்கிறதுக்கு வேறெதுவும் மிச்சமில்லைன்னு நினைக்க வைக்கிற அளவு பேரழகு. எல்லா ஆண் நண்பர்களையும்விட என்னிடம் கொஞ்சம் நெருக்கமா சிரிச்சு, பேசிப் பழகுவா. அதை நான் காதல்னு அர்த்தப்படுத்திக்கிட்டேன்.

என் காதலை ஒரு நாள் அவளிடம் சொன்னபோது, 'உன்னை எனக்குப் பிடிக்கும். ஆனா, அதுக்குப் பேர் காதல் இல்லே பிரகாஷ்'னு சொன்னா. 'பின்னே அப்படிச் சிரிச்சியே, இப்படிக் கொஞ்சினியே, அதுக்கெல்லாம் என்ன அர்த்தம்?'னு ஆரம்பிச்சு, வாய்க்கு வந்ததையெல்லாம் பேசித் திட்டினேன். 'உன்னாலதான்டி நான் தினமும் எக்ஸ்ட்ரா நாலு பெக் அடிக்கிறேன்'னு சொல்லி, அவளைத் தேடித் தேடிப் போய் அவமானப்படுத்தினேன். 'அவ என்னை ஏமாத்திட்டா மச்சான்!'னு ஊர் முழுக்கச் சொல்லிப் புலம்பினேன்.

என் காதல் உண்மைதான். அதுக்காக, அவளுக்கும் என் மீது காதல் இருக்கணும்னு கட்டாயப்படுத்தினது தப்புன்னு இப்போ புரியுது. ஆனா, அன்னிக்கு என்னை சப்போர்ட் பண்ணி, 'நீ அவன்கூட லிமிட்

தாண்டி சிரிச்சுப் பேசினது தப்பு'ன்னு அவளைக் குற்றம் சொன்னவங்கதான் அதிகம்.

இப்ப யோசிச்சா, வருத்தமா இருக்கு. எத்தனையோ பெண்களை என்னால் அவங்க இயல்புகளுடன் ரசிக்க முடியாம போனதுக்கு, எங்கேயோ எனக்குள் இருந்த அழுக்கும் பக்குவமின்மையும்தான் காரணம்னு புரியுது. ஆணும் பெண்ணும் சேர்ந்து செய்யற தப்புக்குப் பெண்ணை மட்டுமே குற்றம் சொல்லும்படியாய் பெண்களையே பிரெயின்வாஷ் பண்ணி வெச்சிருக்கோமே... இதை என்னன்னு சொல்றது!

ஒரு வேளை, ஆண்களாகிய நாமெல்லாம் நம்மை அறியாமலேயே கெட்டவங்களா இருக்கோமோ?

எப்போ உணரப் போறோம்? எப்போ மாறப் போறோம்?

எல்லோரும் வாழ்க!

ஒளிப்பதிவாளர் ஜீவாவின் வீடு...

கண்களை உறுத்தாத ஒரு இயல்பான அழகை தன் வீடு முழுக்க நிறைச்சு வெச்சிருந்த ஜீவா, எல்லாருடைய கண்களும் உறுத்தும்படி சவப்பெட்டியில் படுத்திருக்கான். 'ஜீவா இல்லை'ங்கிற உண்மையை நம்ப முடியாத அதிர்ச்சியில் நிக்கிறோம் எல்லோரும்!

கார்ல் மார்க்ஸ் இறந்ததை, 'சிந்திப்பதை நிறுத்திவிட்டார் மார்க்ஸ்'னு குறிப்பிட்டார் அவருடைய தோழர் ஏங்கல்ஸ். ஏன்னா, சிந்திப்பதைத்தான் வாழ்க்கையின் அர்த்தமாகப் பார்த்தவர் மார்க்ஸ். அப்படி சினிமாவைத் தன் வாழ்க்கையா எப்பவும் சிந்திச்ச ஜீவாவின் மூச்சு, அவன் வேலைக்குப் போன இடத்தில் நின்னுருக்கு!

எப்பவுமே துறுதுறுனு இருந்தவன் ஜீவா. ஜீவனே இல்லாம ஐஸ் பாக்ஸ்ல படுத்திருக்கிற காட்சி விநோதமா இருக்கு. அந்த வீட்டு வாசலில் 'ராகில் தன்வீர்'னு பெயர்ப் பலகை மாட்டியிருக்கு. கடவுளை, காதல் ஜெயிச்சதுக்குச் சாட்சியா இருக்கு அந்தப் பெயர். இஸ்லாமியப் பெண்ணோடு ஏற்பட்ட காதல், ஜீவாவை 'ராஹீர் தன்வீர்' ஆக்கியிருக்கு.

என் குடும்பத்தில் மூணு தலைமுறையா காதல் வரலாறு இருக்கு. என் பரம்பரை பற்றி யோசிச்சா என் அம்மா வேறாகவும், நான் வேறாகவும், என் மகள்கள் வேறாகவும் இருக்கோம்.

சின்ன வயசுல பிரேயருக்கு கர்த்தர் முன்னால் நிற்கும்போது, 'நான் என்ன தப்பு பண்ணேன்? நான் எதுக்கு முட்டி போடணும்?'னுதான் யோசிச்சிருக்கேன். 'ஆண்டவரே..! பாவிகளை ரட்சியுங்கள்'னு பிரேயர்ல சொல்லும்போது, 'சரி, பாவம் பண்ணும்போது முட்டி போட்டுக்கிறேன்'னு கிளம்பி வந்திருக்கேன். அதுவே ஒரு பாவம்னு பயப்படுகிற ஒரு தாயோட பிள்ளையான எனக்கு, யார் சொல்லிக்கொடுத்து இப்படிப்பட்ட எதிர்ப்பு உணர்வு வந்துச்சுன்னு தெரியலை. மனசுக்குப் பிடிக்காத எந்தக் காரியத்தையும் நான் கடுமையா எதிர்த்திருக்கேன். மக்களுக்காக ரத்தம் சிந்தின இயேசு மேல் மரியாதை வந்ததே தவிர, பக்தி வரலை!

ஆனா, நான் செதுக்கப்பட்டது கிறிஸ்துவப் பள்ளி, கல்லூரிகளில்தான்!

என் அம்மா கிறிஸ்டியன். அப்பா இந்து. அம்மா எப்படி கிறிஸ்டியன் ஆனாங்கன்னு தனி நாவலே எழுதலாம். அவ்ளோ சுவாரஸ்யமான கதை. கர்நாடகாவில் 'போயர்'னு ஒரு சாதி இருக்கு. 'போவி எவரு'னு சொல்லத் தெரியாத வெள்ளைக்காரன் 'போயர்'னு சொல்லிட்டுப் போயிட்டான். 'போவி'ன்னா பல்லக்கு. உயர்ந்த சாதிக்காரங்களைப் பல்லக்கில் சுமந்த தாழ்த்தப்பட்ட சாதி அது. என் தாத்தாவோட அப்பாவுக்கு பைபிள் மேல ஈடுபாடு இருந்ததா சொல்வாங்க. அதுக்கு ஆதாரமா, ஒரு மாட்டு வண்டியில் போகும்போது செத்துப்போன அவரின் கையில் பைபிள் இருந்ததுன்னு சொல்வாங்க. கடைசி வரை அவர் படிச்சது பைபிளா

இருந்தாலும், ஏனோ அவர் மதம் மாறலை. இந்து மதத்தில் 'படிக்கக்கூடாதவர்கள்'னு ஒதுக்கி வைக்கப்பட்ட ஒரு சாதியில் பிறந்த என் கொள்ளுத்தாத்தாவுக்குத் தன் பிள்ளைகளைப் படிக்கவைக்கணும்னு ஆசை.

இந்தியாவில் கிறிஸ்துவ மதம் பரப்ப வந்த மிஷனரிகளிடம் தன் பிள்ளைகளை படிக்க அனுப்பினாராம். என் தாத்தா, ஸ்கூல் டீச்சர் ஆனார். அங்கே படிக்க வந்த ஒரு பெண்ணோடு காதல்! வாத்தியாருக்கும் மாணவிக்கும் காதல்! அதுவும் பல்லக்கு தூக்குற சாதியில் பிறந்த ஒருத்தருக்கும், பல்லக்கில் உட்கார்ந்துபோகிற லிங்காயத்து சாதியைச் சேர்ந்த பெண்ணுக்கும் காதல் என்பதை ஊரால் ஏத்துக்க முடியலை. போராடிப் பார்த்த காதலர்கள், ஊரைவிட்டே ஓடி வந்துட்டாங்களாம். தங்கறதுக்கு இடம்கூட இல்லாத சூழ்நிலையில் சர்ச்தான் அடைக்கலம் தந்தது. மதம் மாறினா, சர்ச் காம்பவுண்டிலேயே தங்கலாம். உயிரைக் காப்பாத்திக்கவும், தங்க இடம் கிடைக்குதுங்கிறதுக்காகவும் என் தாத்தாவும் பாட்டியும் கிறிஸ்துவர்களாகி இருக்காங்க.

கல்யாணம் பண்ணின வேகத்தில் நாலு குழந்தைகளைப் பெத்தெடுத்த பாட்டி, சீக்கிரமே உடம்பு சரியில்லாம செத்துப் போக, திகைச்சு நின்னுட்டார் தாத்தா. நாலு குழந்தைகளைப் பராமரிச்சு வளர்க்க முடியாம, ஒரு கிறிஸ்துவ ஹோம்ல பிள்ளைகளைத் தங்கவெச்சுட்டுப் போனவர், வேறொரு கல்யாணம் பண்ணிக்கிட்டாராம்.

தொண்டு செய்வதையே வாழ்வா அர்ப்பணிச்சுக்கிட்ட அருட் சகோதரிகள் மேற்பார்வையில் வளர்ந்தா என் அம்மா. 'என் வாழ்க்கையில் எந்த ஆணும் வேண்டாம்; கடவுளுக்கு ஊழியம்

த.செ. ஞானவேல்

செய்து இந்தப் பிறவியை முடிச்சுக்கிறேன்'னு தீவிரமா இருந்திருக்கா.

பெங்களூருல நர்ஸா வேலைக்குச் சேர்ந்தவளை, அங்கே நோயாளியா வந்த எங்க அப்பன் மயக்கிக் காதல் வசனம் பேசி, கல்யாணம் முடிச்ச கதையை ஏற்கெனவே சொல்லியிருக்கேன்.

இன்னொரு பக்கம், என் அப்பாவோட ரூட் த்ரில்லிங்கான நாவல். என் அப்பாவோட அப்பா விவசாயம் பண்ற 'பன்ட்' என்கிற சாதி. கர்நாடகாவில், நேத்ராவதி என்கிற நதிக்கரை ஓரத்தில் கொஞ்சம் நிலம் வெச்சுக்கிட்டு, நிறைய சண்டைகள் போட்டுக்கிட்டு, ரத்தமயமாத் திரிஞ்ச பாரம்பரியம். அந்த நதிக் கரையோரத்தில் வசிச்ச பிராமணப் பொண்ணுகிட்ட தாகம்னு சொல்லி, தண்ணி வாங்கிக் குடிச்சிருக்கார் என் தாத்தா.

எவ்வளவு குடிச்சும், அவர் தாகம் அடங்கலை. அவ அழகும் இளமையும் அவரை என்னென்னவோ தொந்தரவு பண்ண, அந்தப் பெண்ணை பலவந்தமா தூக்கிட்டுப் போய் தாலி கட்டி பெண்டாட்டி ஆக்கிட்டார். ஆனாலும் என் பாட்டி, 'கல்லானலும் கணவன், புல்லானாலும் புருஷன்'னு அவர் கூடவே வாழ்ந்திருக்கா. அந்த வீட்டில் இருந்து வந்த எங்க அப்பன், அவனோட அப்பன் போலவே இருந்தான். என் அம்மாவை மயக்கித் தன் பெண்டாட்டி ஆக்கினான்.

இப்பவும் என் குடும்பத்தில் சாதி, மதம், மொழின்னு கடந்து நிக்கிறோம். என் தங்கச்சி நேசிச்சது ஒரு தமிழ் கிறிஸ்டியன் பையனை! எனக்கு நண்பனா வந்தவன், வீட்டுக்கு மாப்பிள்ளை ஆகிட்டான். என் தம்பி, மலையாளம் பேசுற கிறிஸ்டியனைக் கல்யாணம் பண்ணிக்கிட்டான். தம்பியும் தங்கையும் காதல் கல்யாணம் பண்ணினது அம்மாவுக்கு அதிர்ச்சி. தன் வாழ்க்கையும் காதலில்

மலர்ந்ததால, எதுவும் சொல்ல முடியாம அவங்க காதல்களை மௌனமா ஏத்துக்கிட்டா. என் விஷயத்தில் நானும் நிச்சயம் ஷாக் தருவேன்னு அவளுக்குத் தெளிவா தெரியும். அவங்க எதிர்பார்த்த மாதிரியே என் காதல் கல்யாணம் பல ஷாக் திருப்பங்களோடு வடபழனி முருகன் கோயிலில் நடந்தது. பத்து நண்பர்கள் மட்டுமே கலந்துக்கிட்டாங்க. ஒரு ஓட்டல்ல லன்ச் சாப்பிட்டு வாழ்க்கையைத் தொடங்கிட்டோம். என் பிள்ளைகளையும் எந்தச் சாதியும் மதமும் இல்லாம மனிதர்களா வளர்த்துட்டு இருக்கேன்.

என் கடந்த காலமும் நிகழ் காலமும் மட்டுமே என் கண்ணுக்குத் தெரிவதால், என் பொண்ணுங்களுக்கு சாதி, மதம் இல்லைன்னு பேசிட்டிருக்கேன். நாளைக்கு என் பொண்ணு ஒரு முஸ்லிம் பையனைக் காதலிச்சு முஸ்லிமா மாறலாம். 'பூஜா, மேகனா'னு நான் ரசிச்சு வெச்ச பேரு 'ஹசீனா பேகம், தாஹிர் நிஷா'னு மாறலாம்.

எல்லாரும் வாழட்டுமே!

‘நீ என்ன செய்தாய் அதற்கு?’

மழை வேண்டி பிரார்த்தனை செய்ய ஊரே திரண்டு நின்னப்போ, ஒரு சிறுமி மட்டும் கையில் குடையோடு வந்தாளாம். ‘ஏன்?’னு கேட்டதுக்கு, ‘சாமிகிட்டே மழை வேணும்னு பூஜை பண்றோம். அப்ப மழை வந்துட்டா, நனைஞ்சுட மாட்டோமா? அதான்!’னு அந்தச் சிறுமி சொன்னதா ஒரு கதை இருக்கு. மழை வரும்னு நம்பிக்கையோடு குடை எடுத்துட்டு வந்த சிறுமி மாதிரிதான், கோடம்பாக்கத்துக்குள்ள காலடி எடுத்து வைக்கிற ஒவ்வொருத்தரும் சினிமாவில் எப்படியாவது ஜெயிச்சுடுவோம்னு கனவோடு வர்றாங்க. பரமபதம் மாதிரி ஏதோ ஓர் ஏணியில் ஏறி ஜெயிச்சவங்களும் பாம்புகள் தீண்டித் தீண்டி நுரை தள்ளிக்கிடக்கிறவங்களுமான மாய விளையாட்டில் ஈடுபடுகிற சினிமா கலைஞர்களைப் பற்றிய அடுத்த படம் ‘வெள்ளித் திரை’!

‘எல்லாருமே அடையாளம் தேடி, செருப்பு தேய அலையுறவங்கதான். ஆனா, சினிமாவில் அடையாளம் தேடி அலைய ஆரம்பிச்சவங்களுக்கு கால்களே தேய்ஞ்சு போயிருக்கு!’ன்னு ஆரம்பிக்கும் படம்.

தமிழ் சினிமாவின் வெள்ளித் திரைக்கு வயசு 75. இந்தக் கனவுத் தொழிற்சாலையில் கனவுகள் மட்டுமே உற்பத்தி ஆவது இல்லை;

கனவு காண்பவர்களும் உற்பத்தியாகிறார்கள். ''வாழ்க்கையில நீயெல்லாம் உருப்படவே மாட்டே!'னு திட்டின குடும்பத்துக்கு என்னை நிரூபிக்க நினைச்சேன். கண்ல கனவையும், நெஞ்சுல நம்பிக்கையும் சுமந்து ஏவி.எம். ஸ்டுடியோ வாசல்ல நின்னேன். இன்னிக்கு இந்த உயரத்துல இருக்கேன்'னு டி.வியில், பத்திரிகையில் பெரிய பெரிய நடிகர்கள்,இயக்குநர்கள் தர்ற பேட்டிகளைக் கண் கலங்கப் பார்த்து, படிச்சு, 'எம்.ஜி.ஆர். ஆகிறேன் பார்'னு கிளம்பி வந்துட்டே இருக்காங்க. அப்படி சினிமாவுக்குள் இருக்கிற சினிமாவைச் சொல்ல, 'வெள்ளித் திரை' 'மொழி' படத்தில் வசனம் எழுதின என் நண்பன் விஜி டைரக்ட் பண்றார்.

பத்து பனிரெண்டு வருஷங்களுக்கு முன்னால சென்னைக்கு வந்து இறங்கின ராத்திரி, எங்கே தங்கப் போறேன்னுகூடத் தெரியாமதான் நானும் வந்தேன். அந்த நிமிஷத்துல திமிரும் திறமையும் மட்டும்தான் என் சொத்து. என் வறுமையைப் பகிர்ந்துக்கிட்ட நண்பர்கள், வாழ்க்கையைப் பகிர்ந்துக் கிட்ட மனைவி, சிரிப்பிலேயே சந்தோஷப்படுத்துற குழந்தைகள்னு அர்த்தமுள்ள பந்தங்கள் எல்லாமே கிடைச்சது இங்கதான். ஒருத்தனோட பலவீனத்தையும் ரசிக்க ஆரம்பிச்சுட்டா, அவனை ஈஸியா ஏத்துக்க முடியும்கிற உண்மைக்கு என் வாழ்க்கையில் நானே உதாரணமானேன்.

என்னை என் பலவீனங்களுடன் ரசிக்கிற நண்பர்கள் கிடைச்சாங்க. அப்படி ஒரு நண்பன் விஜி. வாழ்க்கையை அதன் பக்குவத்தில் புரிஞ்சுக்கிட்டு, அதையே கதையாக்கி வசனங்கள் மூலமா கலையாக்குகிற வித்தைக்காரர். 'அழகிய தீயே', 'மொழி' படத்தின் வசனங்கள் தான் விஜியின் விசிட்டிங் கார்டு. கதைக்கு வசனம் எழுதாம, எழுதுற வசனத்தில் வாழ்க்கையைச் சொல்லிடுவார்.

சென்னைதான் இந்திய சினிமாவின் காசி.

ஃபிலிம், கேமரா, லைட்னு சினிமா உருவாக்கத்துக்குத் தேவையான எதையுமே இந்தியர்கள் கண்டுபிடிக்கலை. கிரிக்கெட்டும் சினிமாவும் நமக்கு ஒண்ணுதான். இரண்டுமே நம்ம மண்ணுக்கும் கலாச்சாரத்துக்கும் சம்பந்தம் இல்லாதது. ஆனா, நல்லதா கெட்டதான்னு நாம கண்டுபிடிக்கிறதுக்குள்ள அவை நம்ம ரத்தத்தில் கலந்துடுச்சு.

இங்கேயே பிறந்து வளர்ந்தவங்களுக்கு மட்டுமில்லாம, அடையாளம் தேடிப் பிழைக்க எங்கெங்கோ இருந்து வந்தவங்களையும் தகுதியையும் திறமையையும் மட்டும் பார்த்து சிம்மாசனம் தந்திருக்கு தமிழ் சினிமா. தான் அழுக்கானாலும் தன்னைத் தேடி வர்ற அத்தனை பேரையும் சுத்தப் படுத்துற பெரிய மனசு இருக்கிற கங்கை நதி மாதிரி இருக்கு தமிழ் சினிமா. வழக்கமான இலக்கணங்கள் எதையும் கண்டுக்காம, மனசுக்கு சரின்னு பட்ட வாழ்க்கையை வாழ நினைக்கிற என்னைப் போன்ற நடிகனுக்கும் சர்வ சுதந்திரமா பயணிக்க இடம் தந்திருக்கு.

சினிமாதான் இங்கே சகலமும். ஒரு படம் ரிலீஸானா... முடி வெட்டுற கடையில் ஆரம்பிச்சு, டீ ஸ்டால், வளையல் கடை, புடவைக் கடைனு எல்லாமே சினிமாவாகிடும். நதியா வளையல், ரஜினி ஸ்டைல், கமல் டான்ஸ், குஷ்பு இட்லி, சிம்ரன் தோசைன்னு சராசரி மனிதனின் மொத்த வாழ்க்கையையும் சினிமாவே ஆக்கிரமிக்கும்.

அரசியல்வாதிகள் சினிமாவுக்கு வருவாங்க; சினிமாக்காரங்க அரசியலுக்குப் போவாங்க.

தி.நகர்லேர்ந்து 20. கி.மீ. தூரத்துல இருக்குகிற வியாசர்பாடிக்கு ஒரு

நடிகர் போனா, 'வடசென்னைக்கு வருகை தரும் தமிழகத்தின் வருங்காலமே!'ன்னு பெரிய பெரிய போஸ்டர் வரவேற்குது. ஃபைவ் ஸ்டார் ஓட்டல், கார், பங்களா, பேர், புகழ்னு சினிமா தர்ற வெளிச்சத்துக்கு அந்தப் பக்கம், கடன், வட்டின்னு கஷ்டப்பட்டு வீட்டு வாடகை, ஸ்கூல் ஃபீஸ்னு வாழ்க்கையின் அடிப்படைத் தேவையைக்கூட பூர்த்தி செஞ்சுக்க முடியாத இருட்டு இருக்கு. சுனாமி வந்து, பிணங்களைப் புதைக்கவும், எரிக்கவும் இடம் இல்லாம வாழ்க்கை ஸ்தம்பிச்சு நின்னபோதும், அரங்கு நிறைந்த காட்சிகளோடு தியேட்டர்களில் ரசிகர்கள் இருந்திருக்காங்க.

சினிமா உலகத்தில் விதவிதமான குணாதிசயங்கள் நிறைந்த மனிதர்கள் வந்து போயிட்டே இருக்காங்க. அந்த ஆயிரக்கணக்கான கலைஞர்கள், லட்சக்கணக்கான ரசிகர்கள் மத்தியில் விநோதமான, விசித்திரமான வாழ்க்கையை வாழ்ந்திட்டிருக்கிற கலைஞனாகவும், ரசிகனாகவும் இருக்கான் பிரகாஷ்ராஜ்.

என் வாழ்க்கைக்குத் தேவையான எல்லாம் தந்திருக்கு தமிழ் சினிமா. 'நீ என்ன திரும்பத் தந்திருக்கே?'னு எனக்குள்ளே நானே கேட்டுப் பார்க்கிறேன்.

வாழ்க்கையில் கடன் வாங்கியிருந்தா, வட்டியும் அசலும் சேர்த்து திருப்பித் தந்துடலாம்.

வாழ்க்கையையே கடனா வாங்கியிருந்தா? எப்பவும் நெஞ்சுல நன்றியோடதான் இருக்க முடியும். பொதுவா, என் நன்றியை நான் எல்லா இடங்களிலேயும் சொல்றது இல்லை... காரணம், நன்றி என்பது சொல்வதற்காக இல்லை... நினைப்பதற்காக!

''எனக்கு நானே சித்ரகுப்தன்!''

ஆகாயத்திலிருந்து கங்கை பூமிக்கு வந்தாகணும். ஆனா, அவளோட வேகத்தைத் தாங்குற சக்தி பூமிக்கு இல்லை. தேவர்கள் எல்லாரும் சிவன்கிட்ட வேண்டி நிக்கிறாங்க. அவர் கங்கையின் வேகத்தைத் தன்னுடைய ஜடா முடியில் வாங்கி, அவளை அப்படியே கட்டிக் கூந்தலில் அள்ளி முடிஞ்சுடுவார். அதிரடியும் ஆவேசமுமான கங்கை அந்த ஜடாமுடியிலிருந்து தன்னை விடுவித்துக்கொள்ள அப்படியும் இப்படியும் நெளிஞ்சு வளைஞ்சு போராடும்போது, மூர்க்கம் அடங்கி நளினமாகிடுவா. அப்புறம் அவளைப் பதமா பூமியில் இறக்கி விடுவார் சிவன்கிறது புராணம்.

இமயமலையின் அழகு ஆரம்பிக்கிற இடம் ரிஷிகேஷ். மேலே போகப் போக, இயற்கையின் பிரமாண்டமும், நம்முடைய அற்பத்தனமும் நிதர்சனமாகிட்டே போகும். கண்ணாடி மாதிரி ஓடிட்டிருப்பா கங்கை. ரிஷிகேஷ் வரைக்கும்தான் கங்கையின் தூய்மை கெடாமல் இருக்கும். ஒரு பெண்ணின் நளினமான நடை மாதிரி வளைஞ்சு நெளிஞ்சு கங்கை ஓடுகிற அழகை ஒரு மணி நேரம் மனமொன்றி ரசிச்சா, அதுதான் தியானம்!

அந்த நதி உருட்டிட்டுப் போகிற ஒரு கூழாங்கல்லா இருக்க முடியாதான்னு ஏக்கமா கங்கை முன்னால நிக்கிறேன். வாழ்க்கையில்

நான் செய்த தவறுகள் எல்லாம் ஞாபகத்துக்கு வந்து போகுது. ஐஸ்கட்டி திரவமாகி ஓடுறமாதிரி சிலிர்க்க வைக்கும் குளிர்ச்சியில், பக்கத்தில் யாரும் இல்லாம தனியாளா நிக்கிறேன்.

பாலைவனத்தில் அலைஞ்சு திரிஞ்சு தாகமா வர்றவன் தண்ணீரில் இறங்குற மாதிரி, ஒரு ரிஷி கங்கையில் இறங்கி நீராடினார். கடவுள் நம்பிக்கை இல்லேன்னாலும், பார்த்ததுமே அந்த ரிஷி மேல் மனசுக்குள் ஒரு மரியாதை வருது. ஒருத்தருக்கொருத்தர் பேசாம அமைதியா இருக்கோம். கிளம்பும்போது என்னைப் பார்த்துச் சிரிக்கிற ரிஷிகிட்ட, அதுக்கு மேல் என் மௌனத்தைப் பாதுகாக்க முடியலை. ''கங்கையில் குளிச்சா எல்லாப் பாவமும் போயிடுங்கிற நம்பிக்கையில் குளிக்கிறீங்களா?''னு நான் இந்தியில் கேட்ட கேள்விக்கு, சாந்தமான சிரிப்புதான் முதல் பதில்.

''நம் பாவங்களைக் கணக்கெடுத்து வெச்சிருக்கிற சித்ரகுப்தனைத் தேடி இங்கே யாரும் குளிக்க வர வேண்டாம். நம்ம ஒவ்வொருத்தருக்குள்ளேயும் ஒரு சித்ரகுப்தன் இருக்கான். அது நம் மனச்சாட்சி. நம் பாவங்கள் நமக்குத் தெரிய ஆரம்பிச்சுட்டாலே, அது கங்கையில் மூழ்கிறதால மட்டும் போகாதுங்கிற ஞானமும் நமக்கு வந்துடும்''னு ஒரு பதிலைச் சொல்லிட்டு, திரும்பவும் அதே சிரிப்பு. குறும்பா கேள்வி கேட்கிற குழந்தை மேல் கோபப்படாமல், தன் பக்குவத்தால் புரிஞ்சுக்கிட்டுப் பதில் சொல்ற பெரிய மனிதரா அந்த ரிஷி எனக்குத் தெரிஞ்சார். அவர் போனதுக்கு அப்புறம், குளிரை எதிர்கொள்ளும் தைரியம் வந்துச்சு. பாவம் போகும்னு கங்கையில் இறங்காம, குளிர்ச்சியின் அனுபவத்தை என் உடம்புக்குத் தர கங்கையில் இறங்கினேன்.

ஷேக்ஸ்பியர் எழுதின 'மேக்பத்' நாடகத்தில் ஒரு வசனம் வரும்...

‘என் கைகளில் பட்ட ரத்தக்கறையை ஏழு சமுத்திரத்தின் தண்ணீராலும் கழுவ முடியாது’ன்னு! அந்த டயலாக், கங்கை நதிக்கரையில் எனக்கு வேற அர்த்தம் தந்தது. கையில் இருக்கும் பாவக் கறையையே ஏழு சமுத்திரத்தாலேயும் கழுவ முடியாதுன்னா, மனசுல இருக்கிற பாவங்களை மட்டும் கங்கையால் எப்படிக் கழுவ முடியும்? கடந்த கால பாவங்களுக்கு நிகழ்காலத்தில் ஏதாவது பரிகாரம் செய்ய முடியுமான்னு வாய்ப்பு கிடைக்கும்போதெல்லாம் யோசிக்கிறேன். என் கோபத்தால் எத்தனையோ பேரை நான் காயப்படுத்தியிருக்கேன். என் அன்பால் நிறைய காயப்பட்டிருக்கேன். அன்பு, கோபம் இரண்டுமே என்னை உயரத்துக்குக் கொண்டுபோன பலமாகவும், பெரும் பள்ளத்தில் உருட்டிவிட்ட பலவீனமாகவும் இருந்திருக்கு. என் கோபத்தின் உச்சத்தைப் பார்த்து, அதை என் திமிர்னு நினைக்கிறவங்க, என் எதிரியாகிடுறாங்க. என் கோபத்தின் ஆழத்தைப் பார்த்து, அதை என் மனசு பட்ட காயம்னு உணர்றவங்க என் துன்பத்தில் பங்கெடுத்துக்கிற நண்பர்களா ஆகிடுவாங்க. அதனால, கோபம் எனக்கு வரம். சாபம்னு ரெண்டு விதமாகவும் இருக்கு.

‘நீ இப்படித்தான் வாழணும்!’னு என்னை யாராவது சொன்னா, அந்தத் திசைக்கு நேர் எதிர் திசையில் நடக்கிறதே என்னோட இயல்பாகிடுச்சு. இதனால், வாழ்க்கையில் நிறையத் தவறுகள் பண்ணியிருக்கேன். மறக்க முடியாத ரணங்களைச் சந்திச்சிருக்கேன். வாங்கின ஒவ்வொரு அடியிலும் வாழ்க்கை மீது நம்பிக்கைதான் வந்திருக்கு. மாறாக, பயம் வந்திருந்தா காசு சேர்க்கிற புத்தி வந்திருக்கும். பைபிள்ல எனக்கு பிடிச்ச ஒரு கதை உண்டு. இயேசுவின் சீடரான மோசஸ், கடவுள் மேல் நம்பிக்கை வைக்கும்படி பிரசாரம் செய்துட்டே வருவார். மக்களைக் கடவுள் காப்பாற்றுகிற அதிசயமாக, பொழிகிற மழையில் மக்களுக் கான உணவு ஆகாயத்திலிருந்து

வரும். அன்றைக்குத் தேவையான உணவைச் சாப்பிட்டு, கடவுள் மேல் நம்பிக்கையா இருந்த மனிதர்களுக்குத் திடீர்னு 'நாளை' பற்றிய சந்தேகம் வரும். உணவைச் சேமித்து வைப்பாங்க. மறுநாள் மழை வராது. சரியான காரியம் செய்த திருப்தியோடு, சேமித்த உணவு இருக்கிற பெட்டியைத் திறந்து பார்த்தால், எல்லாம் புழுவாகிப் போயிருக்கும். கடவுள் மீது வைத்த நம்பிக்கையைத் தொலைத்த பாவம், அப்பதான் ஞாபகத்துக்கு வரும். நிகழ்காலத்துக்கான வாழ்க்கையைப் பற்றி யோசிச்சு நாம் செய்யும் தவறுகளைத் திருத்திக்க முடியும்.

நாளைக்கான பயத்தின் அடிப்படையில் செய்கிற பாவங்கள் பெரும்பாலும் திருத்த முடியாதவை. அதான், நாளையைப் பற்றி யோசிக்கச் சொன்னா, திமிறிக்கிட்டு மறுத்திருக்கேன். நான் செய்த ஒவ்வொரு தவறும், எனக்கு அனுபவமான ஆசிரியர்!

என் பாவக்கணக்கை நானே சரிபார்க்கிற ஒரு முயற்சியாகத்தான் என் வாழ்க்கையை எல்லாருக்கும் திறந்து வைக்கிறேன். உண்மையான வாழ்க்கை வாழ்ந்தேனோ, இல்லையோ...

ஆனா, வாழ்ந்த உண்மைகளைச் சொல்லிடணும்னு தோணுச்சு. என் மரணத்துக்குப் பிறகு என் நல்ல குணங்களைப் பற்றி அடுத்தவர்கள் பேச ஏதாவது விட்டுட்டுப் போறேனோ இல்லையோ,

என் பாவங்களை அடுத்தவர்கள் புதுசா கண்டுபிடிச்சு கிசுகிசுவா பேசக் கூடாது. எல்லாத்தையும் நானே சொல்லி, எனக்கு நானே சித்ரகுப்தனா இருக்க விரும்பறேன். இதனால் எனக்குப் பாராட்டுக்களோடு கஷ்டங்களும் வந்திருக்கு. என் மகனின் சமாதியால் என் தோட்டத்தின் விலை குறையும்னு சொன்ன ஒரு ஃபைனான்ஸியரைப் பத்தி நான் சொன்ன உண்மையைப் படிச்சுட்டு,

ஒவ்வொரு ஃபைனான்ஸியரும் அது தன்னைப் பற்றிச் சொன்னதா நினைச்சு, எனக்குக் கஷ்டம் தந்திருக்காங்க. மும்பையில் ஒரு காதலி ஹோலி கொண்டாடினதைப் பற்றிச் சொன்னதுக்காக, என் வீட்டில் மயான மௌனம் நிலவியிருக்கு. ஒரு நண்பனின் துரோகத்தைப் பற்றிச் சொன்னப்போ, நிறைய நண்பர்கள் நான் அவங்களைப் பற்றித்தான் சொன்னதா எடுத்துக்கிட்டுக் கோவிச்சுட்டிருக்காங்க.

இன்னொரு பக்கம், 'சார், கோயம்பேடு பஸ் ஸ்டேண்டுல இருந்து பேசறேன்.கோபத்துல வீட்டைவிட்டு வந்து மூணு வருஷமாகுது. உங்க அம்மா பற்றி எழுதினதைப் படிச்சதும், கண்ணு கலங்கிடுச்சு. உடனே, என்னைப் பெத்தவளைப் பார்த்துட்டுதான் மறுவேலைனு கிளம்பிட்டேன்'னு உணர்ச்சி பொங்கப் பேசின முகம் தெரியாதவங்களும் இருக்காங்க. 'உங்க வாழ்க்கை அனுபவத்தைப் படிச்சுட்டு, என் வீட்ல ரொம்ப நாள் நீடிச்ச மௌனத்தை, என் ஈகோவை உடைச்சுக் கலைச்சுட்டேன்.தேங்க்ஸ்!'னு நன்றி சொன்ன கடிதங்களும் நிறைய இருக்கு. அதுல கிடைச்ச சந்தோஷங்களை வார்த்தைகளில் விளக்க முடியாது, இழந்ததைப் பற்றிப் பேசினதுக்காக நிறைய அடைந்திருக்கேன். அடைந்ததைப் பற்றிப் பேசினதுக்காக நிறைய இழந்திருக்கேன்.

என்னை நான் ஏமாத்திக்கக் கூடாதுங்கிறதுக்காகச் சில உண்மைகளை எனக்கு நானே சொல்லிப் பார்த்துக்கிட்டேன். அதைக் கொஞ்சம் சத்தமா, எல்லாருக்கும் கேட்கிற மாதிரி சொன்னேன். அவ்வளவுதான்! மத்தபடி, எதுக்கும் நியாயம் கற்பிக்கவோ, அடுத்தவங்களுக்குப் பாடம் சொல்லணும்னு நினைச்சோ எதையுமே சொல்லலை. நான் சொன்ன சில உண்மைகளால், உங்கள்ல சில பேரின் சில விநாடிகள் அர்த்தமுள்ளவை ஆகியிருந்தால், அதுவே போதும்!

"நாங்கள் இனி நண்பர்கள்!"

ஸ்கூல்ல க்விஸ் போட்டின்னு மும்முரமா படிச்சுட்டிருந்தா என் பொண்ணு பூஜா.

"பூஜா, இப்போ நாம் நம்ம வீட்டு க்விஸ் போட்டி ஒண்ணு வெச்சுக்கலாமா?"னு கூப்பிட்டேன். நான்தான் க்விஸ் மாஸ்டர்.

'நம்ம வீட்டுக்கு பால் எத்தனை மணிக்கு வருது? வீட்டு எலெக்ட்ரிசிட்டி பில் எங்கே கட்டணும்? அப்பா, அம்மா, வேலைக்காரங்கன்னு யாருமே பக்கத்தில் இல்லேன்னா, உனக்காக நீ என்ன சமைச்சுக்குவே? உன் ஸ்கூல் ஃபீஸ் எவ்ளோ? கடைக்குப் போய்க் காசு கொடுத்துப் பொருள் வாங்கினா, மிச்சம் தர்ற சில்லறையைச் சரி பார்த்திருக்கியா...?' இப்படி அவ சம்பந்தப்பட்ட பல கேள்விகளுக்கு அவளுக்குப் பதில் தெரியலை.

'இதெல்லாம் நான் ஏம்ப்பா தெரிஞ்சுக்கணும்? எனக்குத்தான் நீங்க எல்லாம் இருக்கீங்களே!'ன்னு குழந்தையாவே கேட்டா.

'அடடா, என் பொண்ணுக்கு எப்படி வாழ்றதுன்னு நான் இன்னும் சொல்லிக்கொடுக்கலையே!'னு குற்ற உணர்ச்சி வந்தது. "உன் அப்பா ஒரு சினிமா நடிகன். நிறைய சம்பாதிக்கிறான். தேவையான

வேலைகளைச் செய்து தர்ற நிறைய மனிதர்கள் இருக்காங்க. ஆனா, இவங்க எல்லாம் எப்பவும் நம்மோட இருப்பாங்கன்னு சொல்ல முடியாது பூஜா! யார் இல்லேன்னாலும் என் காபியை நானே போட்டுக்குவேன். எனக்குத் தேவையான சாப்பாட்டை நானே செஞ்சுக்குவேன். என் டிரெஸ்ஸை நானே துவைச்சுக்குவேன். நம்மோட தேவைகளை நாமே செய்துக்கப் பழகணும் பொண்ணு! சரி, இன்னியிலேர்ந்து ஒரு வாரம் உனக்கான காபியை நீயே போடு; உன் டிரெஸ்ஸை நீயே துவைச்சுக்கோ; ஸ்கூல் போறதுக்கு முன்னால் உன் டிபனை நீயே செய். ரெண்டு நாள் நான் ஹெல்ப் பண்றேன்!'னு சொன்னேன். சந்தோஷமா அதை ஏத்துக்கிட்டா பூஜா.

எல்லாரும் எப்பவும் கூடவே இருப்பாங்கன்னு நம்புவதுதான் பெரிய அறியாமை. கூடுவதும் பிரிவதும் பிறப்பு இறப்பு மாதிரி மனித வாழ்க்கையில் தவிர்க்க முடியாத விஷயம். எதற்குக் கூடினோம், எப்படிப் பிரிந்தோம்கிறதுதான் முக்கியம். ஏன்னா, மனுஷனோட வாழ்க்கையில் தொடக்கமும் முடிவும் தனிமைதான்!

'கணவன் மனைவி உறவை ரத்து செய்துட்டு, நண்பர்களா வாழ்ந்தா என்ன?' இதுதான் இப்போ எங்க வீட்டில் நானும் என் மனைவியும் அனல் பறக்க ஆரோக்கியமா பேசிட்டிருக்கிற ஹாட் டாப்பிக். எங்களுக்குள் சண்டையோ, சொத்துத் தகராறோ, துரோகமோ நடக்கலை. 14 வருஷம் சேர்ந்து வாழ்ந்த வாழ்க்கையில் இப்போ சோர்வு தெரியுது. சேர்ந்திருக்க வேண்டிய கட்டாயத்தில் இருக்கோமோனு தோணுது. பிரியவேண்டிய நேரம் வந்த பிறகும் பிரியாமல் இருந்தா, அது ஐஸ் பாக்ஸ்ல வெச்சுப் பாதுகாக்கிற டெட்பாடி போல ஆகிடும்னு தோணுது. நம்ம தேசத்தில் பல தம்பதிகள் பிரிவது எப்படின்னு தெரியாம, உலகத்துக்காக நடிச்சுட்டிருக் கிறவங்கதான். கட்டாயத்தின் பேரில் சேர்ந்தே இருக்கிற உறவு

ஒவ்வொண்ணும் கொடுமையான தண்டனை. ஒவ்வொருத்தர் வாழ்க்கையிலும் சின்னதும் பெரிதுமா பிரிதல்கள் இருந்துட்டே இருக்கு. வாழ்க்கையை ஜீவனுள்ளதாக்குவதும் அதுதான். கூட்டைப் பிரிகிற பறவைக்குத்தானே வானம் சொந்தம்!

'நாங்கள் இருவரும் இனி நண்பர்கள்... எங்கள் குழந்தைகளுக்குப் பெற்றோர்'னு உலகத்துக்கு அறிவிச்சுட்டு, ஒரே வீட்டில் தனித்தனியா நண்பர்களா வாழ்றதைப் பற்றி யோசிச்சிட்டிருக்கோம். ஒரு புது வீடு கட்டுகிற ப்ளானைத் தயார் பண்ணிட்டிருக்கோம். கீழ்த் தளம் என் மனைவியின் ரசனையில் இருக்கும். மாடியில் என் ராஜாங்கம். அவங்க தேவைகள், ஆசைகள்படி அவங்க இடத்தில் அவங்க வாழ்வாங்க. என் இடத்தில், என் கனவுகளுக்கும் கற்பனைகளுக்கும் றெக்கை கட்டி நான் பறப்பேன். எங்களுக்குப் பிடிச்ச இடத்தை நாங்களே டிஸைன் பண்றபோது, எங்களுக்கிடையில் எவ்வளவு வேறுபாடுகள் இருக்குன்னு பார்த்து அதிர்ந்துட்டேன். என் ரசனைகள் அவங்களுக்குப் புரியாமலோ, பிடிக்காமலோ இருக்கு. அவங்களோட சில விருப்பங்கள் எனக்கு அலர்ஜியா இருக்கு. 14 வருஷம் சேர்ந்து வாழ்ந்திருக்கோம். ஆனா... வேற வேற கனவுகள்!

எனக்கு இப்போ 43 வயசு. உடம்புக்குச் சராசரியா தர வேண்டிய தேவையான ஓய்வை நான் இதுவரை தந்ததே இல்லை. 55 வயசு வரைக்கும் உடம்பு என்ன உழைக்குமோ, அதை நான் இப்பவே பிழிஞ்சு எடுத்துட்டேன். ஒரு நாளைக்கு நாலஞ்சு மணி நேரம்தான் தூக்கம்னு பத்து வருஷத்துக்கு மேல வாழ்ந்துட்டிருக்கேன். என் கணக்குப்படி எனக்கு இன்னொரு பத்து வருஷம்தான் வாழ்க்கை. கடைசி அஞ்சு வருஷம் வாக்கிங் ஸ்டிக்கோட இன்னொருத்தர் துணையோட நடக்க வேண்டிய அவசியம் வரலாம். அப்போ எனக்குப் பெண்டாட்டியா இருந்துதான் தோள் தரணும்னு இல்லை;

தோழியாவும் தர முடியும். நானும் புருஷனா இருந்தால்தான் அக்கறை காட்டுவேன்னு கிடையாது; நண்பனாவும் செய்ய முடியும். குழந்தைகளுக்கு நல்ல பெற்றோரா இருக்க வேண்டிய பொறுப்புதான் தட்டிக்கழிக்க முடியாத, தட்டிக் கழிக்கக் கூடாத விஷயம். அது கடமை இல்லை; பொறுப்பு!

நான் என் மனைவியிடம் சொன்னேன்... ‘இப்ப ரெண்டு பேரும் நமக்கே உண்மையைச் சொல்லாம நண்பர்களாதான் இருக்கோம். காமம் ரெண்டு பேருக்கும் அடிப்படைத் தேவையா இல்லை. வீட்டுக்குள்ள ஒரு டி.வியை வெச்சுக்கிட்டு எனக்கு விட்டுக்கொடுக்கிறேன்னு நீ சீரியல் பார்க்காம இருப்பதும், நான் உனக்காக டென்னிஸ் மேட்ச் பார்க்காம இருப்பதும் யாரை ஏமாத்துற விஷயம்? கீழ்த்தளத்தில் ஒரு டி.வி. பார்த்துட்டு உனக்குப் பிடிச்ச வீட்டில் நீ இரு.

மேலே ஒரு டி.வியில் எனக்குப் பிடிச்ச மேட்ச்சை நான் பார்க்கிறேன். மேட்ச் போரடிக்கும்போது நான் கீழே வர்றேன். சீரியல் போரடிச்சா நீ மாடிக்கு வா! ரெண்டு பேரும் அவங்கவங்க வாழ்க்கையை வாழ்வோம். சோர்வு தட்டின உறவோட நீயும் நானும் இருந்துக்கிட்டு, ஒற்றுமையா வாழ்வதா ஏன் குழந்தைகளை நம்பவைக்கணும்? நாம புருஷன் பெண்டாட்டி இல்லைன்னு உலகத்துக்குச் சொல்லிட்டு, நண்பர்களா வாழ்வோம்!’

‘பசங்களுக்காக, பெத்தவங்க தங்களின் வாழ்க்கையைத் தியாகம் பண்ணித்தானே ஆகணும்’னு ஏன் குழந்தைகளைக் கடன்காரங்களா ஆக்கணும்? தேவையில்லாத தியாகங்கள் அவசியமே இல்லை. என் அப்பன் தவறவிட்டது அதுதான். என் அம்மா சொல்லிக் கொடுத்ததும் அதுதான்.

இப்ப என்னிடம் சில கோடிகள் பணம் இருந்தாலும், அதை வெச்சு வட்டிக்கு விடாம, மூங்கிலில் குடில் செய்து வாழ்க்கையை அனுபவிக்கிறது எப்படின்னு நான் யோசிக்கக் கத்துத் தந்தது என் அம்மா வாழ்ந்த வாழ்க்கை.

'பிரிஞ்சுட்டா, இதுவரைக்கும் வாழ்ந்த வாழ்க்கைக்கு அர்த்தம் இல்லையே?'னு நண்பர்கள் கேட்கிறாங்க. அண்ணன், தம்பி, அக்கா, தங்கையெல்லாம் நமக்கு கடமைக்கான உறவுகள். காதலிக்காம செய்துக்கிற கல்யாணமும் கடமைக்கான உறவுதான். காதலும் நட்பும் நாம் தேர்ந்தெடுக்கிற உறவுகள். இதில் சேர்ந்தே இருக்க வேண்டிய எந்த நிர்பந்தமும் இல்லைங்கிறதுதான் அழகே! கட்டாயத்தின் பேரில் உறவு அமையாமல், விருப்பத்தின் பேரில் அமைவதுதான் அர்த்தமுடையது. எல்லோருமே தவறு செய்பவர்கள்தான். தவறுகளை மன்னிப்பதிலும் திருத்திக்கொள்வதிலும்தான் உறவுகளின் உயிர்ப்பு இருக்க முடியும். யார் மன்னிப்பது, யார் திருத்திக்கொள்வது என்கிற ஈகோவுக்கு ஜீவனுள்ள பல நல்ல உறவுகளைப் பலியிடுகிறோம். அடுத்தவங்க ஒப்புக்க மாட்டாங்கன்னு யாருக்கோ பயந்து நான் காதலிச்ச உறவும், என்னைக் காதலிச்ச உறவும் நிர்பந்தமா மாற வேண்டாமே! நிறைய பிரிவுகளைக் கடந்து வந்ததால்தான் நான் இப்ப இருக்கிற மனைவியைக் கல்யாணம் பண்ணேன். அதே மாதிரி அவங்களுக்கும் இருக்கலாம். பிரிவு, வருத்தமான விஷயம் தான்... ஆனா, விருப்பம் இல்லாம இணைந்திருப்பது அதைவிடப் பெரிய துன்பம்!

என் அம்மா பெங்களூருவில் என் தங்கையுடன் இருக்காங்க. அவங்களை மூணு மாசத்துக்கு ஒருமுறை நான் போய்ப் பார்த்தா, பெரிய விஷயம். மன வருத்தம் இல்லாம பிரிஞ்சிருக்கிற அம்மாவுக்கும் மகனுக்குமான உறவில் எந்த பாரமும் இல்லை.

த.செ. ஞானவேல்

எப்போ சந்திக்கிறோமோ, அப்போ ரெண்டு பேருக்குள்ளேயும் அன்பு ஊற்றெடுக்குது. யாரும் யாரையும் ஏமாத்திக்காம இருப்பதால், எங்க சந்திப்பு சந்தோஷமாகிடுது. பிரிய வேண்டிய நேரத்தில் கடமையைக் காரணமாக்கிப் பிரியாம இருந்தா, நிறைய இழப்பு இருக்கு. நியாயமான காரணங்கள் இருந்தால், அந்தப் பிரிவு துயரமாவதில்லை.

பிரிவை விட பிரிக்கிற காரணமும், பிரிக்கிற விதமும் மிக முக்கியம். பிரிவை ஒரு கப் டீ பகிர்தலுடன் நிகழ்த்துகிற பக்குவம் நமக்கு வாய்த்துவிடுமேயானால், நாம் அதிர்ஷ்டசாலிகள். நானும் என் மனைவியும் அதிர்ஷ்டசாலிகளாவதைப் பற்றிப் பேசிட்டிருக்கோம். 'நாங்க கணவன் மனைவி இல்லை, நண்பர்கள்!'னு சொல்ற உண்மையை உலகம் அதிர்ச்சியா பார்க்குமேனு எல்லாரும் பயப்படுறாங்க. நிஜத்தில் நாங்க யாருக்கும் தெரியாம நண்பர்களா இருக்கிறதைப் பற்றிப் பிரச்னை இல்லை. ஆனா, அந்த உண்மையை வெளிப்படியா ஒப்புக்கொண்டால், பிரச்னையாம். இது அசிங்கம் இல்லையா?

இந்த நூலில் பல உண்மைகளைப் பகிர்ந்துக்கிட்டதாலேயே நான் பலவிதங்களில் தண்டிக்கப்பட்டிருக்கேன். இங்கே எதையும் வெளிப்படையா பேசுறதே பிரச்னையா இருக்கு. எல்லாரும் உண்மை தன் பக்கம் இருக்கணும்னு விரும்புவாங்க. நான் உண்மையின் பக்கம் இருக்கணும்னு யோசிச்சதால் நிறைய இழப்புகள். ஆனா, பெற்ற அனுபவங்கள் அதிகம். சொன்ன உண்மைகளின் அளவு கையளவு மழை... சொல்லாத உண்மைகளின் அளவு ஆகாய நட்சத்திரங்கள்!

எண்ணுபவர்களின் பொறுமைக்கு ஏத்த மாதிரி இருக்கு, உண்மையின் வெளிச்சம்!